AA000921

इस्तंबूलच्या पार्श्वभूमीवर बेतलेल्या मेहमत मुरात सॉमरच्या मनोरंजक कादंबऱ्या कधीकधी अतिशोयक्तिपूर्ण विनोदाचा आधार घेतात. सहा कादंबऱ्यांच्या या मालिकेतील ही पहिली कादंबरी अमेरिकेत उपलब्ध झाली. दिवसा पुरुष व रात्री स्त्री असे दुहेरी जीवन जगणारा एक अनामिक ट्रान्सव्हस्टाईट या कादंबरीचा कथानायक. त्याच्या मालकीचा एक नाइट क्लब असतो. त्या नाइट क्लबमधील स्त्री वेषात नाचणाऱ्या एका मुलाचा खून होतो आणि हा नायक त्या खुनाचा शोध घेण्यासाठी डिटेक्टिव्हच्या भूमिकेत शिरतो. प्रतिष्ठित उद्योगपतींचे अडचणीत आणणारे फोटो आणि पत्रे यांच्या सहायाने ब्लॅकमेल करणाऱ्या एका षडयंत्री योजनेशी त्या खुनाचा संबंध असतो. क्लबमध्ये नाचणाऱ्या मुली त्यांचं खरं स्वरूप उघड होऊन त्यांच्या नातेवाइकांत त्यांची नाचक्की होईल, या भीतीने घाबरून जातात. पण रात्री ऑड्रे हेपबर्नचा वेश करणारा हा कथानायक खंबीर असतो. जेव्हा ब्लॅकमेल करणाऱ्यांचे म्होरके नाइट क्लबच्या मालकाकडे आपला मोर्चा वळवतात तेव्हा त्याला क्लबचा बाताड्या बाउन्सर, स्वत:ला इस्तंबूलचा ब्रॅड पीट समजणारा लाळघोट्या टॅक्सी ड्रायव्हर आणि गे व ट्रान्सव्हस्टाईट लोकांतील मित्रांची मदत घेणं भाग पडतं. निखळ विनोदाची पाखरण करत तुर्कस्तानातील गे लाइफचं सहानभूतीपूर्वक चित्रण करण्यात लेखक यशस्वी झाला आहे. त्यासाठी त्याने एक चलाख, किंचित गर्विष्ठ पण सर्वांना आवडणारं असं गुंतागुंतीचं व्यक्तित्व असलेला आणि सर्व संकटातून तावून-सुखालून निघणारा कथानायक निर्माण केला आहे.

– पब्लिशर्स वीकली

टर्कीश डिलाइट म्हणून प्रसिद्ध असलेल्या या मालिकेतील कादंबऱ्या मनोरंजक आहेत. त्यामध्ये आपल्याला अपरिचित असलेल्या अधोविश्वाची अनपेक्षित रित्या मन हेलावून टाकणारी झलक पाहायला मिळते. याशिवाय त्या रहस्यकथा म्हणूनही चांगल्याच आहे.

– चार्लेन हॅरीस,
'सूकी स्टॅकहाउस' या रहस्यकथा मालिकेचा लेखक

एखादी म्हातारी आजीबाई किंवा निवृत्त पोलीस अधिकारी कथानायक म्हणून असलेल्या गुप्तहेरकथा वाचून तुम्ही कंटाळला असाल, तर मेहमत मुरात सॉमर यांनी टर्कीश डिलाइट या मालिकेच्या रूपाने तुम्हाला एक चांगला पर्याय देऊ केला आहे... चावटपणा, विनोद आणि रहस्य यांनी ठासून भरलेलं कथानक... वाचून पूर्ण केल्याशिवाय राहवणारच नाही.

– यूएसए टुडे

चाबकासारखी फटकारणारी इस्तंबूल गुन्हेगारी कथामालिका!

– द गार्डियन, लंडन

खदखदून हसवणारी कादंबरी!

– टाइम आउट, इस्तंबूल

हलके फुलके, विनोदी आणि रोमांचकारक कथानक!

– द टाइम्स, लंडन

निखळ विनोदाची पखरण करत तुर्कस्थानातील गे लाइफचं सहानभूतीपूर्वक चित्रण करण्यात लेखक यशस्वी झाला आहे. एक चलाख, किंचित गर्विष्ठ आणि गुंतागुंतीचं व्यक्तिमत्त्व असलेला कथानायक सर्व संकटातून कसा तावूनसुलाखून बाहेर पडतो, हे औत्सुक्याचे आहे. विनोद आणि रहस्याने भरलेली ही कादंबरी वाचनीय आहे.

दैनिक सागर (रत्नागिरी), १३ जुलै

द किस मर्डर

दोन व्यक्तिमत्त्व घेऊन जगणाऱ्या जगाचं भेदक चित्रण

लेखक

मेहमत मुरात सॉमर

तुर्की ते इंग्लिश अनुवाद

केनेथ डकन

अनुवाद

जयंत गुणे

मेहता पब्लिशिंग हाऊस

All rights reserved along with e-books & layout. No part of this publication may be reproduced, stored in a retrieval system or transmitted, in any form or by any means, without the prior written consent of the Publisher and the licence holder. Please contact us at **Mehta Publishing House**, Pune.

✆ +91 020-24476924 / 24460313

Email : production@mehtapublishinghouse.com

Website : www.mehtapublishinghouse.com

◆ *या पुस्तकातील लेखकाची मते, घटना, वर्णने ही त्या लेखकाची असून त्याच्याशी प्रकाशक सहमत असतीलच असे नाही.*

THE KISS MURDER by MEHMET MURAT SOMER

Translation Copyright © Kenneth Dakan, 2008

Translated into Marathi Language by Jayant Gune

द किस मर्डर / अनुवादित कादंबरी

TBC

अनुवाद : जयंत गुणे

Email : author@mehtapublishinghouse.com

मराठी अनुवादाचे व प्रकाशनाचे हक्क मेहता पब्लिशिंग हाऊस, पुणे.

प्रकाशक : सुनील अनिल मेहता, मेहता पब्लिशिंग हाऊस,
१९४१, सदाशिव पेठ, माडीवाले कॉलनी, पुणे – ४११०३०.

अक्षरजुळणी : स्वाती एंटरप्रायझेस, पुणे – ४११००९.

मुखपृष्ठ : फाल्गुन ग्राफिक्स

प्रथमावृत्ती : फेब्रुवारी, २०१४

P Book ISBN 9788184985375

तुर्की शब्दार्थ

ॲबी	*दादा, मोठा भाऊ*
अबला	*ताई, मोठी बहीण*
अमन	*भलं असो!*
अयोल/अयोली	*अय्या, स्त्रियांच्या वापरातील उद्‌गार*
बे	*महाशय, जी (पुरुषांच्या नावानंतर लावण्याचा आदरार्थी प्रत्यय)*
दुर्रम	*पोळीत गुंडाळलेला फ्रँकीसारखा पदार्थ*
इफेंदी	*साहेब, मालक*
इफेंदीम	*होय, फोनवर उत्तर देताना वापरण्याचा उद्‌गार*
एस्तॅगफुराल्ला	*आभारप्रदर्शन, अतिशयोक्तीपूर्ण स्तुती*
फतिहा	*कुराणातील पहिला अध्याय*
गेस्मिस ओस्लून	*सहानुभूतीदर्शक उद्‌गार*
हनीम	*बाई (स्त्रियांच्या नावानंतर लावण्याचा आदरार्थी प्रत्यय)*
इनशाल्ला	*देवाच्या इच्छेने, देवाच्या दयेने*
कंदिल	*मुस्लिमानांमधील मेजवानीच्या चार रात्री*
माशाल्ला	*स्तुतिवाचक उद्‌गार, देवाच्या इच्छेने घडलेली अद्‌भुत गोष्ट*
मेवलीत	*मृत व्यक्तीला श्रद्धांजली वाहण्यासाठी बोलावलेली धार्मिक बैठक*
पेश्तेमल	*स्नानाच्या वेळी कमरेभोवती गुंडाळायचे वस्त्र*
राकी	*बडीशेपेच्या वासाचे रंगहीन तुर्की मद्य*
सेन	*तू, द्वितीय पुरुषी एकवचनी*
सिझ	*तुम्ही, द्वितीय पुरुषी बहुवचनी*
तेमेझ	*मावशी किंवा आत्या, वयस्कर स्त्रियांना उद्देशून वापरायचे संबोधन*
वल्लाही	*देवाची शप्पथ*

एक

बाथरूममध्ये जाता-जाता मी टीव्हीवर गेम शोचा चॅनेल लावला. मला फक्त ऐकण्यात रस होता. अशा प्रकारचे सर्व कार्यक्रम मूर्ख आणि निर्लज्ज प्रेक्षकांवर बेतलेले असतात. पण याचा अर्थ असा नाही की, या कार्यक्रमातील प्रश्नांना बरोबर उत्तर द्यायला मला आवडत नाही. खरं सांगायचं झालं तर, आमच्या क्लबमधील मुली नेहमी मला भाग घे म्हणून आग्रह करत असतात.

''किती धमाल येईल नाही?'' त्या मुलींना माझ्याविषयी खातरी असते. ''तुम्ही सर्व प्रश्नांना फटाफट उत्तरं द्याल.''

''अय्या! माझ्यासारख्याला ते शोमध्ये भाग घ्यायला देतील का?'' माझा प्रतिसाद नेहमी हाच असतो. त्यावर त्या मुली गप्प बसतात.

प्रश्नांची पहिली फेरी संपेपर्यंत माझी दाढी करून झाली. त्यानंतर मी मेकअप करायला सुरुवात केली. जेव्हा माझं मन प्रसन्न असतं तेव्हा या गोष्टीला मला तासंतास लागतात. एरवी माझं दोन मिनिटांत आटोपतं. त्या दिवशी खूप उकडत होतं. क्लबमध्ये लोक यायला अजून अवकाश होता. म्हणजे माझ्याकडे चिक्कार वेळ होता.

हॉलिवूडच्या सुवर्णयुगातील प्रसिद्ध अभिनेत्री ऑड्रे हेपबर्न ही माझ्या विशेष आवडीची आहे. तिचं व्यक्तिमत्त्व किंचित पुरुषी होतं. मी योग्य तो मेकअप करून स्वत:ला ऑड्रे हेपबर्नमध्ये बदललं.

अगदी हुबेहूब. मी आरशात बघून स्वत:ला उडतं चुंबन दिलं. चंदेरी टिकल्या लावलेला अर्धपारदर्शक लेपर्ड प्रिंट ड्रेस घालता-घालता मी लाजेने चूर झालो. मी टॅक्सी स्टँडवर फोन केला. हुसेयीन टॅक्सी घेऊन आला. जे लोक मला आदराने *ॲबी* किंवा दादा म्हणून हाक मारतात अशा लोकांपैकी तो एक आहे. पण रात्री मला बघताच हा लाळ घोटायला सुरुवात करतो. मला अपार्टमेंटमधून बाहेर येताना पाहून तो नेहमीप्रमाणे कुत्र्यासारखा जिभल्या चाटत पुढे आला. मी गाडीत बसताक्षणी त्याने दिवा बंद केला. कुत्रा असला तरी त्याला तालीम चांगली मिळाली होती.

"क्लब?"

जणू काही या वेळी मी दुसरीकडे जाणार होतो.

"हां."

मला फालतू गप्पा मारायला आवडत नाहीत.

तो गाडी चालवत होता. पण रस्त्यापेक्षा त्याचं लक्ष माझ्याकडे होतं. आरशातून दिसणाऱ्या माझ्या चेहऱ्यावर समाधान न मानता तो मूर्खासारखा मान वळवून माझ्याकडे चोरटे कटाक्ष टाकत होता. तो माझ्यासारखा असता तर प्रश्न नव्हता. त्यात त्याचा चेहरा अगदी पोरगेला होता. मला पुरुष आवडतात. पण कसे? मर्दासारखे!

"बाहेर खूप उकडतंय नाही?"

"हंऽऽ."

"माझं अंग अगदी चिकट झालंय. संपूर्ण दिवस मी गाडीत आहे... बसून-बसून माझा अगदी कबाब झालाय! पण अगदी ओलाचिंब, निथळणारा."

पुन्हा एकदा कुत्रा माझ्याकडे बघून जिभल्या चाटायला लागला होता.

"पण तू टॅक्सी रात्री चालवतोस नाही का?"

"मला रात्रीसुद्धा घाम येतो."

"मग थंड पाण्याचा शॉवर घेत जा."

"तुला काय वाटलं आमच्या टॅक्सी स्टँडवर शॉवरची व्यवस्था आहे? तुझ्या घरी आलो तर चालेल का? आपण अंघोळ करू या... दोघं मिळून...."

"फालतू बकबक करू नकोस."

"ओके *ॲबी.* मी खडा मारून पाहिला. उगाच रागवू नकोस."

शरीराने माझ्या दुपटीने असलेल्या एका माणसाला माझी छेड काढल्याबद्दल मी माझ्या थाई किक बॉक्सिंग आणि आईकिडोतील कौशल्याचा वापर करून चांगलाच धडा शिकवला होता. त्या वेळी मी एक अगदी तोकडा मिनीस्कर्ट घातला होता. तेव्हापासून टॅक्सी स्टँडवरचे लोक मला वचकून असायचे.

क्लबसमोर टॅक्सीतून उतरल्यावर मला हुसेयीनने विचारले. "तुझं आटोपल्यावर मी तुला पिकअप करायला येऊ का?"

तो दुसरा जॉन होम्स ठरण्याची थोडी जरी शक्यता असती, तरी मी निश्चितच भीक घातली असती. पण तशी शक्यता दाखवणारी एकही खूण त्याच्यात दिसत नव्हती. ना त्याचं नाक अपेक्षेएवढं लांब होतं, ना त्याच्या हातांची बोटं.

"नको", मी म्हटलं, "मी कधी बाहेर पडेन ते सांगता येणार नाही. वाट पाहण्याची तसदी घेऊ नकोस."

आमचा शरीरसंरक्षक कुनेत मला दरवाजात भेटला. मला नेहमी संशय यायचा

की, तो 'मेहमेत अली'सारख्या एखाद्या टोपणनावाने वावरत असावा. त्याचं खरं नाव काही का असेना, दिसायला मात्र त्याचं शरीर एखाद्या पहिलवानासारखं होतं. एकदा रात्री क्लब रिकामा असताना मुलींच्या आग्रहाखातर मी त्याच्याबरोबर आईकिडोचं एक प्रात्यक्षिक सादर केलं. त्यामुळे नंतर आठवडाभर त्याचं अंग ठणकत होतं आणि मी तर नुसती गंमत म्हणून सराव करीत होतो. ते प्रात्यक्षिक अगदी साधेच होते. व्यायामशाळेत जाऊन दंडबैठका काढणारे पहिलवान बहुधा कागदी वाघच असतात आणि घेतलेल्या स्टिरॉइडसमुळे ते बिछान्यातही कुचकामी ठरतात.

आज रात्री क्लब गर्दीने ओसंडून गेला होता. देवाची कृपा. आमची लोकप्रियता वाढली असली पाहिजे. याचं थोडंफार श्रेय माझ्याकडे जातं, हे मी नाकारू शकत नाही. शेवटी व्यवस्थापनाचं नवं तंत्र आणि नवी नियमावली जारी करण्यामागे माझाच हात होता.

कारण क्लबची थोड्या हिश्श्यासाठी का होईना, पण कायदेशीर मालकी माझ्याकडे होती. त्यामुळे सगळ्या मुली मला बॉससारख्या मान देत. पण नुसत्या मालकीमुळे त्या मला मानत नव्हत्या, तर वस्तुस्थिती अशी होती की, दिवसा मी आणखी एक वेगळा व्यवसाय करीत होतो. दुसऱ्या शब्दांत सांगायचं, तर मी उपजीविकेसाठी त्यांच्याप्रमाणे क्लबच्या ग्राहकांकडून मिळणाऱ्या उत्पन्नावर अवलंबून नव्हतो.

सेरप मला शोधत आली. माझ्याशी बोलण्यासाठी तिने संगीताचा आवाज कमी करायला लावला.

''*अबला, माझा छोकरा पुन्हा आलाय... मी त्याच्याबरोबर जाऊ का?*''

''पुन्हा चकटफू?''

''तुम्हाला माहीत आहे. माझा त्याच्यावर जीव आहे.''

''त्याचाच तो गैरफायदा घेतोय. असंच चालू राहिलं, तर महिन्याच्या शेवटी घरभाड्यापुरतेसुद्धा पैसे तू कमवू शकणार नाहीस.''

''मी जास्त काम करीन.''

''तो तुझ्याबरोबर रात्रभर तर राहत नाही ना?''

''*अयोल*, मस्करी करता काय?... तो त्याच्या कुटुंबीयांबरोबर राहतो. मध्यरात्रीच्या आत त्याला घरी जावं लागतं. नाहीतर त्याची गाठ मोठ्या भावाशी असते.''

मी स्वतःशीच हसलो. असे कडक शिस्तीचे काही दादा मला ठाऊक आहेत. अशा लोकांच्या देखरेखीखाली तो कसे दिवस काढत असेल, या कल्पनेने माझ्या अंगावर शहारे आले.

पण तिच्या डोळ्यांतील आर्जव बघितल्यावर तिला दोन शब्द समजावून सांगण्याचा माझा विचार मी सोडून दिला.

"सगळं तुझ्यावर अवलंबून आहे. जा, पण जरा जपून."

सेरप तिच्या प्रियकराबरोबर निघून गेली. तो एकोणीस वर्षांचा सावळा व लुकडा पोरगा होता. तो तिच्यापेक्षा थोडासा ठेंगूही होता. त्याला त्याच्या मोठ्या भावाची भीती वाटणं साहजिकच होतं.

बार काउंटरवर माझं ड्रिंक तसंच सोडून मी गर्दी ढकलत डान्सिंग फ्लोअरच्या दिशेने जाऊ लागलो. मी जवळ जात होतो, तसतशा मुली चित्कारू लागल्या आणि माझ्या दिशेने उडती चुंबनं फेकू लागल्या. मी कसाबसा डान्स फ्लोअरपर्यंत जाऊन पोहोचतो तोच डीजे ओस्मानने माझं आवडतं गाणं लावलं. वेदर गर्ल्सचं 'इट्स रेनिंग मेन', आणि मी नाचायला सुरुवात केली. नाचता-नाचता ब्युज माझ्याजवळ आली.

"मला जरा तुमच्याशी बोलायचंय." ती म्हणाली.

ब्युजच्या खांद्यावर हात ठेवून मी तिला फ्लोअरवरून बाहेर काढली. ओस्मान डीजे बूथवरून माझ्याकडे प्रश्नार्थक मुद्रेनं पाहात होता. मी त्याला नंतर बोलतो, असं खुणावलं.

"काय आहे?"

"आपण वर जाऊ या का? इथे खूप गोंगाट आहे. मला ओरडून घसा फोडून घ्यायचा नाही."

या मुली नेहमी त्यांचे सर्व प्रश्न, समस्या मला सांगत असतात. माझा सल्ला विचारतात. मग त्या समस्या कोणत्या का असेनात.

आर्थिक सल्ल्यापासून ते ताईच्या सल्ल्यापर्यंत कोणत्याही विषयावर मी त्यांना सल्ला देत असतो.

आम्ही पोटमाळ्यावरच्या आमच्या ऑफिसमध्ये गेलो. तिथल्या छोट्याशा खिडकीतून क्लबचं दृश्य, तिथला जल्लोष दिसे. त्या छोट्याशा जागेत एक मोठं टेबल होतं. दोन खुर्च्या, एका कोपऱ्यात सेफ, टॉयलेट पेपर व नॅपकीनच्या खोक्यांचे ढीग आणि दारूच्या बाटल्यांचे खोके पडलेले होते. ती माझ्याकडे एखाद्या गोष्टीचा खुलासा मागितल्यासारखं रोखून पाहत होती. मी काही क्षण थांबलो. काही विसरलोय का ते आठवण्याचा प्रयत्न केला. पण नाही. मी काहीही विसरलो नव्हतो.

"अयोल! काय चाललं आहे?" मी न राहावून विचारलं. "माझ्याकडे असं रोखून काय बघतेस? माझ्याशी बोलण्यासाठी म्हणून तूच मला इथं घेऊन आलीस ना?"

ती माझ्याकडे तसंच रोखून बघत होती. ती बहुधा मला जोखत असावी. सांगावं की सांगू नये.

"मला भीती वाटतेय," तिने सुरुवात केली. "मी खूप टरकलेय."

मी तिच्याकडे प्रश्नार्थक मुद्रेने पाहिलं. तिला दिलासा देण्यासाठी मी सहानुभूतीपूर्वक हसण्याचा प्रयत्न केला.

"कुठून सुरुवात करावी तेच मला कळत नाही. मी अगदी गोंधळून गेले आहे."

"बोलायला सुरुवात तर कर. तुला काय वाटतंय ते सर्व मनमोकळेपणानं सांग."

मी तिला धीर दिला.

ती मूकपणे खाली पाहत होती. मी *राकी*चे खोके मोजायला सुरुवात केली. एकूण नऊ खोके होते, सर्वांना प्लॅस्टिकचे वेष्टण होते.

"मला भीती वाटते...."

"ते मला समजतंय, स्वीटी." मी म्हणालो. "पण का?"

तिने बोलायला सुरुवात करावी म्हणून मी वाट पाहिली. मी व्हाइट वाइनचे खोके मोजायला लागलो. एकूण पाच खोके. मला वाटलं होतं, त्यापेक्षा कमी भरले. सध्या बहुतेक जण व्हाइट वाइन पित असावेत. या गतीने आमचा साठा लवकरच संपला असता.

"माझ्याकडे काही कागदपत्रं आहेत."

ब्युजची नजर अजूनही जमिनीवर खिळली होती. एक-एक शब्द काळजीपूर्वक निवडत तिनं बोलायला सुरुवात केली. "त्याचा संबंध एका महत्त्वाच्या व्यक्तीशी आहे. ही एक बडी असामी आहे. जर हे बाहेर फुटलं, तर त्याचा सत्यानाश होईल. आजपर्यंत झालेल्या लफड्यातील हे सर्वांत मोठं लफडं होईल."

माझं कुतूहल नकळत चाळवलं गेलं.

"काही वर्षांपूर्वी... माझा एका व्यक्तीशी संबंध आला होता, ती व्यक्ती आता अति महत्त्वाची व्यक्ती बनलीय. आमचा तो संबंध फक्त एका रात्रीपुरता नव्हता, तर आमचे संबंध अगदी नात्यासारखे होते. बरीच वर्षं ते वेगवेगळ्या ठिकाणी, वेगवेगळ्या प्रसंगी चालू होतं. आमचे एकत्र काढलेले फोटो आहेत. शिवाय त्याने वेळोवेळी मला लिहिलेल्या चिठ्ठ्या. त्या चिठ्ठ्यांपैकी एक चिठ्ठी तर पत्रासारखी आहे. माझ्या नावाने, स्वतःच्या हस्ताक्षरात लिहून खाली सही केलेली. अगदी अस्सल पत्र. त्यातून सगळं काही कळतं."

परत खूप वेळ शांततेत गेला. माझी उत्सुकता ताणली आणि जास्त वेळ वाट पाहण्याची माझी सहनशक्ती संपली. मी आता रेड वाइनकडे नजर वळवली. फक्त दोन खोके होते. पण बीअरची परिस्थिती जास्त गंभीर होती. फक्त सोळा खोके आणि चार केग्ज उरले होते.

"माझ्याकडे फोटो आणि पत्रं आहेत, हे एकाला माहीत आहे."

या मुली अखंड चिवचिवाट करत असतात. प्रत्येक गोष्ट त्या प्रत्येकाला सांगतात. विशेषकरून जर त्या एखाद्या क्षुल्लक का होईना, पण सेलिब्रिटीबरोबर झोपल्या असतील, तर विचारायलाच नको. बहुतेककरून तो प्रेमिक बिचारा सरळ

साधा असतो. एखाद्या वेळी मोह न आवरल्यामुळे पाय घसरलेला असतो एवढेच. पण या चहाटळ मुली त्याचा उपयोग आपल्या सौंदर्याची जाहिरात करण्यासाठी करतात. मीसुद्धा कधी-कधी थोडीशी अतिशयोक्ती करतोच की!

पण माझ्या माहितीप्रमाणे ब्युज कधीही आपली प्रौढी मिरवण्याच्या फंदात पडली नव्हती. जेव्हा मी तिचा विचार करू लागलो तेव्हा माझ्या लक्षात आलं की, तिच्याविषयी मला फार थोडी माहिती आहे. तिचं खरं नाव 'फेज़वी' आहे. ती इस्तंबूलची आहे आणि ती तेस्वीकियमध्ये राहते. तिच्याकडे गाडी आहे. ती वयाने इतर मुलींपेक्षा थोडी मोठी आहे. माझ्या अंदाजाप्रमाणे ती चाळिशीची असावी.

ज्या वेळी आमच्यासारख्या लोकांची चाळिशी उलटते, तेव्हा ज्यांच्या गाठीला पैसा असतो, ते स्वतःला घरात कोंडून घेतात. ज्यांच्याजवळ पैसा नसतो, ते एखादा तिय्यम दर्जाचा म्युझिक हॉल गाठतात. नाहीतर त्या आपापल्या खेडेगावी परत जातात. प्रत्येक तालुक्याच्या गावी एक तरी अधिकृत 'कबाब हॉल' असतो. त्यात त्यांना नोकरी मिळते. अशा खेडेगावात हद्दपारीचं जीवन कंठीत असलेल्या मुली वर्षाकाठी एखाद्या वेळी इस्तंबूलला खरेदीसाठी येतात तेव्हा मोठ्या तोऱ्यात इकडे तिकडे मिरवतात आणि ज्याला त्याला खेडेगावात आम्ही किती समाधानाने राहतो असं खोटंच सांगत फिरतात.

असो, ब्युजने दहा वर्षांपासून सिलिकॉनची इंजेक्शन्स घ्यायला सुरुवात केली होती. आता ती अगदी महागडे पर्फ्युम अंगावर फवारायची.

"मी त्या संबंधांचा कधीही गैरफायदा घेतला नाही. अगदी माझे संबंध तुटले संपले तरीही.''

असं बोलून ती गप्प झाली. या वेळी नजर वर करून ती भिंतीकडे पाहू लागली. भिंतीवर लावलेलं क्लबचं परवानापत्र आणि आयकर विवरणपत्र ती शून्य नजरेने न्याहाळत होती. त्यामुळे मीही ते नकळत वाचायला सुरुवात केली.

"आमचे संबंध अगदी खासगी होते आणि खासही! आत्तापर्यंत ते तसेच आहेत! वैयक्तिक पातळीवर.''

भिंतीवरचं परवानापत्र पाहून ब्युजचं विचारचक्र सुरू झालं. ती काही बोलत नव्हती. पण तरीही मनातल्या मनात ती गतस्मृतींना उजाळा देत होती. टेबलावर लावलेलं लॅमिनेशन सुटून थोडं वर आलं होतं. मी माझ्या खोट्या नखांनी ते थोडं वर उचललं आणि सोडून दिलं. ब्युजने तोंड उघडेपर्यंत माझा हा चाळा चालला होता.

"त्यात आणखी एक लफडं झालंय. मी एकदा नशेत असताना ही गोष्ट एका व्यक्तीला सांगितली. मी नक्की काय बडबडले, ते मला आता आठवत नाही. पण बरंच असावं. कारण माझ्याकडच्या त्या कागदपत्रांचा पत्ता त्यांना लागलाय आणि त्यांना ती हवी आहेत.''

“का?” मी विचारलं.

“बहुधा ब्लॅकमेल करण्यासाठी असेल.”

“ते लोक कोण आहेत?”

“मला माहीत नाही. त्यांनी एकदा माझ्या आन्सरिंग मशीनवर निरोप ठेवला होता. मी त्याकडे फारसं लक्ष दिलं नाही. त्यांनी सांगितल्याप्रमाणं मी काहीही केलं नाही... मग काल रात्री मी क्लबमध्ये असताना ते माझ्या घरात घुसले. त्यांनी माझं सगळं घर धुंडाळलं, पण त्यांना काही मिळालं नाही.”

“घरफोडी झाली असेल का?”

“मला पहिल्यांदा तसंच वाटलं. पण तसं नव्हतं. त्यांनी तिथेच पडलेल्या पैशांना हातही लावला नाही. माझा स्टीरियो, दागिने सगळं जागच्या जागी होतं. पण इतर सर्व सामानाची त्यांनी उलथापालथ केली होती. ते पुन्हा नीट लावायला माझा आजचा अख्खा दिवस गेला.”

“मग तू ते लपवलंयस तरी कुठे? त्यांना ती का मिळाली नाहीत?”

“माझ्या आईकडे आहेत.” तिने उत्तर दिलं.

“मला नाही लक्षात आलं.”

बहुतेक मुलींचा त्यांच्या कुटुंबीयांशी संबंध नसतो. त्यांना त्यांच्या कुटुंबीयांनी वाळीत टाकलेलं असतं.

“आईच्या घरातील माझ्या जुन्या बेडरूममध्ये. मी कधीकधी तिकडे झोपायला जाते.”

“असं आहे तर.”

“मला भीती वाटतेय की, एक ना एक दिवस त्यांना तिचा पत्ता मिळेल. तिचं वय झालंय आणि ती कधीच बाहेर जात नाही.”

तिच्या तोंडातून भराभर शब्द फुटत होते. आमच्या संभाषणाने आता वेग घेतला.

“ती कधीच घरातून बाहेर पडत नसेल तर प्रश्नच नाही.”

“दुर्दैवाने आहे. माझ्या आईला दिसत नाही.”

आता सगळं चित्र माझ्या नजरेसमोर आलं.

“म्हणजे तिला तू कशी आहेस, ते माहीत नाही.”

“तिला माझ्याबद्दल सगळं काही माहीत आहे.” ब्युज म्हणाली.

“आंधळी माणसं त्यांच्या हाताने बघतात. तिला बरेच दिवस काहीच ठाऊक नव्हतं. पण माझे स्तन आणि मग त्यानंतर केस. ती आंधळी आहे, मूर्ख नाही.”

दरवाजा उघडला गेला आणि हसन आत डोकावला. अगदी वेळेवर. ब्युज आणि तिची रडकथा याउप्पर सहन करणं, अगदी नाइलाजानेच शक्य झालं असतं.

"तुम्ही इकडे आहात तर?"

हसन आलेला ब्युजला आवडलं नाही, ते सहज कळून येत होतं. त्यामुळे हसनही अस्वस्थ होता. त्यालाही ब्युज आवडत नसे.

"मधेच आल्याबद्दल जरा माफ करा. मी एवढंच सांगायला आलोय की, एक ग्रुप आत्ताच क्लबमध्ये शिरलाय. ते सगळे तुमचे मित्र आहेत, असं म्हणत आहेत," त्याने जाहीर केलं. "ग्रुप" म्हणजे त्यात स्त्री आणि पुरुष असा दोघांचाही समावेश असावा.

"ते तुमची चौकशी करत होते. तुम्ही खाली येणार आहात का?"

माझे सर्व कर्मचारी माझा उल्लेख 'सिझ' असा आदरार्थी करतात. मला ते आवडतं. मी ब्युजकडे वळलो. ती उठून उभीच होती.

"मी तुम्हाला जास्त त्रास देणार नाही. विसरून जा." ती पुटपुटली. "जे झालं ते झालं."

जिन्यावरून हसनच्या मागोमाग जाताना मी तिला थोड्या नाखुशीनेच म्हणालो, "याविषयी नंतर बोलू. क्लबमधून जाताना वाटलं, तर माझ्या घरी ये. यायचं की नाही ते तुझ्यावर आहे."

"बघू या." ती अगदी गळपटून गेली होती. मी तिला माझ्यापुढं जाण्यासाठी वाट करून दिली.

खाली जाताना हसनच्या मागोमाग ब्युज आणि नंतर मी होतो. हसनची जीन एवढी लो फिटिंग होती की, त्यातून त्याचे कुल्ले किंचित डोकावत होते. त्याची चाल मोहक वाटावी एवढी संथ होती आणि त्याची त्याला अजून कल्पना नव्हती. जवळपास गेलं एक वर्षभर तो आमच्या क्लबमध्ये काम करत होता. क्लबमधल्या सगळ्या मुलींशी त्याचे चांगले संबंध होते. पण अजूनही तो त्यांच्यापैकी कोणाबरोबरही झोपला नव्हता. निदान आमच्या कानावर तरी तसं काही आलं नव्हतं. थोडंसं विचित्र वाटतं ना? मी ब्युजचा पार्श्वभाग लक्षपूर्वक पाहिला. जिन्यावरून खाली उतरताना विश्वास बसणार नाही, एवढी ती डौलदार दिसत होती. लेदरच्या तंग मिनीस्कर्टमुळे तिच्या पुरुषी कुल्ल्यांना उठाव आला होता. सफरचंदाच्या दोन अर्धुकांसारखा. कोणालाही चिमटा काढण्याचा मोह झाला असता.

तिला कोणाची एवढी भीती वाटत होती आणि का, ते तिनं अजून सांगितलं नव्हतं. पण नुसतं बोलल्यामुळे तिचं मन हलकं झालं असावं. नंतर ती गर्दीत दिसेनाशी झाली.

दोन

हसनने सांगितलेल्या 'ग्रुप'मध्ये निझानतासी ब्युटीकची मालकीण बिल्कीस, तिचा नवरा फेरूह, गीतकार सुआत, जाहिरात क्षेत्रातील एक आणि जिचं नाव मी विसरलो अशी एक महिला पत्रकार होती. *त्या दोघांतील ज्याला मी पहिल्यांदा पाहिलं त्या जाहिरात क्षेत्रातील माणसाचं नाव अहमेत असं होतं. तो थोडासा बायकी वाटत होता. पण खरं काय आहे ते लवकरच कळणार होतं.* मी त्यांच्या टेबलाजवळ बसलो. हसनने मोठ्या अदबीने सर्वांच्या ऑर्डर घेतल्या.

हसन जरी बिल्कीस, फेरूह आणि सुआत यांना ओळखत होता तरीही तो त्यांच्यापासून एक अंतर राखून होता. एरवी तो सुआतबरोबर हातात हात घालून गप्पा छाटत बसला असता.

सुआतचं सौंदर्य मर्दानी होतं. तिने पायावर पाय घेतले, ऐटीत सिगारेट पेटवली आणि *राकी* मागवली. ती पक्की लेस्बीयन होती. तिच्यासमोर बरेच पुरुष बायकी वाटले असते. फेरूहने व्हिस्की ऑन द रॉक्स मागवली. इतरांनी व्हाइट वाइन घेतली. व्हाइट वाइन मागवून अहमेतने आपण जवळपास गे असल्याचं दाखवून दिलं. *ज्यांच्याकडे पैसा आहे असे पुरुष हार्ड लिकर घेतात, ज्यांच्याकडे नाही ते बिअरवर समाधान मानतात. पोचटासारखी व्हाइट वाइन पिण्यात काय गंमत आहे?*

क्लबमधली गर्दी वाढली. प्रवेश फी ठेवल्यामुळे लोकांना उलटी चिथावणी मिळाली असावी, असं दिसत होतं.

बिल्कीस आणि इतर मंडळींसोबत गप्पा मारताना मी ब्युजला पूर्णत: विसरून गेलो होतो. बिल्कीसचं ब्युटीक थोडं पॉश होतं. तिथले प्रासंगिक कपडे मला चालण्यासारखे होते आणि मला ते अगदी वाजवी किमतीत मिळत. त्याचं कारण म्हणजे आमची खास मैत्री. तिचा नवरा फेरूह हा आर्थिक सल्लागार होता, पण त्याच्या दिखाऊपणामुळे मला तो थोडा ओंगळवाणा वाटायचा. काय तो स्वत:ला दागदागिन्यांनी मढवून घेतो! शी! स्वत:च्या नावाच्या अक्षरांचं डिझाइन केलेलं त्याच्या डाव्या मनगटातलं चकचकीत जाडजूड ब्रेसलेट, उजव्या मनगटावरचं

सोन्याच्या पट्ट्याचं रिस्टवॉच. नशीब रोलेक्स नव्हतं. केसाळ बोटांत घातलेल्या तीन-तीन हिरेजडित अंगठ्या. मला त्याची किळस का वाटायची यासाठी हे कारण पुरेसं नाही का?

सुआतचं खरं नाव 'एसेन' असं आहे. खरं म्हणजे 'सुआत' हे तिचं आडनाव आहे, पण ती सुआत या नावानेच प्रसिद्धीला आली आणि तसं बघायला गेलं तर सुआत हे नाव एसेनपेक्षा नक्कीच जास्त पुरुषी वाटतं. ती आता फक्त आडनावच लावते. सुआत पुरुषांची खिल्ली उडवण्याची एकही संधी सोडत नाही आणि अजूनपर्यंत एकही पुरुष तिला स्पर्श करायला धजावलेला नाही, हा तिच्या अभिमानाचा विषय आहे. तिच्या वर्गवारीप्रमाणे, सर्वांत उच्च श्रेणी फक्त लेस्बियन स्त्रियांसाठी खास राखून ठेवलेली आहे. त्याखालोखाल लेस्बियन नसलेल्या स्त्रिया, आमच्यासारख्या मुली, गे, बायसेक्सुअल्स आणि सर्वांत शेवटी नुसते निव्वळ पुरुष. ती पुरुषांसाठी म्हणून जी एकल गीतं लिहायची ती अगदी फालतू रडगाणी असायची. तिने एकही चांगलं दर्जेदार गीत पुरुषांसाठी म्हणून लिहिलेलं नव्हतं. तिची सगळी गाजलेली गीतं ही स्त्रियांसाठी लिहिलेली होती.

आज ती क्लबमध्ये बऱ्याच दिवसांनी आली होती. तिने नेहमीप्रमाणे मला मगरमिठी मारली नव्हती की, तिच्या सवयीनुसार माझ्या पार्श्वभागावर चापटी मारली नव्हती. पण *राकीचा* पाचवा पेला रिचवल्यावर तिने काय केलं असतं, ते आत्ताच सांगता येणं कठीण होतं.

जाहिरात क्षेत्रातील एक सभ्य गृहस्थ अहमेत हा सुसंस्कृतपणाचा एक नमुना होता. तो आपली व्हाइट वाइन चवीने पीत शांतपणे बसला होता. पण त्याच्या चेन स्मोकिंगवरून त्याच्या मनातील खळबळ दिसून येत होती. या अशा जागी परिचित व्यक्तींबरोबर बसणं त्याला मानवत नव्हतं. आमच्या मुलींबरोबर मोकळेपणाने नृत्य करणाऱ्या मुलांचा त्याला हेवा वाटत असावा, असं दिसत होतं. एके दिवशी आपल्या ओळखीचं कोणीही नाही असं पाहून तो एकटाच येईल, याची मला खातरी वाटतेय.

जिचं नाव मी विसरलो ती पत्रकार बाई भिरभिरत्या नजरेने इकडेतिकडे पाहात होती. अशा वातावरणात ती पहिल्यांदाच येत असावी. ती माझ्या दिशेने नजरेला नजर न भिडवता चोरून पाहात होती. मी अगदी खालच्या पट्टीतल्या आवाजात बोलत होतो. तिची नजर माझ्याकडे वळताच मी गोड हसलो. त्यांच्या प्रश्नांची उत्तरे देऊन झाल्यावर मी तेथून निघालो. माझा अर्धा ग्लास पिऊन झाला होता. मी म्हटल्याप्रमाणे अशा गच्च रात्री मला करण्यासारख्या खूप गोष्टी होत्या.

मी टेबलावरून उठताच ब्युज, बिल्कीस आणि तिच्या नवऱ्याच्यामध्ये येऊन बसली. ती त्या दोघांना चांगलं ओळखत होती. माझ्या माहितीप्रमाणे एकेकाळी त्या तिघांचा भागीदारीत एक व्यवसाय होता. ब्युजने सांगितल्याप्रमाणे तो काही फारसा

चालला नाही. जुन्या आठवणी काढून ते तिघंही खिदळत होते. जेव्हा बिल्कीस आणि फेरूह भांडायला लागले, तेव्हा ब्युज तेथून निसटली.

मी इतर गोष्टींकडे लक्ष द्यायला सुरुवात केली. तेथे सगळ्या वयोगटातील आणि सर्व प्रकारचे पुरुष आले होते. तेथे असलेल्या स्त्रिया, आमच्या मुली अतिशय आकर्षक आणि आतिथ्यशील होत्या. शिवाय काही लोक वातावरण बघून मुद्दाम त्रास देणारेही होते. ज्या मुली दारू पिऊन त्रास देत त्यांना मी माझ्या क्लबमध्ये कधीच थारा देत नसे. ज्या मुली आणि जे पुरुष आपल्या आवडीचं गाणं लावण्यासाठी हट्ट करत त्यांनाही पुढल्या वेळी क्लबमध्ये प्रवेश दिला जात नसे. अगदी ॲलेन डेलॉनलासुद्धा अशा परिस्थितीत आम्ही प्रवेश दिला नसता. आता हे कोणालाही अगदी जुन्या वळणाचं वाटेल, पण 'पुरुष' म्हटलं की, ॲलन डेलॉनच आठवतो. कसा जवाँमर्द आहे तो. माझ्यामध्ये त्याचे काही गुण उतरले आहेत. माझी आई त्याची मोठी चाहती होती. आपलं मूल त्याच्यासारखं व्हावं म्हणून माझ्या वेळी ती गर्भवती असताना सतत त्याच्या फोटोकडे बघत असायची. माझ्या जन्मानंतरसुद्धा तिचं त्याच्या फोटोकडे बघणं चालूच होतं. मला जेव्हापासून पुरुषांमध्ये स्वारस्य वाटू लागलं तेव्हापासून आम्ही दोघंही जोडीने त्याचे फोटो बघू लागलो. माझी आई त्याच्या सगळ्या सिनेमांना मला बरोबर घेऊन जाई. सिनेमा बघताना आम्ही दोघं जोडीनं सुस्कारे सोडत असू.

जेव्हा गिऱ्हाइकांची वर्दळ जास्त असते तेव्हा वेळ कसा भुर्रकन उडून जातो ते कळतच नाही. कोणाचं स्वागत करा, ओळखीचं हसू चेहऱ्यावर आणा, तर कोणाशी दोन शब्द बोला. असं करत-करत सकाळ झालेली असते. पहाटेचा प्रकाश दिसू लागेपर्यंत आमचा क्लब चालू असतो. वीकएंडला तर शेवटचं गिऱ्हाईक निघून गेलं तरीही बिचाऱ्या काही मुली तशाच गिऱ्हाइकाविना रिकाम्या बसून असत. त्याच्या उलट काहींना एकाच रात्री अनेक गिऱ्हाइकं मिळत. अशा मुली एका गिऱ्हाइकानंतर दुसऱ्यासाठी क्लबमध्ये परत येत. आजची रात्र अशीच होती. मी गल्ल्यावर नजर टाकली. आज भरपूर कमाई झाली होती. उजाडलं होतं. फाउंडेशनच्या थराखालून दाढीचे खुंट डोकावल्याचं मला जाणवू लागलं. कुनेतने बोलावलेल्या टॅक्सीत मी बसल्याबरोबर माझे उंच टाचांचे शूज काढून टाकले, घरी जाईपर्यंत मी माझ्या पायांना मालीश करत होतो. चार पौंड वजनाचे शूज घालून आठ तास एका टेबलापासून दुसऱ्या टेबलापर्यंत फिरत राहणं, म्हणजे सोपं काम नव्हे. टॅक्सी ड्रायव्हरचा चेहरा ओळखीचा होता. तो एक मध्यमवयीन सद्गृहस्थासारखा दिसत होता. त्याला मी कुठे राहातो, ते ठाऊक होतं. आम्ही क्वचितच बोलतो आणि त्याच्याकडे सुटे पैसे कधीच नसतात. आजसुद्धा तसंच होतं. मला दुप्पट पैसे द्यायचे नव्हते. म्हणून मी त्याला संध्याकाळी क्लबमधून पैसे घ्यायला सांगितलं.

घरी मी तसाच अनवाणी पायांनी गेलो. झोपायला जाण्यापूर्वी कोणत्याही परिस्थितीत मी शॉवर घेणार होतो. पण त्यापूर्वी काहीतरी गरम पेय प्यायला हवं. माझं आवडतं पेय म्हणजे बडीशेपेचा चहा. त्याने बरं वाटतं, शरीर स्वच्छ होतं, हे मला माहीत आहे. कारण काय आरोग्यदायक आहे आणि काय नाही, याची माहिती मी नेहमी वाचत असतो.

तीन

डॉक्टरने शॉवरच घ्यायला सांगितलं होतं. शॉवरच्या वाहत्या पाण्याखाली खूप वेळ उभं राहिलं की, संमोहित व्हायला होतं. तन आणि मन सैल होतं आणि पूर्णत: आराम मिळतो. माझ्या चेहऱ्यावरून ओघळणारा मेकअप पाहून मला कधीकधी चकित व्हायला होतं. मेकअप करताना मात्र कितीही मेकअप केला तरी तो फार नाही असंच वाटत असतं.

आरशासमोर उभं राहून आपलं शरीर न्याहाळायला मला खूप आवडतं. माझी शरीरयष्टी एखाद्या जलतरणपटूसारखी शिडशिडीत आहे. स्त्रीसारखं दिसण्यासाठी मी प्लॅस्टिक सर्जरी किंवा सिलिकॉनची इंजेक्शनं असे कोणतेही कृत्रिम बदल माझ्या शरीरात करून घेतलेले नाहीत. वक्षस्थळविहीन स्त्रिया काय कमी असतात. माझ्या उठावदार स्तनाग्रांनी ती उणीव भरून निघते, मग सिलिकॉनची गरजच काय? माझ्या पायांना वॅक्सिंग केलेले असते, हातांना फारसं काही करावं लागत नाही. छातीवरचे केस मात्र मी अगदी तशी गरज असेल तरच काढतो. अन्यथा ब्लाउजच्या फटीतून दिसणाऱ्या केसांचं तसं खास आकर्षण असतंच. मी माझ्या सर्वांगाला लोशन चोपडतो. त्याने एक थंडावा मिळतो, शिवाय शरीरही सुळसुळीत होतं आणि अंगावर गोड शहारे येतात, ते वेगळंच!

सकाळी वर्तमानपत्र येण्याच्या अगोदर मला या खोलीतून त्या खोलीत उगाचच ये-जा करायला खूप आवडतं. त्या वेळी माझ्या हातात बडीशेपेच्या चहाने भरलेला एक मोठा कप असतो. कासा क्लबमधून मी तो महागडा मग विकत घेतला होता. माझ्या घरात येणारा सकाळचा सूर्यप्रकाश हा थक्क करणारा असतो. त्या कोवळ्या किरणांचा माझ्या घराच्या कॉरिडॉरमध्ये चालणारा सावल्यांचा अनोखा खेळ बघत बघत मन शांत होतं.

वर्तमानपत्रं टाकणारा मुलगा नेहमीप्रमाणे उशिरा आला. केव्हाच सात वाजून गेले होते. सकाळची वृत्तपत्रे सकाळीच वाचून काढणे, हा माझा एक आवडता उद्योग आहे. त्याशिवाय मला झोप लागत नाही.

बेल परत वाजली. माझ्या स्वर्गीय सुखात व्यत्यय आणणारा हा आगंतुक म्हणजे माझा पेपरवाला मुलगा नसणार. तो बेल कधीच वाजवत नाही. वर्तमानपत्र दरवाजाखालच्या फटीत ढकलून तो निघून जातो. या आगंतुकाचा सामना करण्यासाठी मी दरवाजाजवळ गेलो. अर्थात पहिल्यांदा मी पीपहोलमधून बाहेर पाहिलं. दरवाजात हुसेयीन, टॅक्सीचालक आणि पाठीमागे अगदी घाबरलेल्या अवस्थेत ब्युज उभी होती. मी दरवाजा धाडकन उघडला.

"काय झालं काय एवढं?"

हुसेयीनने ब्युजला काही बोलायची संधीच दिली नाही.

"तुझी मैत्रीण क्लबमध्ये गेली होती. मी तिला जाताना पाहिलं. ती तुला शोधत होती. मी तिला सरळ तुझ्याकडे घेऊन आलो."

तो एका दमात म्हणाला. त्याने माझ्याशी बोलताना *सिझ* ऐवजी *सेन* म्हटलेलं मला खटकलं. आमच्या क्लबसमोरच्या रस्त्यावरून फेऱ्या मारायचं त्याला काय काम होतं?

"मी आत येऊ का." ब्युजने विचारलं. तिचा आवाज ओळखू येत नव्हता.

तिला आत घ्यायला काहीच हरकत नव्हती. मी बाजूला होऊन तिला वाट दिली. हुसेयीन तिच्यापाठोपाठ घरात येऊ पाहात होता. पण मी त्याला अडवलं.

"*अयोल*, तुझा कुठे शिरण्याचा विचार आहे?"

"मी विचार करत होतो की, काहीतरी भयंकर घडलंय. तुला कदाचित मदत लागेल..." तो अडखळत पुटपुटला. त्याच्या चेहऱ्यावर नेहमीचा लोचटपणा दिसत होता. एकदा चांगली लाथ बसली म्हणजे त्याला कळेल.

"काही गरज नाही," मी म्हणालो. "आम्ही बघून घेऊ."

त्याच्या चेहऱ्यावर अजूनही धिटाईचे हावभाव होते. तो स्वत:ला इस्तंबूलचा ब्रॅड पीट समजत असावा. मी त्याच्या तोंडावर धाडकन दरवाजा बंद करणार तेवढ्यात त्याने दरवाजा धरून ठेवला.

"तुला काही गरज लागलीच, तर मी टॅक्सी स्टँडवर उभा आहे. मला बोलवायला संकोच करू नकोस." आणि पुन्हा त्याने तोंड वेंगाडलं. आतल्या खोलीकडे निर्देश करीत तो म्हणाला, "काय झालंय ते मला समजलं नाही. पण जे झालंय ते चांगलं नाही."

"ठीक आहे. एक कर. मला गरज वाटलीच तर मी तुला बोलावीन. आता जा. हिला इथं आणल्याबद्दल धन्यवाद."

मी दरवाजा बंद करण्याचा पुन्हा एकदा प्रयत्न केला. पण त्याने दरवाजा उघडून धरला.

"मला त्रास देऊ नकोस," मी वैतागलो.

"अं, टॅक्सीचे पैसे कोण देणार आहे?"

या अवस्थेत ब्युजने टॅक्सीचे पैसे द्यायला विसरणं साहजिक होतं. पण क्षणभर मला तो काय विचारतोय हे कळलंच नाही.

"मी क्लबमधून घेईन." त्यानं सुचवलं, "जर तुझ्याकडे आता नसतील...."

"किती झाले?" मी विचारलं.

"मी मीटर बघितले नाही. तुला माहीत असेल. तू क्लबमधून घरी येताना जे काही देतोस."

मी नेहमी होतात, त्यापेक्षा थोडेसे जास्तच पैसे त्याच्या हातावर टेकवले.

"आता ठीक आहे?" मी विचारलं. त्याच्या डोळ्यातील आशेची चमक कमी झाली आणि नंतर विझून गेली. तो हताश होऊन मागे वळला. मी दरवाजा बंद केला आणि ब्युजकडे गेलो.

तिनं एका आरामखुर्चीत स्वत:ला झोकून दिलं होतं. तिची नजर शून्यात लागलेली होती.

"तुला प्यायला काही हवंय का?"

"प्लीज..." चहा, कॉफी, कोला, पाणी, दारू... ती काहीतरी मागेल म्हणून मी वाट पाहिली. पण ती काहीच बोलली नाही.

"छान... मी तुझ्यासाठी काय आणू?"

क्विझ शोमधला स्पर्धक एखाद्या कठीण प्रश्नाचं उत्तर देताना ज्या तऱ्हेने बघतो, तशी ती माझ्याकडे बघत होती. माझे प्रयत्न चालूच होते.

"तुला काय प्यायला आवडेल?"

ती गप्पच होती. प्रश्न खूप कठीण होता आणि तिने वेळ काढायचं ठरवलंच असावं. तिने परत शून्यात नजर लावली. तिला कोणीतरी गुंगीचं औषध पाजलं असावं असं वाटत होतं. काही मुलींची कधीकधी तंद्री लागते. त्यांना तशी सवय असते. माझं तसं अजिबात नाही.

माझी सहनशक्ती चांगली आहे. पण ती फार न ताणलेली बरी. विशेषत: सकाळी.

"मी बडीशेपेचा चहा पितोय. तुलाही बनवू का?"

"चालेल."

चहा बनवताना तिने काल रात्री मला जे सांगितलं होतं, त्याचा मी आढावा घेतला. तिने सांगितलेल्या गोष्टीत काहीतरी तथ्य असावं. मी बनवलेल्या चहात थोडं थंड पाणी घातलं. जेणेकरून तोंड न भाजता तिला लगेच पिता यावा. मी तिच्या जवळ गेलो.

थोडा वेळ आम्ही गप्प होतो. तिचा अवतार जरा विचित्रच दिसत होता. तिचा

मेकअप ओघळला होता. दाढीचे खुंट दिसायला लागले होते. तिने मान वर केली आणि माझ्या डोळ्यांत रोखून पाहिलं. मी शक्य तितक्या सहानुभूतीने तिच्याकडे पाहून हसलो. मी एक उत्तम श्रोता आहे आणि त्यामुळे मला बरंच काही शिकता आलं आहे. पण दुर्दैवाने सकाळी जेव्हा मी झोपण्याच्या तयारीत असतो, तेव्हा मात्र मला ते नीटसं जमत नाही.

सरतेशेवटी तिने बोलायला सुरुवात तरी केली.

"मला खूप भीती वाटतेय." क्लबमध्ये तिने मला जे सांगितलं होतं, तेच ती मला पुन्हा सांगायला लागली. "कुठं जावं, कोण मला सोडवेल; मला काही कळत नाहीये. म्हणून मी येथे आले. 'आय ॲम सॉरी.' माझ्यावर विश्वास ठेव, मी आता शेवटच्या अवस्थेला पोहोचले आहे."

"माझ्याकडे आलीस ते तू बरं केलंस."

मी दुसरं काय बोलणार होतो? मी खूप थकलो होतो. ती मला काहीतरी सांगेल आणि मग मी झोपायला मोकळा होईन म्हणून मी तिच्याकडे प्रश्नार्थक मुद्रेने पाहिलं.

"ती माणसं माझ्या घरी आली होती." ती म्हणाली. "मी घरी गेले तेव्हा ते माझी वाट पाहत होते. एकूण तीन जण होते."

तपशील नंतर विचारता आले असते. आता मला फक्त प्रसंगाचं गांभीर्य जाणून घ्यायचं होतं.

"जेव्हा मला कळलं की, ते घरात आहेत तेव्हा मी ताबडतोब दरवाजा बाहेरून बंद केला, कुलूप घातले आणि पळत सुटले. नशीब किल्ली कुलपातच होती."

"शाबास... चांगलं केलंस," मी तिला दिलासा दिला. "ती माणसं कोण होती?"

"मला माहीत नाही," ती म्हणाली. "मी त्यांना धड पाहिलं नाही. नुसता त्यांचा आवाज ऐकला."

"त्यांना काय हवं होतं, हे तुला कसं कळलं?"

"लागोपाठ दोन रात्री!" ती ओरडली. "आदल्या रात्रीसुद्धा त्यांनी घर धुंडाळलं होतं. त्यांना काही मिळालं नाही, म्हणून काल ते परत मला पकडायला आले होते."

"त्यांनी तुझा पाठलाग केला असेल, तर काय होईल?"

"माझ्या घराचा पुढचा दरवाजा चांगला भक्कम आहे." ती म्हणाली. "मी बाहेरून कुलूप लावलं. तो पोलादी दरवाजा उघडायला त्यांना तासभर तरी लागेल. मी तीन वेळा टॅक्सी बदलली. कोणीही माझा पाठलाग करत नव्हतं, याची मला खातरी आहे."

ती माझ्याकडे टक लावून पाहात होती. तिला ज्या प्रसंगातून जावं लागलं होतं त्या मानाने ती शांत होती. ती यंत्रवत बोलत होती. अतिशय थंड आणि सावकाश.

''मला विचार करायची संधीच मिळाली नाही...'' ती म्हणाली. ''माझं डोकंच काम करत नव्हतं. ते ताळ्यावर येण्यासाठी मी काहीतरी घेतलं, त्यानंतर मी तुझ्याकडे येण्याचं निश्चित केलं. अजूनही मला थोडंसं गरगरत आहे.''

तिने जर काहीतरी घेतलं असेल, तर तिच्याकडून अधिक काही कळणं कठीण होतं.

''तुला जर चालणार असेल, तर आपण झोपायला जाऊ या,'' मी सुचवलं. ''थोडी झोप घे, बरं वाटेल. उठल्यावर आपण पुन्हा बोलू.''

''ठीक आहे,'' ती म्हणाली.

मी तिला पाहुण्यांच्या खोलीकडे घेऊन गेलो. मेकअप न काढता केवळ कपडे उतरवून ती लगेच बिछान्यात शिरली.

अर्थात त्या वेळी तिच्या शरीरावर एक लहानशी जी-स्ट्रिंग होती.

चार

झोपेचा चांगलाच फायदा झाला. मी दुपारनंतर उठलो. पडदे उघडल्यावर खोली स्वच्छ प्रकाशाने भरून गेली. मी लगेच खिडक्या उघडल्या. ताजी हवा आत आली. उन्हाळ्यात तापमान कितीही वर चढलेले असो, आमच्या इमारतीमागील बागेमुळे येथील हवेत नेहमीच थंडावा असतो. मला आमची बाग खूप आवडते. ती नेहमी फळाफुलांनी बहरलेली असते.

पाहुण्यांच्या खोलीचा बंद दरवाजा पाहून मला ब्युजची आठवण झाली. मी हळूच बाथरूममध्ये गेलो. ती बहुतेक झोपली असावी. थंड पाण्याच्या सुखद स्पर्शाने मी हुरळून गेलो. नव्या दिवसाची सुरुवात होती. नंतर स्वयंपाकघरात जाऊन मी दोघांसाठी कॉफी बनवली. पहिला कडवट घोट घेताना ठसका लागला, तोंड वाकडं झालं; पण नंतर अंगात तरतरी आली.

मन हलकं करणारं संगीत लावण्यासाठी मी आत गेलो. मी बाखची 'BWV 1060' ही डबल कॉन्सेर्टो निवडली. वसंतऋतूतील दिवस, स्वच्छ ऊन पडलंय, अशा वेळी ऐकण्यासाठी हे एक अगदी योग्य संगीत आहे. याची किती वेगवेगळी व्हर्जन्स माझ्याकडे आहेत, ते मला नक्की सांगता आलं नसतं. चांगलं संगीत आपल्या संग्रही असण्यासारखा दुसरा आनंद शोधून सापडणार नाही. पेकीनेल भगिनी आणि जाझ संगीतकार बॉब जेम्स यांनी सादर केलेलं व्हर्जन मला खूप आवडतं. त्यात हॉगवूड आणि रोझे यांनी 'हॅप्सीकॉर्ड' काय मस्त वाजवलाय म्हणून सांगू. आता जाता-जाता सांगायची गोष्ट म्हणजे ख्रिस्तोफर हॉगवूड आणि ख्रिस्तोफर रोझे हे दोघेही गे आहेत.

ब्युजला उठवण्यासाठी मी पाहुण्यांच्या खोलीत गेलो. दरवाजावर टकटक करून मी आत डोकावलो. खोली रिकामी होती. बिछाना लावून ठेवलेला होता. मला काहीतरी खटकलं. मी तिला हाक मारली. घराच्या कोणत्या तरी भागातून तिचं उत्तर येईल म्हणून मी वाट पाहिली, पण व्यर्थ. मी तिला हाका मारत घरभर शोधलं. माझं घर मोठं असलं, तरी पाशाचा राजवाडा नव्हे. मी पटकन घराचा कानाकोपरा शोधून

पाहिला. ब्युजचा पत्ता नव्हता! ती निघून गेली होती.

तिच्यासाठी केलेली कॉफी मी सिंकमध्ये ओतून टाकली आणि मग माझी कॉफी घेऊन मी माझ्या आवडत्या खुर्चीत विसावलो. जे घडलं, त्याच्यावर मला शांतपणे विचार करायचा होता. हँडेलची सुरावट ऐकता-ऐकता माझं विचारचक्र सुरू झालं. कुणीतरी ब्युज ऊर्फ फेज़वीच्या मागावर होतं. कदाचित तीन जणं असतील. खरं पाहायला गेलं, तर त्यांना तिच्यापेक्षा तिच्याकडे असलेल्या फोटो आणि पत्रांमध्ये जास्त स्वारस्य होतं. जिचे ब्युज ऊर्फ फेज़वीबरोबर एकेकाळी संबंध होते, अशी एक अतिमहत्त्वाची व्यक्ती त्यात गुंतली होती. ब्युजच्या मते, त्या सामग्रीचा ब्लॅकमेल करण्यासाठी चांगला उपयोग होऊ शकला असता. पौगंडावस्थेतील तिचे ते फोटो आणि पत्रे तिच्या आंधळ्या आईच्या घरातील जुन्या बेडरूममध्ये लपवून ठेवलेले होते. कोणीतरी ब्युजच्या घरावर धाड मारून धांडोळा घेतला होता. भरीस भर म्हणजे आता तेथे तीन व्यक्ती तिच्यासाठी दबा धरून बसल्या होत्या.

त्यांनी ज्या सहजपणे ब्युजला शोधून तिचा पत्ता हुडकून काढला होता, त्याचा विचार करता त्यांना क्लब शोधायला फार वेळ लागणार नव्हता. आज रात्री, फार तर उद्या त्यांनी तिला गाठलंच असतं. ही गोष्ट माझ्यासाठी खूप महत्त्वाची होती.

ब्युज तिच्या घरात ती माणसं घुसल्यामुळे ती माझ्या घरी आली होती. गुन्हे आणि गुन्हेगारीचं वातावरण आमच्या मुलींच्या चांगलंच परिचयाचं असतं. किरकोळ चोऱ्या आणि शारीरिक हल्ले अशा गोष्टी तर रोजच घडत असतात. त्यामुळे त्या एवढ्या तेवढ्यावरून डगमगून जात नाहीत. पण ब्युज ऊर्फ फेज़वीला प्रचंड धक्का बसलेला दिसत होता. काय घडत आहे, याचा थांगपत्ता तिलाच लागला नव्हता तर ती मला काय सांगणार. आता तर तीच नाहीशी झाली आहे. पूर्णविराम.

मला माहीत होतं, ते एवढंच. या प्रकरणात कितपत गुंतायचं ते सर्वस्वी माझ्यावरच अवलंबून होतं. मला उपलब्ध असलेले पर्याय येणेप्रमाणे :

एक : वाट पाहणे. ब्युज ऊर्फ फेज़वीला माझी गरज असेल, तर ती माझ्याशी संपर्क साधेपर्यंत वाट पाहणे.

दोन : ब्युज ऊर्फ फेज़वी माझ्या क्लबची अर्धवेळ कर्मचारी असल्याने तिची संपूर्ण जबाबदारी स्वीकारून खबरदारीची उपाययोजना करणे. पर्यायाने तिला शोधून काढणे व तिला संरक्षण देणे.

तीन : प्रकरणाच्या मुळापर्यंत जाऊन समस्येचे उत्तर शोधणे. म्हणजे नक्की काय करायचं हे मला कळत नव्हतं.

चार : पत्रं आणि फोटो कुठे आहेत, ते शोधून काढणं. ती कागदपत्रं एकदा मिळाल्यावर ती ज्यांना हवी आहेत, त्यांच्या हवाली करणं किंवा ती कागदपत्रं नष्ट करणं किंवा जो जास्तीत जास्त किंमत द्यायला तयार असेल, त्याला विकणं. या

कामात मध्यस्थाची भूमिका बजावून ब्युजचा जास्तीत जास्त फायदा करून देणं.

इतरही बरेच पर्याय उपलब्ध होते. पण हे चारच पर्याय विचार करण्यासारखे आहेत, असं मला वाटतं.

फोनच्या रिंगचा आवाज ऐकताच मी उडालो. काहीही न सांगता मी का गेले ते सांगायला ब्युजनेच फोन केला असेल, असं मला वाटलं.

फोनवर हसन होता.

"गुड मॉर्निंग," तो म्हणाला. "मी तुला झोपेतून उठवलं तर नाही ना?"

"नाही. मी अगोदरच उठलो होतो."

"मग ठीक आहे," तो म्हणाला. "ब्युज अजून तिकडेच आहे का?"

"नाही. मी जेव्हा उठलो तेव्हा ती गेली होती."

"तिने फोन केला नाही का?"

"अजून नाही."

अचानक माझी ट्युब पेटली. ब्युज माझ्याकडे राहायला आली होती, हे हसनला कसं कळलं असेल?

"ती इथे आहे हे तुला कसं कळलं?" मी विचारलं.

"तू गेल्यावर मी क्लब बंद करत होतो, तेव्हा ती माझ्याकडे आली. मी तिला त्या तुमच्या टॅक्सी ड्रायव्हर हुसेयीन बरोबर पाठवून दिलं. तो तिथेच होता. कदाचित कुनेतने त्याला तुम्ही गेल्याचं सांगितलं नसावं."

हे स्पष्टीकरण पटण्यासारखं होतं.

"मला काळजी वाटतेय," तो पुढे म्हणाला, "तिची हालत ठीक दिसत नव्हती."

"तुझा अंदाज बरोबर होता." मी म्हणालो.

"काय झालं होतं?"

"तो खासगी मामला आहे."

"असं का," तो म्हणाला. "मी आपला काळजी करत होतो."

"हे बघ," मी त्याला बजावलं. "उगाच काळजी करण्याचं कारण नाही." मी फोन ठेवला.

ताबडतोब पुन्हा फोन वाजला. हसनचं काहीतरी सांगायचं राहून गेलं असेल म्हणून मी सरळ फोन उचलला.

माझं 'हॅलो' म्हणणं थोडं उद्धटपणाचं वाटलं असण्याची शक्यता होती.

"फोन बिझी होता. मला वाटलं होतं की, मी तुम्हाला झोपेतून उठवतोय की काय...."

पहिल्यांदा आवाज कोणाचा आहे, ते मला ओळखता आलं नाही. नंतर त्याने

मी बिल्कीसचा नवरा फेरूह अशी ओळख सांगितली.

माझं बिल्कीसशी चांगलं जमायचं. पण तिचा नवरा फेरूहने मला फोन करावा; विशेषत: सकाळी, हे तसं विचित्र वाटलं.

त्याने माझी चौकशी केली आणि रात्रीच्या आतिथ्याबद्दल माझे आभार मानले. त्याने आभार मानावेत असं मी खास काही केलं नव्हतं; पण तो म्हणाला की, त्याला खूप मजा आली.

मी फेरूहशी क्लबच्या बाहेर क्वचितच बोललो असेन. पण बोलताना तो थोडं बिचकत होता. त्याच्या दोन वाक्यांतच नव्हेतर दोन शब्दांतसुद्धा एखादा कमर्शियल ब्रेक घेता येईल, एवढं अंतर होतं.

"बिल्कीसने विचारलंय म्हणून सांगितलं आहे." तो म्हणाला.

मी त्याचे पुन्हा आभार मानले आणि बिल्कीसला माझ्या शुभेच्छा दिल्या. मला जरा विचित्र वाटले. या वेळी बिल्कीस बहुदा ब्युटीकमध्ये असते. पहिल्यांदा हसनने माझ्या विचाराला खाद्य पुरवलं होतं. त्याला बरीच माहिती होती आणि अधिक माहिती मिळवण्यासाठी त्याची खटपट चालू होती. फेरूहच्या फोनने माझा संशय दुणावला. इतक्या दिवसांत आजच फोन करण्याची काय गरज होती?

माझ्याकडे असलेल्या पर्यायांपैकी पहिला पर्याय अमलात आणायचा, असं मी ठरवलं. थांबा आणि काय होत आहे, याची वाट पाहा.

पण हा पर्याय सर्वांत कठीण होता. कारण माझं मन सैरभैर भरकटू लागलं होतं. काही न करता नुसतं स्वस्थ बसण्याने डोकं फिरायची पाळी येते. या प्रकरणाविषयी मनात येणारे तर्क, विचार एका कोपऱ्यात ढकलून देऊन आपली नेहमीची कामं शांतपणे करावी लागतात. चिकाटी हा माझ्याकडे असलेला एक महत्त्वाचा गुण आहे, असं मी नेहमीच म्हणायचो. पण ते काही खरं नव्हतं.

सुदैवाने माझं मन गुंतवून ठेवण्यासारख्या बऱ्याच गोष्टी होत्या. मी स्टडीमध्ये जाऊन माझी डायरी पाहिली आणि आज साडेचार वाजता 'विश ॲन्ड फायर' या कंपनीबरोबर माझी मिटिंग असल्याची मला आठवण झाली.

दिवसा मी टेक्नॉलॉजी सपोर्टचं काम करतो. हॅकर्सपासून कॉम्प्युटरला वाचवण्यासाठी लागणारी सुरक्षा प्रणाली मी बनवतो. त्यात खूप पैसे मिळतात. माझ्या कामाचं वेळापत्रक मला आपल्या मनाप्रमाणे आखता येतं. शिवाय माझं अजून नाव झालं नसल्यामुळे सुरक्षा प्रणालीच्या धंदेवाइकांत माझी गणना दुसऱ्या स्तरात होते. त्यामुळे ज्यांना मोठ्या लोकांची फी परवडत नाही, ते माझ्याकडे येतात. याचा दुसरा अर्थ म्हणजे मला ग्राहक निवडण्यासाठी खूप मोठा वाव मिळतो.

अशा प्रकारची कामं करणाऱ्या एका कंपनीत माझं ऑफिस आहे. तेथे माझ्या दरवाजावर 'कन्सल्टंट' अशी पाटी आहे. माझ्या मनात येतं, तेव्हा मी तेथे जातो.

अन्यथा मी घरातूनच काम करतो. बहुधा एखादं काम देण्याच्या निमित्ताने मोठ्या कंपन्यांचे अधिकारी मला भेटतात. माझं काम हे मुळीच सोपं नसतं. हॅकर्स त्यांचं तंत्र सतत सुधारत असतात आणि त्यांच्यावर मात करणं, हे दिवसेंदिवस कठीण होत जातं.

मिटिंगला जाताना मला नेहमीपेक्षा वेगळे कपडे करायला आवडतात. ग्राहकांना नेहमीच चांगले कपडे म्हणजे चांगल्या कामाची हमी असं वाटत असतं. मी एखाद्या बँकरसारखे कपडे करून येईन, असं त्यांना क्वचितच वाटत असतं. मी पांढऱ्या पँटवर भगव्या रंगाचा एक भपकेबाज शर्ट घातला. त्या कपड्यांत मी बऱ्यापैकी उठून दिसत होतो.

मी ठरलेल्या वेळेपेक्षा अगोदर गेलो. सगळं माझ्या अपेक्षेप्रमाणेच घडलं. केवळ कोणीतरी केलेल्या गमतीमुळे त्यांची कॉम्प्युटर सिस्टिम दोन वेळा क्रॅश झाली होती. पुढल्या हल्ल्यापासून बचाव होण्यासाठी त्यांना माझी सुरक्षा प्रणाली हवी होती. त्यांची माहिती किती महत्त्वाची आहे, त्यांचे परदेशातील संबंध आणि ते अशा बाबतीत किती जागृत आहेत, वगैरे गोष्टींचा ते वारंवार उल्लेख करत होते. या सगळ्या बाबींची मी योग्य ती नोंद घेत होतो आणि त्यांनी उपस्थित केलेल्या प्रत्येक मुद्यावर मी माझी मतं मोकळेपणाने मांडत होतो. अशा वेळी मी स्वत:ला कंपनीचा मुख्य असल्यासारखं समजतो आणि माझा व्यावसायिक भागीदार अली मात्र माझ्याकडे अधूनमधून गोंधळल्यासारखं बघत असतो. या वेळीसुद्धा त्याने अगदी तसंच केलं. कोणी आपल्याकडे बघत नाही याची काळजी घेत माझ्याकडे पाहून त्याने डोळे मिचकावले.

मिटिंग संपल्यावर मी अलीला सांगितलं की, आपल्याला काय केलं पाहिजे हे नक्की करण्यासाठी मला या कंपनीची सगळी सिस्टिम एकदा तपासली पाहिजे. आपण किती फी आकारायची ते माझी तपासणी झाल्यावर ठरवू. हे अलीच्या व्यावसायिक वृत्तीच्या आकलनाबाहेर असले, तरीही त्याने याला होकार दिला.

"तू यातील तज्ज्ञ असल्यामुळे तू म्हणशील तसं करू" असं अली म्हणाला आणि त्याचं बरोबर होतं.

वेळ न दवडता मी लगेच घरी गेलो. घरी गेल्यावर मी इंटरनेट चालू करून 'विश अँन्ड फायर'च्या स्थानिक, तसेच आंतरराष्ट्रीय वेबसाइटवरून मिळेल, ती माहिती जमा केली. मग मी छुप्यारीतीने त्यांच्या सिस्टिममध्ये प्रवेश केला आणि आणखी माहिती जमा केली. ते अगदीच सोपं होतं. त्यांनी आपली जागतिक स्तरावरील कॉम्प्युटर सिस्टिम अगदी कॅनेडीयन लोकांच्या भाबडेपणाने तयार केली होती. सुरक्षेसाठी कोणतीही खबरदारी घेतलेली नव्हती. माझ्या कामाला एकूण दहा ते बारा दिवस लागावेत आणि त्यासाठी एकूण वीस हजार डॉलर एवढी फी आकारता येईल, असा मी साधारण अंदाज केला. आंतरराष्ट्रीय कंपन्या खूप कंजूषपणा करतात,

त्यामुळे याच्यापेक्षा जास्त फी मिळेल की नाही, याविषयी मी साशंक होतो.

माझं समाधान झाल्यावर मी अलीला फोन केला. तो जिथे होता तिथे खूप गोंगाट असावा. पण जेव्हा पैशांचा विषय असतो, तेव्हा त्याला प्रत्येक शब्द व्यवस्थित ऐकू येतो. त्याने सर्व उत्सुकतेनं ऐकून घेतलं.

मी अलीचा फोन ठेवला तेव्हा मला टीव्हीसमोर थोडा वेळ आरामात बसायचं होतं. मग मी माझं जेवण बनवणार होतो. मी चॅनेल सर्फिंग करत असताना दरवाजाची बेल वाजली.

टॅक्सी स्टँडवरचा हुसेयीन आला होता.

"इफेंदिम?" मी विचारलं. माझा आवाज थोडा वरच्या पट्टीत लागला. त्यातून माझी चीड बऱ्यापैकी व्यक्त झाली.

"ओह," तो म्हणाला. "तुझ्या मैत्रिणीचं काय झालं? ती ठीक आहे ना? सकाळी तिची हालत एकदम खराब झाली होती. मला तिची खूप काळजी वाटत आहे."

"ती ठीक आता आहे," मी त्याला तोडून म्हणालो. "तू विचारलंस ते मात्र बरं केलंस."

ब्युजबद्दल सर्वांनाच काळजी वाटायला लागली आहे, असं दिसतंय.

"काही गरज लागली, तर मला बोलावणार होतास."

"मला कसलीही गरज लागली नाही."

माझ्या आवाजात बऱ्यापैकी धार होती. पण तरीही तो तसाच उभा राहिला. त्याला जायचं नव्हतं. त्याला काय हवं होतं ते स्पष्ट होतं; पण ते मागायचा त्याचा धीर होत नव्हता.

"काय पाहिजे आहे?" मी विचारलं.

"तुझी तयारी होईल, तेव्हा तुला न्यायला परत येतो. तुला रोज क्लबमध्ये घेऊन जाईन असा शब्द दिला आहे."

त्याने नाक मुरडत बोलण्याचा प्रयत्न केला.

"अजून खूप अवकाश आहे." मी त्याला सांगितलं. "मी स्टँडला फोन करीन. माझ्यासाठी थांबण्याची तसदी घेऊ नकोस."

"असं काय म्हणतोस," तो नाराजीने म्हणाला. "तुझी वाट पाहण्याइतकं दुसरं काय चांगलं असू शकतं?"

"तसं असेल तर बघ वाट! काय करायचं ते तुझ्यावर आहे. तुझी मर्जी."

"पण तू केव्हा जाणार आहेस?"

"मला सांगता येत नाही. जेव्हा मला जावंसं वाटेल तेव्हा. गुड इव्हिनिंग."

मी दरवाजा बंद केला.

हुसेयीनच्या वागण्याचा मला त्रास होत होता. महत्त्वाचं म्हणजे एवढ्या

सकाळी क्लबच्या रस्त्यावरून फेऱ्या मारायचं त्याचं काय काम होतं? जर तो माझ्या मागावर होता तर मी एवढ्या उशिरापर्यंत क्लबमध्ये कधीच थांबत नाही, हे त्याला कळायला पाहिजे होतं आणि तो ब्युजमध्ये एवढा रस का घेत आहे? तो तर तिला फक्त एकदाच भेटला होता. मला वाटतं की, माझ्याशी बोलण्याचं ते एक निमित्त असावं.

काहीतरी चांगला कार्यक्रम बघावा म्हणून नेहमीप्रमाणे मी एकामागोमाग एक चॅनेल बदलत होतो. पण एकही चांगला कार्यक्रम सापडला नाही, म्हणून मी टीव्ही बंद केला. खायला काहीतरी चटकदार पदार्थ बनवण्यासाठी मी स्वयंपाकघरात गेलो. या वेळी मी दुसऱ्या कोणात गुंतलो नव्हतो, म्हणून पदार्थ फक्त एकट्यासाठीच बनवायचा होता. खाण्यासाठी जितका वेळ लागतो, त्याच्या दुप्पट वेळ ते बनवण्यात जात असला, तरी स्वयंपाक करण्याने मन शांत होतं.

पाच

मी यथेच्छ जेवलो. त्यानंतर डिशवॉशर लोड केला. अजूनही ब्युजचा पत्ता नव्हता. काहीतरी मोठी समस्या उद्‌भवली असती, तर मला नक्कीच कळलं असतं. क्लबमध्ये जायला अजून अवकाश होता. म्हणून मी ऑनलाइन जायचं ठरवलं. मला एखादं नवं सॉफ्टवेअर बघता आलं असतं किंवा एखाद्या पॉर्न साइटवर जाऊन सेक्सी पुरुषांचे फोटो बघता आले असते. प्रत्यक्षात अशा पुरुषांना भेटण्याची संधी मला कधीच मिळाली नव्हती. पण अशा साइटमुळे मला नेत्रसुखाचा आनंद मिळे. शरीरशास्त्राचा चांगला अभ्यास होई आणि सामान्यज्ञानातही भर पडत असे.

मी जॉन प्र्युटची वेबसाइट उघडली. मी पूर्वी कधीही न पाहिलेले असे काही फोटो साइटवर होते. फक्त जॉन प्र्युटच्या वेबसाइटवरच फोटो बघायला मिळत (सहसा नुसते फोटो पाहून माझं मन चाळवलं जात नाही. मला प्रत्यक्ष शरीर लागतं.). पुरुषाने माझ्याकडे एखादा कटाक्ष टाकला, तरच मला त्याच्या रूपात रस वाटतो. मला त्याचा गंध हवा असतो. पण जॉन प्र्युट... त्याची नजर, त्याचे ओठ, त्याचे हात... सगळं कसं अगदी देखणं आहे आणि त्याचं मस्तक आणि खांदे 'क्या बात है।' कोल्ट स्टुडिओचा तो सुपरस्टार मॉडेल झाला. गे लोकांच्या दुनियेत त्याचं एवढं मोठं नाव आहे, ते काही उगाच नव्हे.

फोटो डाउनलोड करता-करता मी सुरक्षा प्रणालीचाही शोध घेतला, फारसं काही नवीन नव्हतं. एखाद्या विषयाला वाहिलेल्या इंटरनेट ग्रुपमध्ये असण्याचा हा मोठा फायदा असतो. जे काही नवं तंत्र येत असतं, त्याची आपोआप माहिती मिळत राहते.

जॉन प्र्युटचे फोटो मी फुरसतीने बघणार तोच बेल वाजली. पीपहोलमध्ये पाहिलं तर हुसेयीन होता. माझ्या रागाचा पारा चढला. मी दरवाजा धाडकन उघडला. त्याने थोडा जरी आगाऊपणा केला असता, तर आता मी त्या कुत्र्याला चांगला हात दाखवला असता. आता खूप झालं होतं.

"आता काय आहे?" मी कडाडलो, "तू कशासाठी आला आहेस?"

"एक्स्युज मी!" तो म्हणाला. त्याच्या चेहऱ्यावरचं हसू गेलं होतं. "मी फोन

केला, पण कोणी उचलत नव्हतं. तू टीव्ही बघत होतास वाटतं?''

''होय.'' मी म्हणालो.

''ठीक आहे, पण...'' तो जाण्यासाठी वळला, त्याला काहीतरी सांगायचं होतं आणि ते जमत नव्हतं.

''माझ्या नादी लागू नकोस,'' मी म्हणालो. ''तुझा माझ्याविषयी काहीतरी गैरसमज झाला आहे.''

तो एवढा लाजला की, त्याला माझ्या डोळ्याला डोळा भिडवता येईना.

''न... नाही! तुझाच काहीतरी गैरसमज झालेला दिसतोय.'' तो अडखळत म्हणाला.

''नाही, अजिबात नाही. माझा कोणताही गैरसमज झालेला नाही. आता नाटक बंद कर, नाहीतर याद राख. मला एकेरीवर येऊन *'सेन'* म्हणायचं आधी थांबव. टॅक्सीचालक आपल्या गिऱ्हाइकांना आदराने *'सिझ'* असं म्हणतात लक्षात ठेव.''

''हे बघा,'' तो काकुळतीने म्हणाला, ''मी टॅक्सी स्टँडवर टीव्ही बघत होतो. तुझ्या मैत्रिणीचा खून झाला आहे. म्हणून मी तुझी फक्त विचारपूस करायला आलो होतो. मला वाटलं की, एक शेजारी या नात्याने मी एवढं तरी करायला हवं.''

ब्युज! फेज़वी! जे काही तिचं नाव असेल, ते असो. आता लाजण्याची पाळी माझी होती.

मी हुसेयीनला आत घेतलं. त्याने टीव्हीवर जे काही पाहिलं, ते मला सांगितलं. त्याची नजर खाली वळली होती. तो सकाळी ज्या मुलीला घेऊन माझ्याकडे आला होता, त्याच मुलीचा उल्लेख बातमीत आहे, हे लक्षात येताच त्याने पुढची बातमी लक्षपूर्वक ऐकली. एका ट्रान्सव्हस्टाइटचा तिच्या गिऱ्हाइकाबरोबर झालेल्या भांडणाचं पर्सवसान मारामारीत होऊन त्यात तिचं डोकं फुटून मृत्यू झाला. बातमीत तिचं फुटलेलं डोकं स्पष्ट दाखवलं होतं. याबाबतीत अजून कोणालाही अटक झाली नव्हती.

संपूर्ण बातमी सांगून तो म्हणाला, ''तिचं खरं नाव फेज़वी होतं,'' आणि त्याने माझ्याकडे पाहिलं. खरं पाहिलं तर त्याचे डोळे खूप सुंदर आणि बोलके होते. पण तरीही त्याच्यात काही खास नव्हतं. मी त्याच्याकडे कशा नजरेने पाहिलं ते मला सांगता येणार नाही. पण तो उठला. ''मी आता निघतो,'' तो म्हणाला. ''तुम्हाला कशाचीही गरज भासली, तर मला बोलवा.''

त्याने अगदी शेवटच्या क्षणी का होईना, 'सिझ' या शब्दाचा वापर केला. ही प्रगती काही कमी नव्हती.

''ओके? मला जे शक्य होईल, ते सर्व मी करेन.''

त्याच्या नजरेत पहिली झाक परत आली होती.

मला दृढनिश्चयी लोक आवडतात. पण जर त्यांच्या दृढनिश्चयाचा मला त्रास

होत नसेल तरच. शक्य तितक्या कोरड्या आवाजात मी त्याचे आभार मानले आणि त्याला दरवाजापर्यंत नेऊन सोडलं. गोष्टी हाताबाहेर चालल्या होत्या. एका साध्या प्रेमप्रकरणातून सुरुवातीला ब्लॅकमेल आणि नंतर खून झाला होता. पोलीस नेहमीप्रमाणे या खुनाच्या फाइलवर ट्रान्सव्हस्टाइटचा शिक्का मारतील. मग ती फाइल कुठल्यातरी कोपऱ्यात धूळ खात पडेल. प्रत्यक्षात या प्रकरणात खूप पाणी मुरत होतं.

मला एकदम त्या फोटोंची व पत्रांची आठवण झाली. खुनाच्या मागचा हेतू! फेज़वीच्या आंधळ्या आईच्या घरात कुठेतरी लपवलेली! ते आता कोणत्याही क्षणी त्या बिचाऱ्या म्हातारीला शोधून काढतील. आणखी एक निष्पाप जीव बळी पडेल. त्यांच्या अगोदर मला त्या म्हातारीला शोधून काढायला हवं. तिला संरक्षणाची गरज होती आणि ती कागदपत्रं त्यांच्या तावडीत पडू नयेत म्हणून मला खबरदारी घ्यायला हवी होती.

काय करायचं ते मी तत्काळ ठरवलं आणि या प्रकरणात उडी घ्यायचा निर्णय घेतला.

सहा

क्लबमधल्या बऱ्याच मुली कुठे राहतात ते मला ठाऊक नव्हतं. ज्यांच्या घरी मी गेलो आहे अशांचा पत्तासुद्धा मला कित्येक वेळा नीट आठवत नाही. त्या मुलींची खरी नावंसुद्धा मला नाहीत नव्हती, तर या खून झालेल्या मुलीच्या आईचा ठावठिकाणा मला कुठून माहीत असणार? हुसेयीनने पाहिलेल्या बातमीत तिच्या आडनावाचा उल्लेख कदाचित केला असेल. पण ही बातमी संध्याकाळी पुन:प्रक्षेपित करण्याएवढी महत्त्वाची नव्हती. कॉरोनॉर किंवा पोलिसांकडून माहिती काढता आली असती. पण त्याला वेळ लागला असता आणि माझ्याकडे वेळेचा तुटवडा होता. या म्हाताऱ्या बाईला शोधून तिच्याकडची ती कागदपत्रं लवकरात लवकर ताब्यात घ्यायला हवी होती.

कोणाबरोबर ब्युजची मैत्री जास्त होती ते मी आठवण्याचा प्रयत्न केला. तिचं वय झाल्यामुळे बहुतेक मुली तिच्यापासून लांब राहत. शिवाय ब्युजलाही आपण इतरांपेक्षा वेगळ्या आहोत असं वाटायचं. ट्रान्सव्हस्टाइटच्या पेशात ती एक म्हातारी कोंबडी ठरली असती. बऱ्याच तरुण मुली इव्हिनिंग गाउन, नाहीतर फॅशनेबल सेक्सी कपडे घालायच्या; पण ब्युज ऊर्फ फेज़वीचे कपडे अगदी जुन्या वळणाचे, काकुबाईसारखे असत. एकदा तर ती क्लबमध्ये चक्क एखाद्या म्हाताऱ्या शिंपीबुवांकडून शिवून घेतलेला गुलाबी रंगाचा शॅनेल सूट घालून आली होती. एखाद्या भडक मेकअप केलेल्या नखरेल बाईसारखी ती दिसत असे.

मी हसनला क्लबवर फोन लावला. अगदीच काही नाहीतर ब्युजच्या मृतदेहाचं काय करायचं त्याची चर्चा करता आली असती. जर आम्ही तो ताब्यात घेतला नाही आणि तिच्या कुटुंबीयांनीही तो ताब्यात घ्यायला नकार दिला तर तो एखाद्या मेडिकल कॉलेजच्या ताब्यात गेला असता. अशा प्रकरणात बहुतेक वेळा असंच होतं. आता भावी शल्यविशारदांनी त्या देहाचं काय केलं असतं हा दुसरा प्रश्न होता. पुरुषाच्या शरीराची चिरफाड करून त्यांना सिलिकॉन भरून फुगवलेले स्तन व गालफडं यांचा अभ्यास करता आला असता. बदलत्या काळाचा महिमा, दुसरं काय!

हसनने बातमी ऐकली होती, पण त्यालासुद्धा आडनाव आठवत नव्हतं. “तिची कोणाबरोबर ऊठबस असायची?” मी विचारलं. त्याने थोडा विचार केला. माहीत असलेली सर्व नावं आठवून पाहिली. शेवटी सोफिया नावाच्या एका जुन्या मुलीचं नाव त्याने नक्की केलं.

“मी ज्या सोफियाला ओळखतो, ती तर तू म्हणत नाहीस ना?” मी विचारलं. “तिला काम सोडून बरीच वर्षं झाली आहेत.”

“बरोबर आहे,” तो म्हणाला. “सध्या ती फारशी बाहेर पडत नाही. घरीच शांतपणे बसून असते.” तो थोडा थांबला. “म्हणजे माझ्या माहितीप्रमाणे.”

“तिला कसं शोधायचं?”

“ती अजूनही कॅतल्सेममध्ये राहते.”

“हसन, नीट सांग. तिचा पूर्ण पत्ता तुला ठाऊक आहे का?”

“मी एकदा गेलो होतो. पण मला सापडेल की नाही, याची खातरी वाटत नाही.”

“होय की नाही, एका शब्दात सांग.”

मला असं गुळमुळीत बोललेलं मुळीच आवडत नाही. तो एक क्षणभर थांबला. मी अतिशय गांभीर्याने बोलत होतो. त्यामुळे त्याला ‘होय’ असं म्हणणं भाग पडलं. शाब्बास, हसन शाब्बास!

तो पुढे म्हणाला : “तुला एक सांगू. तिला तू डोळ्यांसमोरसुद्धा नको असतोस. मी जर तुला तिच्या घरी घेऊन गेलो, तर ती मला फाडून खाईल.”

“मला माहीत आहे.”

हे सगळं वैतागवाणं होतं. इथे मला एक कबूल करायला हवं. आमच्यामध्ये खूप गट पडले होते. सगळ्या मुलींमध्ये परस्परांविषयीचा स्नेहभाव उतू जात होता, असं काही नव्हतं. शत्रुत्व नव्हतं असं नाही. किंबहुना शत्रुत्वच जास्त होतं.

“ती तुझा प्रचंड तिरस्कार करते. तू तिच्या आणि सिनमच्या मैत्रीच्या आड आलात त्याबद्दल ती तुला कधीच माफ करणार नाही. ती तुला तरी कोणतीही मदत करणार नाही.”

हसन प्रामाणिकपणे खरं काय ते मला सांगेल, हे मला अपेक्षित नसलं तरी त्याने तिची बाजू घ्यावी हे फारच झालं. माझ्या कर्मचाऱ्याने सोफियाची बाजू घ्यावी? हा बेमानीचा कळस होता.

“हे बघ हसन. फार ताणू नकोस. ती मला मदत करायला तयार होणार नाही, हे चालणार नाही. ब्युजच्या आईला मला गाठलंच पाहिजे. हा जीवनमरणाचा प्रश्न आहे.”

“काय झालं?” त्याने विचारलं.

मी थोडा थांबतो. नंतर विचार केला की, त्याने तसा प्रश्न विचारला यामागे काहीतरी कारण असलं पाहिजे. ब्युज ऊर्फ फेज़वी काही माझ्या खास मित्रमैत्रिणींपैकी कधीच नव्हती. मी तिच्याबरोबर फारशा गप्पाही कधी मारल्या नव्हत्या. आता मी तिच्यात जो रस दाखवत होतो, तो मालकाने आपल्या एखाद्या कर्मचाऱ्यात दाखवावा त्यापेक्षा खूपच जास्त होता.

मी त्याला थोडक्यात सारांश सांगितला. तो श्वास रोखून ऐकत होता.

"म्हणजे ती कागदपत्रं तिच्या आईच्या घरात आहेत?" त्याने आश्चर्याने विचारलं.

त्याचा प्रश्न साहजिकच होता. अशा अगदी महत्त्वाच्या खासगी गोष्टी कोणी आपल्या आईवडिलांच्या घरी ठेवत नसतो.

"ब्युजची आई आंधळी आहे." मी सांगितलं.

"हं, आता मला समजलं," तो म्हणाला.

"आता जा आणि त्या खत्रूड सोफियाला फोन कर आणि तिच्याकडे त्या ब्युजच्या आईचा पत्ता असेल तर तो घे. तसेच तिचं आडनाव विचारायला विसरू नकोस आणि लगेच दुसऱ्या मिनिटाला मला फोन कर."

"पण मला तिचा फोन नंबर ठाऊक नाही," हसन म्हणाला. "फक्त तिचं घर कुठे आहे, ते माहीत आहे."

आणखी एक माशी शिंकली. मी माझ्या विचारांचं सुसूत्रीकरण करण्याचा प्रयत्न केला.

"हे बघ" मी सुचवलं, "क्लब सुक्रुच्या ताब्यात दे. मी तुझ्याकडे येतो. मग आपण दोघं मिळून सोफियाकडे जाऊ. तू तिच्याशी बोल तोपर्यंत मी गाडीत बसून राहीन."

त्याला जास्त बोलण्याची संधी न देताच मी फोन ठेवला.

दुसऱ्या क्षणी मी टॅक्सी स्टँडला फोन केला. साहजिकच हुसेयीन आला.

"तुम्ही या वेळी क्लबमध्ये जात नाही ना? कुठे जायचंय?"

"क्लब." मी फटकन उत्तर दिलं.

त्याचा गोंधळलेला चेहरा पाहून मला गंमत वाटली. त्याच्या आत्मविश्वासाला जबरदस्त धक्का बसला होता. चेहऱ्यावरचे उद्धट भाव जाऊन त्याची जागा आश्चर्याने घेतली होती. अर्थात नंतर आम्हाला कुठे जायचंय ते सांगावं लागलं. अचानक त्याच्या डोळ्यात चमकल्यासारखं मला वाटलं. पण आरशात दिसणारं प्रतिबिंब कित्येक वेळा फसवं असतं. म्हणून मी तिकडे दुर्लक्ष केलं.

हसनला घेतल्यानंतर सौदिया आणि कॅतल्सेममधल्या एकमार्गी रस्त्यातून मार्ग काढत फिरल्यावर वीस-एक मिनिटांनी आम्ही एका उंच इमारतीसमोर येऊन उभे राहिलो. "हीच ती" हसन म्हणाला. गाडी पार्क केल्यावर हसन आत गेला. मी

आणि हुसेयीन टॅक्सीत बसून राहिलो. ताण जर चाकूने कापता आला असला, तर किती बरं झालं असतं. हुसेयीन मला काहीतरी सांगण्यासाठी धीर गोळा करत आहे असं वाटलं, पण त्याने त्याचा बेत बदलला असावा. तो आरशातून माझ्याकडे बघत होता. पण त्याची नजर मी टाळली. काय करावं या पेचात सापडलेला एक पुरुष आणि एक स्त्री. फ्रेंच चित्रपटात असतो तसा एक नमुनेदार प्रसंग. अगदी तसाच म्हणता आला नसता, पण साधारणत: त्याच सूत्रानुसार चाललं होतं. शेवटी त्याने तोंड उघडलं.

"मी संगीत चालू करू का?"

"तुला काय पाहिजे असेल ते लाव." मी थोडक्यात फुटवलं.

"तुम्हाला काय आवडतं?"

प्रश्न अर्थपूर्ण होता. मी गंमत करणार होतो. *तू सोडून काहीही चालेल.* पण ही गमतीची वेळ नव्हती.

त्याऐवजी मी उत्तर दिलं, "काहीतरी हलकंफुलकं लाव. मी विचार करतोय."

"तुम्हाला संथ लयीतील संगीत चालेल की शास्त्रीय?"

मला आश्चर्य वाटलं. टॅक्सीचालक न चुकता अरबी नाहीतर तुर्की पॉप संगीत लावतात.

"त्याने काही फरक पडत नाही. हलकंफुलकं असल्याशी कारण."

"तू शास्त्रीय संगीत ऐकतोस ते मला माहीत आहे. तुझ्या घरी मी आलो होतो तेव्हा तिथे मी सीडी पहिल्या." हुसेयीनने खुलासा केला.

पुन्हा एकदा त्याने *'सेन'*चा वापर करायला सुरुवात केली होती. मी त्याची चूक दुरुस्त करणार होतो, पण मी स्वत:ला आवरलं. हसनला एवढा वेळ का लागतोय याचं मला आश्चर्य वाटत होतं. तेवढ्यात हसन दरवाजा उघडून आत आला.

"काय झालं?"

"मला वाटतं ती घरात नाही." हसनने उत्तर दिलं.

तो एक शब्दही न बोलता सीटवर बसला.

या हसनमुळे एक तास फुकट गेला. या प्रकरणात वेळ हीच सर्वांत महत्त्वाची बाब होती. या गतीने ते ब्युजच्या आईला गाठतील आणि ते फोटो आणि पत्र माझ्याऐवजी त्यांच्या ताब्यात जातील. आशियाई किनाऱ्यापर्यंत एवढ्या लांब आम्ही आलो ते काय उगीच.

इतर पर्यायांचा विचार करण्याइतपत वेळ माझ्याकडे नव्हता. "कॉरोनॉर ऑफिस." मी हुसेयीनला सांगितलं. "तुला वाटेत सोडीन." मी हसनला म्हणालो.

हुसेयीनच्या कानावर जे पडलं, त्याचा अर्थ लावण्याचा तो प्रयत्न करत होता.

"सकाळी तुझ्या ज्या मैत्रिणीला मी तुझ्या घरी घेऊन आलो होतो, तिच्याच

आईला आपण शोधत आहोत ना?'' त्याने विचारलं.

''नाही,'' मी म्हणालो. ''आपण कॉरोनॉरच्या ऑफिसमध्ये जात आहोत. जिचा आज मृत्यू झाला त्या फेज़वी ऊर्फ ब्युजची चौकशी करायला.''

उरलेल्या प्रवासात आम्ही तिघंही शांत होतो. हसन टॅक्सीतून उतरताना मी त्याला म्हणालो, 'अंत्ययात्रेसाठी जे काही आवश्यक असेल, ते आपण करू.''

''तू काळजी करू नकोस,'' तो प्रौढत्व आणि जबाबदारीचा आव आणत म्हणाला.

आम्ही कापाच्या दिशेने निघालो.

हुसेयीनने शांततेचा भंग केला. ''तो तुम्हाला *'सेन'* म्हणूनच हाक मारतो.'' असं म्हणून त्याने मागे वळून पाहिलं.

'सेन'या वापराविषयी मी किती संवेदनशील होतो, हे शेवटी त्याच्या डोक्यात शिरलं असावं असं दिसत होतं. ते चांगलं लक्षण होतं.

''पण आम्ही एकमेकांना पाच वर्षं ओळखतोय.''

शांतता.

''मी जेव्हा तुम्हाला *'सेन'* म्हणून हाक मारतो, तेव्हा तुम्ही एवढे चिडता का? तुम्ही मला *'सेन'* म्हणता ते मी चालवून घेतो.''

या गोष्टीवर नव्याने वाद घालावा की घालू नये या विचारात मी पडलो. मी सोडून दिलं असतं, तरीही त्याचा गैरसमज झाला असता आणि स्पष्ट करायला गेलो असतो, तरीही गैरसमज झाला असता.

''जे काही असेल ते. जास्त विचार करू नकोस.''

आम्ही कापाला जाऊन पोहोचलो.

प्रेतागृहाच्या प्रवेशद्वाराजवळ रंगांची उधळण झाली होती. आमच्या मुलींचे आभारच मानायला हवेत. त्यांचे कपडे भडक आणि नजरेत भरणारे होते. काहींनी अद्ययावत फॅशनचे कपडे केले होते, तर काहीजणी साध्या औपचारिक कपड्यात आल्या होत्या. बातम्या, विशेषतः वाईट बातम्या आमच्या वर्तुळात फार लवकर पसरतात. मला नेहमीच असं वाटत असतं की, यासाठी टेलिफोनप्रमाणे इतरही माध्यमं वापरली जात असावीत. कदाचित टेलिपथीसारख्या शब्दाविण संवादाच्या माध्यमाचाही वापर होत असेल. पण नक्की काय होतं आणि कसं ते मला अजून कळलेलं नव्हतं. पण त्याच्या पाठी लागण्याचा कोणताही विचार माझ्या मनात नाही. जे काही असेल त्याने संपर्क चटकन साधला जातो आणि माझ्या ते दृष्टीने पुरेसं आहे.

शवागारात नेहमी येणारी गोन्युल कुठे दिसतेय का, ते बघत होतो. ती एक गबाळे कपडे घालणारी, आडदांड आणि कुरुप मुलगी आहे. ती वागण्यात आगाऊ

आहे आणि तिची जीभ एकदम तिखट आहे. महत्त्वाचं म्हणजे मी असं ऐकलं होतं की, ब्युजचं आणि तिचं लांबचं नातं आहे.

इथे आलेल्या बहुतेक मुली आपली एकजूट दाखवण्यासाठी आल्या होत्या. ट्रान्सव्हस्टाइटच्या सगळ्या शत्रूंविरुद्ध आमच्या मुलींची एकजूट अभूतपूर्व अशी होती. त्यांच्यापैकी कितीजणी ब्युजला व्यक्तिश: ओळखत असाव्यात याची मला शंकाच आहे. बऱ्याच जणी अपरिचित अशा विभागातून आल्या होत्या. अपरिचित म्हणजे अक्सराई आणि लालेली. जेवढी मिळेल तेवढी माहिती काढण्याच्या उद्देशाने मी गर्दीच्या अगदी मधोमध घुसलो. दिसणाऱ्या प्रत्येकाला प्रश्न विचारायला सुरुवात केली.

काही मुलींच्या डोळ्यांत राग होता. तो राग व्यक्त करण्यासाठी त्या कोणतेही पाऊल उचलण्यास तयार होत्या. लवकरच माझ्या लक्षात आलं की, त्यांच्यापैकी बऱ्याच जणी फेज़वी ऊर्फ ब्युजला ओळखत नव्हत्या. इतकंच नव्हे तर नक्की काय घडलं आहे, हेही त्यांना नीटसं ठाऊक नव्हतं. त्यांना फक्त एका ट्रान्सव्हस्टाइटचा खून झाला आहे, हेच माहीत होतं आणि ती त्यांच्यातील एक होती एवढंच! त्यामुळे त्यांच्याकडून जी काही माहिती मिळाली असती, त्यावर कितपत विश्वास ठेवायचा हाही प्रश्नच होता.

मी गर्दीतील एका गटाकडे गेलो.

“फार वाईट झालं नाही. तुम्ही तिला ओळखत होता का?” मी विचारलं.

तिने एक उसासा टाकला. तिच्या डोळ्यांतून मस्कारा ओघळत होता. तिने बायकी किनऱ्या आवाजात बोलण्याची कितीही सवय लावून घेतली असली तरी तिचा मूळचा भसाडा पुरुषी आवाज लपत नव्हता. तिने मोठ्या ठसक्यात माझ्या चौकशीमागचे कारण विचारलं. “ती आता वर गेली आहे. तिचा खून झाला आहे. हे पुरेसं नाही का?”

“मी तिला चांगलाच ओळखत होतो. आम्ही एकाच क्लबमध्ये जायचो.” त्या क्लबचा मी एक भागीदार होतो आणि तेथे येणाऱ्या मुली माझ्याकडे बॉस म्हणून पाहायच्या हे तिला सांगण्याची गरज नव्हती.

“अं...” तिने जोरात नाक ओढलं. ती कोंडी फोडेल म्हणून मी वाट पाहिली. तिला काहीतरी ठाऊक होतं.

मी आपल्या आवाजात शक्य तेवढा भावूकपणा आणत म्हटलं, “ती माझी अगदी जवळची मैत्रीण होती.”

तिने नाक ओढायचं थांबवलं आणि माझ्याकडे आपादमस्तक दृष्टिक्षेप टाकला. पुरुषी कपडे परिधान केलेली आणि अनलंकृत अशी पुरुषी दिसणारी जी व्यक्ती तिच्यासमोर उभी होती, ती ब्युजची जिवाभावाची मैत्रीण कशी असू शकेल, या

संभ्रमात ती पडली.

तिचा संभ्रम दूर करण्यासाठी म्हणून मी मुरके मारत म्हटलं, ''माझ्या कपड्यावर जाऊ नकोस. मी तुमच्यातलाच आहे. ब्युजसारखा.''

तिचं माझ्याकडे निरखून पाहणं चालूच होतं. मला अडवून तिने विचारलं. ''तू या मुलींसारखा आहेस की, नुसता बायल्या आहेस?''

खरं सांगायचं तर मी तसा नाही!

''अगं, रात्री मी अगदी वेगळा असतो. आज या अंत्ययात्रेला म्हणून मी असे कपडे घातले आहेत.''

अचानक त्या गबाळग्रंथी गोन्युलनं मला पाहिलं. मला बघून ती वेड्यासारखी ओरडायला लागली.

''ए अबला'', ती मला मिठी मारत म्हणाली. ''तुझ्यासारखी सच्ची मैत्रीण मिळायला नशीब लागतं.''

तिच्या मिठीत मी गुदमरून गेलो. तिच्या अंगाला नकली परफ्युमचा भपकारा येत होता.

''गोन्युल *अबला*, तू याला ओळखतेस?''

''अर्थात.'' गोन्युल म्हणाली आणि तिने आमची ओळख करून दिली.

मी गोन्युलचा हात धरून तिला एका बाजूला नेऊन विचारलं, ''तू तिला ओळखत होतीस?''

''तिचं खरं नाव फेज़वी होतं.''

''मला माहीत आहे,'' मी म्हणालो. ''आणि तिला आई आहे... तिला कळवलंय की नाही. ते मी बघतोय.''

''कोणाला? सबीहा तेयेझला?'' तेच ते. आंधळ्या बाईचं नाव.

''नाव मला कसं माहीत असणार?''

''इथं थांबण्यात काही अर्थ नाही. आपण तिला भेटू या. तिलाही मदतीची गरज असेल. तिला दिसत नाही. म्हणजे फेज़वी तसं म्हणाली होती.''

''तिला फेज़वी का म्हणतोस? तिचं नाव ब्युज होतं.'' गोन्युल रागावून म्हणाली.

थोड्या वेळापूर्वी गोन्युलनेच बोलताना तिला फेज़वी म्हणायला सुरुवात केली होती. आमच्या मुली केव्हा काय बोलतील आणि काय करतील, ते सांगणं कठीण असतं आणि त्यात गोन्युलचं तर बघायलाच नको. ती माझ्याकडे डोळे वटारून बघत होती.

''मला माहीत आहे तिला ब्युज म्हणतात ते. पण तूच तिला फेज़वी म्हणालीस म्हणून मीही म्हटलं.'' मी खुलासा केला.

''एसं बोलू नये. त्याने मृतात्म्याचा एवमान होतो.''

गोन्युल आपलं बोलणं सुसंस्कृत वाटावं म्हणून 'अ'च्या जागी 'ए'चा वापर करत असे. तिची ही सवय मला चांगलीच माहीत होती. तरीही तिला काय म्हणायचंय ते कळायला मला थोडा वेळ लागला.

प्रत्येक शब्दाचा शेवटचा स्वर ती खेचत असे. वाक्याच्या शेवटी खांदा वर करून त्या बाजूला मान वळवायची. मान वळवताना ती डोळे बारीक करून बघत असे. माझा आवाज ऐकताच तिने खांदे पाडून सरळ माझ्याकडे पाहिलं. या आविर्भावाची तिने आरशात पाहून भरपूर तालीम केली असावी, यात संशय नव्हता. तसेच एखाद्या तिय्यम दर्जाच्या मद्यपानगृहात तिच्या ह्या जादूला चांगलीच दाद मिळाली असती, यातही संशय नव्हता.

''ठीक आहे,'' मी म्हणालो. ''आता आपण सबीहा हनीमच्या घरी जाऊ या का? तिचं घर कुठे आहे ते मला नीटसं आठवत नाही....''

''आजकाल जो तो त्या बिचाऱ्या आंधळ्या बाईची विचारपूस करत आहे. पाच मिनिटांपूर्वी तीन-चार मवाली ती कुठे राहते, त्याची चौकशी करत होते.'' धोका! धोका! गंभीर धोका! याचा अर्थ इथे माहिती काढायला आलेला मी काही एकटा माणूस नव्हतो.

''त्यांना तू काय सांगितलंस?''

''त्यांनी मला विचारलं नाही,'' ती म्हणाली. ''मला वाटतं मी त्यांना त्यांच्यातली वाटली नसेन. त्यांनी मी सोडून इतर सगळ्यांना विचारलं. तेव्हा एवढी गर्दी नव्हती. बाजारबुणग्यांचा किती बुजबुजाट झाला आहे बघ ना.''

मी तिच्या बोलण्याकडे लक्ष आहे, असं दाखवलं आणि सभोवताली पाहिलं. तिचं म्हणणं खरं होतं. गर्दी वाढत होती. कानोकानी आणि फोनाफोनी बातमी पसरत होती आणि ज्यांना-ज्यांना कळलं होतं, ते सगळे आले होते.

''रात्रीला अजून अवकाश आहे,'' गोन्युल म्हणाली. ''बार रिकामे आहेत, गिऱ्हाइकं घराबाहेर पडलेले नाहीत, रस्त्यांवर अजूनही बायका-मुलं फिरत आहेत. अशा वेळी आपल्या मुलींना करायला काहीतरी उद्योग हवा ना! बघ. असं वाटतंय की, या मुली त्या शवागृहाचं दार फोडून आत घुसतील की काय! जणू काही त्या दरवानानेच ब्युजचा खून केला आहे.'' ती कडवट हसली.

''पण ती माणसं कोण होती आणि सबीहा हनीम तेयेझला ते का शोधत होते?''

गोन्युल खळखळून हसली आणि तिने तिच्या वर केलेल्या खांद्यावरून माझ्याकडे डोकं वळवलं.

मीसुद्धा गोड हसलो. ती माझ्याकडे डोळ्याच्या कोपऱ्यातून बघत होती. नंतर

तिने तिच्या केसांचं जंजाळ मागे सारलं आणि माझ्यावर लक्ष केंद्रित केलं.

"ते पोलीस वगैरे कोणीतरी असतील. नाहीतर ते मवाली सबीहाच्या मागे कशाला लागतील?"

"ते कुठे गेले?" मी विचारलं.

"*अयोल!* मला कसं काय माहीत असणार? आणि हे सगळे प्रश्न तू मला का विचारतो आहेस? काही लफडं आहे का? तू गुप्त हेरगिरी तर सुरू केली नाहीस ना? जेव्हा केव्हा तू मला भेटतोस तेव्हा नेहमी मला सारखे प्रश्नांवर प्रश्न विचारत असतोस."

"*अयोल!* अगं तू येतेस तेव्हा तूच काही ना काही लफडे बरोबर घेऊन येतेस," मी म्हणालो. "शिवाय आपण इतकी वर्षं एकमेकांना ओळखतो."

"जितके वर्षं मी तुला ओळखत आहे, तितकी वर्षं तू मला नेहमी प्रश्न विचारून भंडावून सोडत आलेला आहेस. 'तुला माहीत आहे का? तू काय ऐकलंस?' शेवटच्या निवाड्याचा दिवस असावा, तशी तुझी चौकशी चाललेली असते."

"असं लहान मुलांसारखं करू नकोस." मी तिला समजावलं. "जर मी तुझ्यावर विसंबून राहिलो नाहीतर कोणावर विसंबणार? तू मला ओळखतेस, चौकशी केल्याशिवाय मला चैन पडत नाही."

"असे जे नुसत्या चौकशा करणारे किंवा नसती लुडबुड करणारे असतात त्यांची पत्रास मी बाळगत नाही. ते मला मस्का लावून गोत्यात आणतात."

"*अयोल.* त्या बिचाऱ्या म्हाताऱ्या बाईला, ब्युजच्या आईला मदत करण्याचा प्रयत्न करत आहे. सबीहा हलीमचा जीव धोक्यात आहे. ज्याने कोणी त्या मुलीचा खून केला आहे तो आता तिच्या आईचा खून करण्याची शक्यता आहे. मी आत्ताच माझ्या मनातील संशय बोलून दाखवणार नाही. ब्युज काल रात्री माझ्या घरी आली होती. सकाळपर्यंत होती. तिनं सांगितलं होतं की, काही लोक घर फोडून तिच्या घरात घुसले होते. या प्रकाराने ती खूप घाबरली होती."

गोन्युलचे डोळे भीती आणि उत्सुकतेने विस्फारले गेले. ती एवढ्या मोठ्याने किंचाळली की, माझ्या कानाचे पडदे फाटले व तिचा आवाज सर्व परिसरात घुमला.

"ब्युजचं घर कोणी फोडलं?"

सर्वांच्या नजरा आमच्या दिशेने वळल्या. कुजबुज थांबली. गर्दीतील सर्वांनी कान टवकारले आणि आमच्यावर लक्ष केंद्रित केलं. गोन्युलने अस्फुट, हळू आवाजात मला विचारलं.

"ते कोण होते?" तिने पुन्हा विचारलं.

"मला माहीत नाही," मी म्हणालो. "मी तेच शोधायचा प्रयत्न करतोय. त्यासाठी मला मदत लागेल. काय करावं ते मला स्वत:लाच कळत नाहीये आणि

तू इथे कसल्या फालतू गोष्टींचा कीस पाडत बसली आहेस.''

"खरं आहे. मी चमत्कारिक वागले," ती म्हणाली. "पण आता पुन्हा तसं वागणार नाही. मी अगदी कादिर इनानीरच्या बिछान्यात असले तरीही मी तुझ्या मदतीला धावून येईन. आता कादिर म्हटल्यावर मी त्याच्यासाठी किती वेडी आहे ते तुला ठाऊक आहेच. मला वाटतंय, वय वाढतंय तसा तो सुधारत आहे. त्याने मला इशारा करताच मी त्याच्या समोर हजर होईन. मी डोक्यावर पदर घेऊन त्याच्या पायाला बिलगून बसेन. *अयोल, मी आयुष्यभर त्याची गुलाम म्हणून राहायला तयार आहे.*"

गोन्युलचं वागणं नुकत्याच प्रेमात पडलेल्या प्रेमिकेसारखं होतं. त्यावरून मला नताली सरॉच्या कादंबऱ्यांची आठवण झाली आणि मी चक्रावून गेलो. तिच्या बौद्धिक पातळीविषयी माझं जे मत होतं, ते मी थोडं सुधारून घेतलं. मी प्रयत्न केला, पण मला आलेलं कौतुकाचं हसू मला दाबता आलं नाही.

"इथे बोलणं शक्य नाही. आपण चहा प्यायला जाऊ या का? तेथे आपल्याला नीट बोलता येईल. तुझ्याकडून काही मदत मिळाली, तर मला हवी आहे."

ती वाढत्या गर्दीकडे बघत होती. तेथून निघायचं तिच्या मनात नव्हतं. कदाचित तेथे महत्त्वाची भूमिका निभवायचं तिच्या मनात असेल. पण असल्या द्विधा मन:स्थितीमुळे होणाऱ्या विलंबाला माझ्याकडे वेळ नव्हता. मी तिचा हात धरला आणि तिला ओढत म्हटलं, "चल. मी तुला सगळं सांगतो."

सात

टॅक्सीत बसल्यावर मी गोन्युलला फक्त आवश्यक तेवढीच माहिती दिली. पुढच्या सीटवर बसलेला हुसेयीन शांतपणे सगळं ऐकत होता. त्यामुळे त्याला आपोआप सगळी माहिती मिळत होती. माझं बोलणं झाल्यावर ब्युजला आपण क्लबसमोर कसं पाहिलं, ती किती घाबरलेली होती, वगैरे गोष्टी त्याने गोन्युलला सांगितल्या. तो मदत करायला तयार असतानाही मी त्याची मदत कशी नाकारली, त्याला माझ्या घरात ये सुद्धा म्हटलं नाही; हेही त्यानं त्याच्या व्यथित शब्दांत सांगितलं. त्याला जे सांत्वन हवं होतं ते करायला गोन्युल पुढे सरसावली.

"हा अतिशय विश्वासू तरुण आहे. याचा नक्कीच चांगला उपयोग होऊ शकतो. म्हणजे मला तरी तसं वाटतंय.''

गोन्युलच्या स्तुतीमुळे हुसेयीनचा चेहरा उजळला. त्याने याचा अर्थ आता माझ्याकडून जास्त सवलती मिळवायला हरकत नाही, असा लावला.

"वाऽऽ हे मला खूप आवडलं!'' तो उसळून म्हणाला. अन् माझ्याकडे बघून त्यानं डोळा मारला.

एकदा हे काम उरकलं की, हुसेयीनला खरपूस चोप द्यायची गरज आहे. अगदी भरवस्तीत. या फुटपाथवरून त्या फुटपाथपर्यंत.

आपण कोणत्या कामाला जात आहोत, त्याचं महत्त्व, त्याची निकड हे सगळं बाजूला पडून गोन्युलच्या डोक्यात आता फक्त हुसेयीन होता.

"तुम्ही कोणत्या गावचे?''

"इस्तंबूल,'' हुसेयीन म्हणाला, "इस्तंबूलच्या दोन्ही तीरांवर आमचे नातेवाईक आहेत.''

"इस्तंबूलकर म्हणजे एकदम घरंदाज माणसं. बिछान्यात झोपताना कुरवाळायला कुशीत एखादं पिल्लू मिळालं की, सगळे खूश असतात.''

हे असंबद्ध अनुमान तिने कशाच्या आधारे काढलं असावं, ह्या कोड्यात मी पडलो.

गोन्युल माझ्याकडे बघून म्हणाली. "*अयोल.* हा कसा वाघाचा बच्चा आहे बघ. याच्यावर कोणतीही मुलगी बघताक्षणी फिदा होईल. असा बच्चा मिळण्यासाठी वाट बघण्यात अर्थ नसतो. सरळ झडप घालून उचलावा लागतो!"

गोन्युल तिच्या पद्धतीने माझ्याकडे तिरप्या डोळ्याने पाहत होती. मी त्याच्यावर झडप घालावी, असं तिला सुचवायचं होतं का?

"सध्या एवढं उकडतंय. कोणाचा स्पर्शही नकोसा वाटतो." मी म्हणालो.

हुसेयीन एवढ्यावर सोडून देणार नव्हता.

"मी तुला थंड करीन," माझ्याकडे पाहून तो पुन्हा एकदा कुत्र्यासारखं लाळ गाळत हसला.

एवढी दांडगाई! आता खरोखरच अती झालं होतं. आमची गाडी वतन कदेसीच्या दिशेने पळत होती, तरीही मी त्याच्या डाव्या कानाखाली एक तडाखा दिला. त्याच्या डोळ्यांसमोर काजवे चमकले असावेत. त्याच्या तोंडातून रेकल्यासारखा विचित्र आवाज आला. असा तडाखा त्याला द्यायलाच हवा होता. पण तरीही तो काही झालंच नाही, असं दाखवत गाडी चालवत राहिला.

"काही वाटतं की नाही तुम्हाला," तो म्हणाला. "काल रात्रीपासून मी माझा धंदापाणी सोडून तुमच्यासाठी तुम्ही म्हणाल तिथे फेऱ्या मारतोय आणि त्याच्या मोबदल्यात मला काय मिळालं? मी मस्करी केली! तुम्ही म्हणाला होता की, मी तुझ्यासारखा नाही. ठीक आहे, छान! पण आपण गाडीत तीन तास एकत्र आहोत, आणि तुम्ही माझ्याशी एक शब्दही बोललेला नाही. तेही ठीक आहे. पण निदान मला असं मारू तरी नका. मी काय एवढा मोठा गुन्हा केला आहे? तुम्ही मला आवडता यात माझं काय चुकलं?"

"त्याचं म्हणणं बरोबर आहे," गोन्युल म्हणाली. "त्याचे डोळे बघ कसे काळेभोर आहेत. तो तरुण आहे, देखणा आहे."

"ओके, ओके! मला माफ कर. पण मलाही काही गोष्टी आवडत नाहीत, हे तू लक्षात घे. आपल्याला उशीर होत आहे. तू माझ्याकडे बघून डोळा मारलास त्यामुळे मी भडकलो."

आमच्यात आता दोस्ती झाली आहे, या गैरसमजुतीत गोन्युलने आता तुझी मजा आहे, अशा अर्थाने मस्करीत मला चिमटा काढला. मला अशा तऱ्हेचं वागणं मुळीच आवडत नाही, पण तरीही मी उसनं हसू चेहऱ्यावर आणलं. 'चालू द्या तुमचं' या अर्थाने तिने मला लगेच एक कोपरखळी मारली.

"आपल्याला नक्की कुठे जायचंय ते हुसेयीनला सांग. म्हणजे तो आपल्याला लवकर घेऊन जाईल." मी प्रतिसाद दिला.

आता गंमत संपली आहे, हे लक्षात आल्यावर माझ्याकडे मुर्खासारखं हसत

पाहत गोन्युल म्हणाली, ''पण तूच तर मला इथं बोलावलं आहेस. मला वाटलं आपण ड्रिंक घेण्यासाठी कोठेतरी निघालो आहोत. मी काय हुसेयीनला सांगणार कुठे जायचं ते?''

हुसेयीनने ही संधी साधली, ''काय हे ऽऽ *अबला,* ती ब्युज हनीमची आई का कोण आहे ना, तिच्या घरी आपल्याला जायचं आहे.''

''तू *अबला* कोणाला म्हणतोस?'' गोन्युल कडाडली.

''तिचं नाव सबीहा आहे,'' मी मधेच तोंड घातलं.

''पण तिचं घर खूप लांब आहे.'' गोन्युलने कुरकुर केली. ''आपण पहिल्यांदा काहीतरी खाऊया का? मी सकाळपासून काहीही खाल्लेलं नाही. मला स्वत:चा विचार करायला वेळच मिळाला नाही. कळल्याबरोबर मी सरळ घराच्या बाहेर पडले.''

मी तिला महत्त्व देईन म्हणून तिने माझ्याकडे पाहिलं.

''आणि माझे कपडेसुद्धा बरोबर नाहीत. हे शूज बघ किती जुने झालेले आहेत ते.''

हुसेयीन वतन आणि मिल्लत कदेसीच्या दरम्यान फेऱ्या मारत होता.

मी तिचा हात पकडला व तिला हळूच म्हटले, ''हे बघ. आपल्याला घाई केली पाहिजे. नाहीतर त्या बिचाऱ्या म्हातारीचं काहीतरी बरंवाईट होईल. नंतर आपण जेवायला जाऊ. मी वचन देतो.''

''पण तोपर्यंत खूप उशीर होईल नाही का?''

गोन्युलच्या मेंदूतील बहुतांश पेशी सुस्तावलेल्या असाव्यात.

''तुला 'उशीर' म्हणजे काय म्हणायचं आहे. एतॅप मध्यरात्रीनंतर जवळपास दोन वाजेपर्यंत उघडं असतं.''

''पण ते मला घेणार नाहीत.''

''तुला हवं असेल तिथं जाऊ. चल आता आणि आम्हाला तो पत्ता सांग चटकन.''

मी तिचा हात जोराने दाबला. तिला दुखलं असावं. तिचे डोळे विस्फारले. प्रसंगाचं गांभीर्य तिच्या डोक्यात शिरलं असावं.

''ओय! चलाख प्रिये, ठीक आहे. पुढच्या चौकात उजव्या हाताला वळ. आपल्याला कोकामुस्तफापाशाला जायचंय.''

गल्लीबोळातल्या ट्रॅफिकमधून वाट काढत आम्ही कसेबसे उजव्या हाताला वळलो. पुढे रस्ता खूप अरुंद झाला होता. आम्हाला दहा मिनिटं लागली. बाल्कनीतल्या बार्बेक्यु पार्टीचा एक खरपूस वास वातावरणात भरून राहिला होता.

आम्ही एकोणीसशे साठच्या दशकातील एका जुनाट इमारतीसमोर येऊन उभे राहिलो. जिन्यात मूत्र आणि ब्लीचिंग पावडरचा उग्र दर्प मारत होता. गोन्युल

फिदीफिदी हसू लागली. जणू काही विनोद निर्मितीसाठी कोणीतरी मुद्दाम होऊन त्या दर्पाची तेथे योजना केली असावी. आपल्या सर्वांच्या मेंदूतील पेशी दर सेकंदाला नष्ट होत असतात, हे एक शास्त्रीय सत्य आहे. पण गोन्युल मात्र या खास शर्यतीत कित्येक मैल पुढे होती, हे मात्र नक्की!

प्रत्येक मजल्यावर तीन फ्लॅट होते. जिन्याच्या भिंती अर्ध्या उंचीपर्यंत फिक्या तपकिरी रंगाने रंगवल्या होत्या आणि बऱ्याच ठिकाणी त्या रंगाचे पोपडे उडाले होते.

गोन्युलने भाव दिल्यामुळे हुसेयीन स्वत:ला आमच्या मोहिमेतील एक शिलेदार समजायला लागला होता. आमच्यामागोमाग आदरपूर्वक काही अंतर ठेवून तो येत होता. मला नितंब न हलवता चालता येतं आणि अगदी ठरवलंच तर पुरुषांसारखा ताठही चालू शकतो. हुसेयीनला डौलदार नितंबांच दर्शन द्यायची माझी इच्छा नव्हती त्यामुळे मी पुढेच राहिलो.

तिथल्या ज्या एका फ्लॅटच्या दरवाजासमोर जुनेपुराणे जोडे काढून ठेवलेले नव्हते, त्या फ्लॅटची बेल आम्ही वाजवली. सबीहाच्या दरवाजात कोणीही आपले जोडे काढलेले नव्हते. शोकसमाचारासाठी कोणीही आलेलं दिसत नव्हतं. आम्ही थांबलो, पुन्हा बेल वाजवली आणि परत वाट पाहू लागलो. तेवढ्यात ज्या दरवाजासमोर जोड्यांचा ढीग पडला होता, तो दरवाजा किंचित उघडला गेला आणि त्या दरवाजाच्या फटीतून एका पाच वर्षांच्या कुरळ्या केसांच्या मुलीचं डोकं बाहेर आलं आणि ती आमच्याकडे रोखून पाहू लागली. आम्हीही तिच्याकडे पाहू लागलो.

अर्धवट उघडलेल्या दरवाजाच्या फटीतून आतमध्ये शिजणाऱ्या अन्नाचा सुगंध येऊ लागला.

हुसेयीन अस्वस्थपणे हसला. मी पुढे जाऊन दरवाजावर जोरात थाप मारली. कदाचित त्या आंधळ्या बाईला ऐकायलासुद्धा कमी येत असावं. ती झोपलेली असण्याची शक्यता होती किंवा ती टीव्ही बघत असेल आणि बेलचा आवाज तिला ऐकायला आला नसेल. मी एक क्षणभर थांबलो आणि आंधळी माणसं टीव्ही बघत असतील की नाही, याच्यावर विचार केला.

हुसेयीन त्या लहान मुलीकडे बघून मैत्रीपूर्ण हसला. तिचा धीर चेपला आणि ती बोलली. "ती घरी नाही." ती लाजली. तिने आपलं डोकं आत घेतलं. दरवाजा बंद झाला. जर या मुलीला सबीहा घरी नाही हे माहीत असेल, तर तिच्या पालकांना ती कुठे आहे ते नक्कीच माहीत असेल.

आम्ही त्यांच्या दरवाजाकडे वळलो आणि बेल वाजवली. दरवाजा लगेचच उघडला गेला. आमच्यासमोर लालबुंद गालांची साधारण तिशीतली एक जाड बाई उभी होती. तिच्यात आणि त्या लहान मुलीत काहीच साम्य नव्हतं. तिने माझ्याकडे, हुसेयीनकडे आणि नंतर गोन्युलकडे नजर फिरविली.

"माझी तुम्हाला काही मदत हवी आहे का?"

"आम्ही सबीहा हनीमकडे आलो आहोत. तुमच्या मुलीने आत्ताच आम्हाला सांगितलं की, त्या घरी नाहीत. आम्हाला वाटलं की, त्या कुठे गेल्या आहेत, ते तुम्हाला ठाऊक असेल."

"मला माहीत नाही," ती म्हणाली. अजूनही ती आमच्याकडे तसेच कृत्रिम हास्य करीत पाहात होती.

"मी म्हणजे आम्ही त्यांच्या मुलाचे फेज़वीचे मित्र आहोत," मी खुलासा केला. "आम्हाला त्यांना भेटणं गरजेचं आहे."

"म्हणजे त्यांची मुलगी फेज़वी." ती काहीशी उपहासाने हसत म्हणाली. "तो स्त्री झाला. तिचं नाव ब्युज. आम्ही लहानपणी चांगले मित्र होतो."

"म्हणजे तुम्ही ब्युजची बालमैत्रिण आहात तर? किती छान!"

ब्युजचं निधन झालंय ह्याची हिला कल्पना असेल का? आणि नसेल तर ही बातमी मीच तिला द्यायला हवी का?

"सबीहा हनीम फारश्या घराबाहेर जात नाहीत. कधी गेल्याच तर आमच्याकडे येतात, नाहीतर वरच्या मजल्यावरील शेजाऱ्यांकडे. तेवढेच. बाकी सगळे नवीन भाडोत्री आहेत. जुन्यांपैकी फक्त आम्हीच. हा आमचा फ्लॅट माझ्या आईचा आहे. लग्नानंतर माझा नवरा आमच्याकडे राहायला आला." कृपा करून आमच्यावर दया कर. आपली ओळख होऊन फक्त पाच मिनिटं झालीत आणि हे काय चऱ्हाट मी ऐकतो आहे.

"तुम्ही वरच्या मजल्यावरच्या सात नंबरच्या फ्लॅटमध्ये जाऊन बघा. त्या भेटल्या नाहीत, तर खाली माझ्याकडे चहा प्यायला या. चहा आणि बरोबर थंडगार कलिंगडही आहे. मजा येईल."

मी तिचे आभार मानून वरच्या मजल्यावर गेलो. वरती जाता-जाता मला खालून तिचा आवाज ऐकू आला, "नक्की या. मी वाट बघतेय."

सात नंबरच्या फ्लॅटचा दरवाजा किंचित उघडा होता. तरीही मी बेल वाजवली. आतून टीव्हीचा आवाज ऐकू येत होता, पण कोणीही दरवाजात आलं नाही. मी "गुड इव्हिनिंग" म्हणत दरवाजा उघडून आत गेलो. बाकी सगळे माझ्या पाठोपाठ आत आले. मला संकटाचा वास येतो आणि आत शिरताच तो वास माझ्या नाकात शिरला. फ्लॅटमध्ये टीव्हीचा लुकलुकणारा प्रकाश सोडला, तर बाकी काळोख होता. मी अतिशय जपून आवाजाच्या दिशेने गेलो. त्या काळोख्या खोलीच्या मध्यभागी असलेल्या एका जुन्या आरामखुर्चीत ती बसलेली होती. त्या लुकलुकणाऱ्या प्रकाशातसुद्धा मला तिच्या कपाळावर पडलेलं भोक स्पष्ट दिसलं. तिचं निर्जीव मस्तक एका बाजूला कललेलं होतं.

आठ

हे एक सरळ-सरळ खुनाचं प्रकरण दिसत होतं. म्हाताऱ्या स्त्रियांना आरामखुर्चीत बसायला आवडतं, हे जरी खरं असलं तरी सहसा त्या कपाळावर भोक पडलंय अशा अवस्थेत पडलेल्या आढळत नाहीत.

''ती जिवंत आहे का?'' हुसेयीननं विचारलं. मी नाही म्हणून सांगितलं. गोन्युल भसाड्या आवाजात किंचाळली.

''त्यांनी तिलासुद्धा शोधून काढलं.'' मी म्हणालो.

''आपण भलत्याच लफड्यात अडकलो आहोत,'' हुसेयीनने सुस्कारा सोडला. तो पांढराफटक पडला होता.

आमच्यासमोर दोन पर्याय होते. पोलिसांना कळवणे, नाहीतर तेथून सटकणे. खालच्या मजल्यावरच्या त्या जाड्या बाईने आम्हाला पाहिलं होतं. शिवाय फ्लॅटमध्ये शिरल्यावर नकळत माझा हात इकडे-तिकडे लागला होता. त्यामुळे काही वस्तूंवर आमच्या बोटांचे ठसे उमटले होते. पोलीस नुसत्या बोटांच्या ठशांवरून त्रास देतील, असं काही सांगता आलं नसतं. मात्र खबरदारी घ्यायला हवी. पण यात घाबरण्यासारखं काय होतं? आमचं तेथे जाणं अगदी सयुक्तिक होतं. आमच्या मैत्रिणीच्या मृत्यूच्या शोकसमाचारासाठी आम्ही तिच्या आईला भेटायला गेलो होतो आणि ती घरी नव्हती म्हणून आम्ही तिच्या वरच्या मजल्यावरच्या शेजाऱ्यांकडे चौकशी करायलो गेलो होतो, तेव्हा या प्रेताने आमचं स्वागत केलं.

माझ्या मनात नव्हतं तरीही टीव्हीवर चालू असलेल्या गेम शोकडे माझं लक्ष गेलं. सगळीकडे आढळणाऱ्या अग्निजन्य खडकांपैकी सर्वांत कठीण खडक कोणता? (अ) ग्रॅनाइट (ब) रायोलाइट (क) बेसॉल्ट (ड) ॲन्डीसाइट. याचं अगदी सोपं उत्तर म्हणजे (अ) ग्रॅनाइट. कारण तोच सर्वांत कठीण असतो. पण स्पर्धकाला कसलाच पत्ता नव्हता.

गोन्युलच्या आवाजाने मी भानावर आलो.

''*अबला*. ही बाई कोण?''

अरे. ही सबीहा हनीम होती ना? कदाचित नसेल. मला कळणं शक्यच नव्हतं. मी प्रश्नार्थक मुद्रेने गोन्युलकडे पाहिलं. तिने पटकन उत्तर दिलं.

''ही सबीहा नाही.''

स्पर्धकाने दोन पर्याय बाद केले होते. रायोलाइट आणि ॲन्डीसाइट ही दोन नावं पडद्यावरून पुसून टाकण्यात आली होती. जो प्रश्न आता माझ्यासमोर उभा होता त्याच्यासाठी मी चार पर्याय तयार केले. (अ) या खुनाचा ब्युजच्या खुनाशी काहीही संबंध नाही. (ब) हे एक खून शृंखलेचे प्रकरण आहे. या खुनामागील व्यक्ती तिच्या मार्गातील सर्व अडथळे निर्घृणपणे दूर करत आहे. (क) ही बाई जी कोणी असेल, तिला सबीहा हनीम समजून तिचा खून चुकून झाला असावा. (ड) ती पत्रं आणि फोटो खून करण्याएवढे महत्त्वाचे आहेत का? याच्या उत्तरातच खुनाचं कारण दडलेलं असावं.

हुसेयीनने माझ्या खांद्यावर हात ठेवला. ''आपण इथून सटकलेलं बरं.''

''मुळीच नाही.'' असं म्हणत मी शक्य तितक्या नम्रतेने, पण खंबीरपणे तो अतिपरिचित अवयव झटकून टाकला.

मी अगदी थोडक्यात आणि स्पष्ट शब्दांत परिस्थितीची कल्पना सगळ्यांना दिली. पोलिसांना बोलवल्यावर ते आम्हा सर्वांना पोलीस ठाण्यावर घेऊन गेले असते आणि उरलेली रात्र तिथेच काढावी लागली असती. पोलीस ठाण्यावर गोन्युलची बऱ्यापैकी धुलाई झाली असती आणि नंतर गुप्तरोगांच्या तपासणीसाठी तिची सरकारी इस्पितळात रवानगी झाली असती; यात संशय नव्हता. पण हुसेयीनचा पाहुणचार कसा केला गेला असता, ते नक्की सांगणं कठीण होतं.

स्पर्धकाने 'बेसॉल्ट' हे उत्तर दिलं आणि त्याचा निकाल लागला.

प्रेतात अजून किंचित ऊब होती. म्हणजे खून नुकताच झाला असावा. याच्या मागे कोण असावं? ती पत्रं आणि ते फोटो एवढे बदनामीकारक होते की, त्यासाठी एकामागोमाग एक निर्घृण खून करणं भाग पडलं असेल, या खुन्याला मी कसं शोधून काढणार? खरी सबीहा हनीम कुठे आहे? तिला किंवा त्या पत्रांना आणि फोटोंना काही झालं असेल तर काय?

सबीहा हनीम अजून जिवंत असेल, असं मानायला काहीच हरकत नव्हती. सगळ्या पर्यायांवर मी पुन्हा विचार केला. शेवटी मी प्रेक्षकांचा कौल घ्यायचं ठरवलं.

''हे पाहा,'' मी बोलायला सुरुवात केली. ''जर ही बाई सबीहा हनीम नसेल तर आपल्याला सबीहा कुठे आहे, ते शोधून काढायलाच हवं. याचा अर्थ असा की, ती पत्रं आणि फोटोग्राफ आपल्याला शोधायलाच हवेत.''

''पहिल्यांदा आपण इथनं सटकू या. मला पोलीस मुळीच आवडत नाहीत,'' गोन्युल म्हणाली.

तिच्या बोलण्यात तथ्य होतं. पोलीस मलाही आवडत नाहीत आणि हुसेयीनसुद्धा त्यांना बोलावण्याच्या बाजूचा असावा, असं मला वाटत नव्हतं. कारण टॅक्सी चालक नेहमीच पोलिसांच्या दादागिरीला बळी पडतात.

"सटकण्यापूर्वी आपल्याला इथल्या सगळ्या खाणाखुणा पुसायला हव्यात."

मी ते काम हुसेयीनवर सोपवलं. तो वाटला तेवढा ठोंब्या नव्हता.

आम्ही सगळ्या गोष्टी पूर्ववत केल्या आणि तेथून हळूच सटकलो. जाताना तो दरवाजा आधी जसा होता, तसाच अर्धवट उघडा ठेवला. जणू काही फिल्म मागे उलटी फिरवावी तसं आम्ही केलं. आम्ही ते प्रेत पाहिलं नाही की, काहीही ऐकलं नाही, हे सोंग पूर्णपणे वठवण्यासाठी आम्हाला त्या श्रीमती लठ्ठंभारतींच्या घरी जाणं भाग होतं. त्यानंतरच मग तेथून काढता पाय घेणं शहाणपणाचं ठरलं असतं. पोलीस ठाण्यावर चौकशीसाठी रात्रभर डांबलं जाणं, आम्हाला परवडण्यासारखं नव्हतं.

सबीहा हनीमच्या फ्लॅटमध्ये घुसून फेज़वीच्या बेडरूममधील ती पत्रं आणि फोटो कसे शोधता येतील, याचाही विचार माझ्या मनात चालू होता. ती इच्छा मी तात्पुरती दाबून टाकली आणि ज्या दरवाजासमोर जोड्यांचा ढीग पडला होता, त्या दरवाजावरची बेल वाजवली. दरवाजा लगेचच उघडला गेला. त्या फ्लॅटमधील कुटुंबातील कोणीतरी एक व्यक्ती नेहमीच त्या दरवाजाच्या जवळ उभी राहत असावी असं दिसत होतं.

या खेपेला दरवाजा उघडणारी व्यक्ती त्या घरातील एक पुरुष होती. जे लोक घरीसुद्धा टाय लावून बसतात अशा लोकांपैकी तो दिसत होता. असे लोक हल्ली सहसा बघायला मिळत नाहीत. त्याच्या शर्टची कॉलर बटनडाउन पद्धतीची होती. तो त्याच्या बायकोसारखाच लालबुंद होता.

आपल्या जुन्या मित्रांचं स्वागत करावं, तसं त्यानं आमचं स्वागत केलं.

"सुस्वागतम... आत या!"

त्या सफरचंदासारख्या गोबऱ्या गालांच्या बायकोने आपल्या नवऱ्याला आमच्याबद्दल आधीच सगळं काही सांगितलं असावं, याबद्दल काही शंकाच नव्हती. तो आमच्या स्वागतासाठी तयारच होता.

"आता नको, पण तुमच्या आतिथ्याबद्दल मी अतिशय आभारी आहे," मी अगदी नम्रपणे म्हणालो. "आम्ही सबीहा हनीमना भेटायला आलो होतो. तुमच्या पत्नीने आम्हाला सात नंबरच्या फ्लॅटमध्ये जाऊन त्या तेथे आहेत का, ते बघायला सांगितलं."

मी जास्त काही बोलेन या भीतीने हुसेयीन मधेच म्हणाला, "त्या घरात कोणी दिसत नाही. आम्ही बेल वाजवली, पण कोणीही दरवाजा उघडला नाही."

तिच्या नवऱ्याच्या चेहऱ्यावरचं हास्य मावळलं. तो गोंधळात पडला.

"हे अशक्य आहे. हमियेत हनीम कधीच दरवाजा बंद करत नाहीत. त्यांना ऐकायला कमी येतं. आपल्याला बेल ऐकायला आली नाहीतर, या भीतीने त्या नेहमीच दरवाजा उघडा ठेवतात. तुम्ही दरवाजा जरा ढकला आणि मग आत जा."

संकटाने आपल्या आगमनाची पुन्हा ग्वाही दिली. आता हा मनुष्य दरवाजा खरंच उघडा आहे हे दाखवण्यासाठी आमच्याबरोबर वरती येईल, दरवाजा उघडेल, आम्हा सर्वांना ते प्रेत पुन्हा पाहावं लागेल आणि शेवटी आमची वरात पोलीस ठाण्यापर्यंत निघेल. नाही. मी असं घडू देणार नाही.

"अमन. डियर *ॲबी.* तुम्ही स्वत: कशाला त्रास घेता?"

"त्यात त्रास कसला हो. फक्त एक मजलाच तर वर जायचंय." तो आतल्या दिशेने ओरडला, "अयनूर. मी आपल्या पाहुण्यांना हमियेत हनीमचं घर दाखवून लगेचच परत येतो."

त्याचं बोलणं पुरं होतंय तोच एक लहान मुलगी त्याच्या पायात आली आणि तिने त्याचा हात आपल्या हातात घेतला. मी, हुसेयीन आणि गोन्युल त्याच्यासमोर एखाद्या भिंतीसारखे उभे नसतो, तर तो चपळ गृहस्थ केव्हाच वरच्या मजल्यावर जाऊन पोहोचला असता.

ती मुलगी वडिलांचा हात धरून हुसेयीनकडे लाजत बघत होती. हुसेयीनने तिचं डोकं कुरवाळलं आणि म्हणाला.

"माशाल्ला! किती गोड दिसतेय. नाव काय तुझं?"

"सेगवी. तुझं नाव सांग."

मी जे पाहत होतो, ते विसरण्याचा मी प्रयत्न केला. हे असले मध्यमवर्गीय लोक मला मुळीच आवडत नाहीत. मी नेहमीच त्यांच्यापासून लांब राहण्याचा प्रयत्न करतो. त्यांच्यामध्ये माझा जीव गुदमरतो आणि इथे तशाच एका कुटुंबात मी अडकलो होतो.

"बरं आहे तर. आम्ही आता निघालेलं बरं."

गोन्युल अगोदरच मागे वळून खाली जाण्याच्या पोझमध्ये उभी होती. मी त्या टाय घातलेल्या माणसापुढे हात केला. तेवढ्यात आतून त्या गोबऱ्या गालांच्या हसतमुख बाईचा आवाज आला.

"वल्लाही, तुम्ही तसेच जाऊ शकत नाही! मी काही ऐकणार नाही. चला, चहा अगदी तयारच आहे."

"आम्हाला वेळ नाही. पुन्हा कधीतरी येऊ."

त्या टाय घातलेल्या माणसाने पायातल्या चपला काढल्या आणि तो माझा हात धरून ओढू लागला.

"या आत या... कपभर चहा घ्या आणि मग जा. काही सांगता येत नाही,

तेवढ्यात सबीहा हनीम येतीलसुद्धा.''

तो जे म्हणाला त्यात निश्चितच तथ्य होतं. पण ही सबीहा जिवंत असेल आणि तिला कोणी पळवून डांबून ठेवलं नसेल तरच शक्य होतं.

''आमची गाडी नो-पार्किंग झोनमध्ये आहे. जर त्यांनी ती उचलली तर उगाच नसतं लफडं होईल. आम्हाला खरंच जास्त वेळ थांबता येणं शक्य नाही.''

हुसेयीनचा प्रयत्न खूप चांगला होता.

''कोणीही खेचून नेणार नाही. या रस्त्यावर गाड्या कधीच नेत नाहीत.'' त्याने आमची खातरी पटवण्याचा प्रयत्न केला. गोन्युलचा चेहरा पडला. आम्ही आमचे जोडे काढून समोरच्या ढिगावर ठेवले. गोन्युल माझ्या कानात म्हणाली, ''त्यांना मी कोण आहे ते समजेल, नाही का?''

त्यांना न कळण्याची शक्यताच नव्हती. विनोदी नाटकात पुरुषपात्रांनी घेतलेलं स्त्रियांचं सोंगसुद्धा गोन्युलपेक्षा जास्त विश्वासार्ह वाटलं असतं.

''मला तसं वाटत नाही. आलाच तर त्यांना थोडासा संशय येईल.'' मी तिला सांगितलं.

''मग मला यायला हरकत नाही.''

दरवाजात उभं राहून यापेक्षा जास्त कुजबुजणं शक्य नव्हतं. मी तिचा हात धरला आणि तिला आत घेऊन गेलो. ''काही बोलू नकोस. कदाचित त्यांना काही कळणार नाही.''

नऊ

मी बोलू नको म्हणून बजावल्याने गोन्युलची निरर्थक वटवट थांबणार नव्हती. विरलेल्या कापडाचा सोफा आणि खुर्चीवर आम्ही बसताक्षणी तिने आमचा प्रतिनिधी या नात्याने बोलायला सुरुवात केली. हवेतला उकाडा किती वाढत चालला आहे; इस्तंबूलमध्ये आणखी एखादा भूकंप होईल का आणि झाल्यास त्याचा केंदबिंदू कुठे असेल, त्याची तीव्रता किती असेल, त्यामुळे किती नुकसान होईल; चांगली गोड कलिंगडं कशी निवडावीत; येत्या मोसमात फुटबॉलच्या कोणत्या संघाने कोणत्या खेळाडूशी करार करावा; कॉफीत चिमूटभर दालचिनी आणि लवंग घातली, तर तिची चव किती उत्कृष्ट होते. एकमेकांशी कोणताही संबंध नसलेल्या एका विषयावरून दुसऱ्या विषयावर ती टणाटण उड्या मारत होती.

मी शांतपणे ऐकत होतो, पण वरच्या मजल्यावरचा तो मृतदेह माझ्या डोळ्यांसमोरून जात नव्हता. आमच्या निष्काळजीपणामुळे आम्ही या गोलमटोल कुटुंबात अडकून पडलो होतो. जणू काही मध्यंतरात चहा प्यावा, तशा आमच्या गप्पागोष्टी चालल्या होत्या.

चहाचा घोट घेताना जी क्षणभर उसंत मिळाली, ती साधून गोबऱ्या गालांच्या सौभाग्यवतींनी जुन्या तुर्की सिनेमातल्या नट्यांसारखं मुरडत चौकशी केली.

"फेज़वीने जसं आपलं रूपांतर स्त्रीमध्ये करून घेतलंय तसंच तुम्हीही केलंय का?"

पहिल्यांदा मला कळेना की, ती मला विचारतेय की बिचाऱ्या गोन्युलला.

"माझं नाव गोन्युल आहे," तिने प्रश्नाचं उत्तर द्यायचा कसाबसा प्रयत्न केला.

"म्हणजे तुम्ही शस्त्रक्रिया करून घेतलीत तर?"

गोन्युलची बोबडी वळली होती. तिने मदतीसाठी माझ्याकडे पाहिलं. हुसेयीन मोठ्या उदारपणे आमच्याबरोबर जोडीदार म्हणून आला होता. तो आपला चेहरा क्रिस्टल ग्लासच्या मागे लपवण्याचा प्रयत्न करीत होता. ट्यूलीपच्या आकाराचा तो नाजूक ग्लास त्याच्या हातात जवळपास अदृश्य झाला होता. माझ्या लक्षात आलं

की, त्याचे हात किती स्वच्छ होते आणि नखं किती सुरेख कापली होती.

आमची अस्वस्थता तिच्या नवऱ्याच्या लक्षात आली आणि त्याने हस्तक्षेप केला, ''अयनूर, आता हे मुलांच्या पुढ्यात....''

ते बरोबर होतं! ती लहान मुलगी ऐकत होती. आम्ही आल्यापासून ती हुसेयीनकडे आपल्या भोकरासारख्या डोळ्यांनी पाहत होती.

''त्यात काय मोठं? हे असंच असतं. बाहेर रस्त्यावर कुठेतरी हे ज्ञान मिळण्यापेक्षा घरीच मिळालेलं काय वाईट.''

मध्यमवर्गीय कुटुंबाची नैतिकता मला आवडत नसे. त्यामुळे मी त्यांना टाळत असे. त्या मधल्या काळात त्या नैतिकतेमध्ये काही गंभीर स्वरूपाचे बदल झालेले दिसत होते.

''हे सद्‌गृहस्थ सबीहा हनीमना भेटायला आले आहेत.''

होय, हे 'सद्‌गृहस्थ' म्हणजे मी, हुसेयीन आणि गोन्युल.

''मी तेच म्हणतेय... ती मुलगी फेज़वी? नंतर किती बदलली. ती इथे तिच्या आईला भेटायला यायची तेव्हा आमच्याकडे यायचं टाळायची. कधीतरी आमच्याकडे येऊन एखादा कप कॉफी प्याली असती, मुलीसाठी एखादं चॉकलेट आणलं असतं तर काय मोठं बिघडणार होतं? मी मघाशी तुम्हाला सांगितल्याप्रमाणं आम्ही लहानपणापासून तसे एकत्रच वाढलो. ती थोडी वेगळी आहे, हे मला तेव्हापासून माहीत होतं. ती आईचे सँडल्स घालायची, नेलपॉलिशने नखं रंगवायची. तिची आई मात्र सगळ्यांना सांगायची की, नखं खाऊ नयेत म्हणून ती रंगवते. शाळेत....''

गोबऱ्या गालांच्या सौभाग्यवती आठवणींच्या हिंदोळ्यावर बसून झोके घ्यायला लागल्या. आपल्या डोक्यावर असलेल्या मृतदेहाची तिला कल्पना आहे का? असती तर तिने निश्चितच अशी वटवट केली नसती. जसा वेळ जात होता, तसा तिच्यासमोर राहाणाऱ्या त्या आंधळ्या बाईचंसुद्धा वरच्या बाईसारखचं झालं असतं. अर्थातच हे तिच्या गावी असण्याची शक्यता नव्हती.

रक्त गोठवून टाकणाऱ्या किंकाळीचा भयानक आवाज येताच आम्ही सर्व आमच्या जागेवरून उडालो. सेगवी दरवाजाकडे धावत गेली; तिचा बाप खिडकीकडे गेला. गोबऱ्या गालाची बाई ओशाळल्यासारखी हसली. तिला जणू असं म्हणायचं असावं, माझ्या या पाहुण्यांबरोबर मी गप्पा मारत बसलेली असताना असं अवेळी कोणी किंचाळतं का?

कोणीतरी दरवाजा ठोठावत होतं. त्या कुटुंबीयांच्या मागोमाग आम्ही सर्व दरवाजाकडे गेलो.

मुरुमाच्या पुटकुळ्यांनी तोंड भरलेली लालबुंद चेहऱ्याची एक जाडी मुलगी दरवाजात उभी होती. मुरूम येण्याचं तिचं वय नव्हतं. तिने वापरलेल्या हलक्या

दर्जाच्या सौंदर्य प्रसाधनांचा तो परिणाम असावा किंवा....

"अयनूर, दीदी हमियेत आंटी गेल्या! गोळी मारलीय. कपाळाच्या अगदी मधोमध!" अरेच्चा, म्हणजे ते प्रेत पहिल्यामुळे चेहरा लाल झाला होता तर!

"आमच्या काकांनी थोडा सुकामेवा पाठवला होता. माझ्या आईने त्यातला थोडा मेवा हमियेत आंटींना देण्यासाठी म्हणून मला पाठवलं. बघते तर काय! कोणीतरी त्यांना गोळी मारलीय!"

आता पोलिसांना टाळता येणं शक्य नव्हतं, निरोप घेऊन सटकायला आता खूपच उशीर झाला होता. पण आम्ही लाज गुंडाळून ठेवून तेच केलं.

त्या घरात राहणारा गृहस्थ वकिलाचा कारकून होता. त्यानं सुचवलं की, तुम्ही उगाच या लफड्यात अडकू नका. सबंध दिवसात मी ऐकलेली ही सर्वांत चांगली सूचना होती. ती एवढी साधीसुधी माणसं होती की, त्यांना आमचा कसलाच संशय आला नाही. मला त्याला मिठीच माराविशी वाटत होती, पण कदाचित त्याच्या बायकोचा गैरसमज झाला असता.

हुसेयीनने टॅक्सी एका पडक्या इमारतीसमोर अंधारात उभी केली होती. पोलिसांच्या गाडीचा सायरन येईपर्यंत आम्ही टॅक्सीत बसलो होतो. गाडी चालू झाली, आम्ही आमच्या समोरील पर्यायांवर विचार करू लागलो.

सबीहा हनीमला शोधून काढण्यात आम्ही जरी यशस्वी झालो नसलो, तरी फेज़वी ऊर्फ ब्युजच्या जुन्या घरात आम्हाला जाणं आवश्यक होतं. पोलीस त्या इमारतीत असताना असं करणं, म्हणजे नशिबाची फारच परीक्षा पाहण्यासारखं झालं असतं. म्हणून आम्ही तो पर्याय सोडून दिला.

एकाच बिल्डिंगमध्ये एका खाली एक राहणाऱ्या दोन स्त्रियांचा एकापाठोपाठ खून होणं, हा निव्वळ योगायोग नव्हता. नव्हे ते अशक्यच होतं. जर खुन्यांनी वरच्या मजल्यावरील स्त्रीला सबीहा हनीम समजून चुकून ठार मारलं असेल, तर ती पत्रं आणि फोटो शोधण्यासाठी आमच्याकडे फारच थोडा वेळ होता. जर सबीहा हनीम त्यांच्या तावडीत सापडली असेल, तर सगळंच समीकरण बदलणार होतं. कदाचित ती तिच्या शेजारणीला भेटायला वरच्या मजल्यावर गेली असताना तिला पळवण्यात आलं असेल. शेजारणीचा खून आणि तिचं अपहरण. जर तसं झालं असेल, तर आमच्या हातात करण्यासारखं काहीच राहणार नव्हतं.

"आपण आता कुठे जाणार आहोत?" हुसेयीनने विचारलं.

"एटॅपचं विसरू नकोस. तू मला तिथे जेवायला घेऊन जाणार होतास."

अशा या वेळी गोन्युल आपल्या पोटाचा विचार करू शकत होती, याच्यावर विश्वास बसला नसता. जेव्हा माझं डोकं भडकतं, तेव्हा मी या मुलींना त्यांच्या पूर्वाश्रमीच्या, म्हणजे पुरुषाच्या नावाने हाक मारतो.

"मेतीन, आपल्याला खरंच वेळ नाही."

"काही केल्या यातून तुझी सुटका नाही. तू मला वचन दिलं होतंस. तुझ्यासारख्या हाय-फाय माणसांना दिलेला शब्द बदलायला काहीच वाटत नसतं."

एवढं झालं ते कमी होतं म्हणून हेसुद्धा माझ्या वाट्याला आलं काय.

"ठीक आहे," मी म्हणालो. "मी यावर तोडगा काढतो. तुम्ही दोघं जेवायला जा. मला काम आहे. पैसे मीच देतो."

हुसेयीनने करकचून ब्रेक लावला आणि मागे वळून म्हणाला, "अजिबात नाही! ते हॉटेल आपल्या भागाच्या जवळ आहे."

"तुला काय म्हणायचंय? गोन्युलबरोबर जायला तुला लाज वाटतेय, हेच तुला सांगायचं आहे का?" मी भोळेपणाचा आव आणून विचारलं. चारचौघांत माझ्याशी बोलायला हुसेयीनला काही वाटत नाहीतर गोन्युलबरोबर न जाण्याचं काहीच कारण नव्हतं. फक्त थोडं जास्त धैर्य लागलं असतं एवढंच.

"मला या सगळ्याचा वैताग आलाय," तो म्हणाला. "तुम्हाला हवं तिथे तुम्ही जा, हवं ते खा, मला त्याच्याशी काही देणंघेणं नाही. मला फक्त यातून मोकळं करा. समजलं का?"

"काय... तुला नक्की काय म्हणायचंय?" गोन्युल ओरडली. "माझी लाज वाटण्यासारखं काय आहे? तुझ्यात जराही सभ्यता नाही अयोल!"

"ठीक आहे... शांत हो," मी म्हणालो. "गोन्युल, स्वीटी, परिस्थिती अगदी गंभीर आहे आणि हा सगळा गुंता सोडवण्यासाठी आपल्या हातात फार वेळ नाही. हे तुलाही कळतंय. कळतंय ना तुला?"

"मी एवढी मूर्ख नाही. यात न कळण्यासारखं काय आहे?"

"मग तू माझ्यातर्फेच जेवणार आहेस. फक्त मी तुझ्याबरोबर यावं, असा आता हट्ट धरू नकोस. तू एकटी जाऊ शकतेस किंवा माझ्याबरोबरच यायचं असेल, तर आपण पुन्हा कधीतरी जाऊ या."

खालचा ओठ दातांखाली आवळून धरल्याने तिच्या चेहऱ्यावरची चीड उठून दिसत होती. "मी जर एकट्याने गेले, तर मला ते आत घेणार नाहीत."

एका बाजूने मला तिची दया येत होती आणि गे असण्याचा अभिमानही दुखावला होता; तर दुसऱ्या बाजूने मला अजूनही तिचा राग येत होता.

"मग आपण पुन्हा कधीतरी जाऊ या. हा माझा शब्द."

"वा ऽऽ शुभेच्छा तुला. तुझा कावा मी चांगलाच ओळखला आहे. तू तुझा शब्द फिरवलास. नाच्याकडून दुसरं काय मिळणार?"

ती स्वतःला संपूर्ण स्त्री समजत होती म्हणून 'नाच्या' हा शब्द म्हणजे विंचवाचा डंख होता.

हुसेयीनने अकस्मात मागे वळून तिची कॉलर धरली. ''ए मिस्टर, तुझं तोंड आवर!''

''तिला सोड,'' मी म्हणालो. ''माझं मी बघून घेईन.''

कॉलर सुटताक्षणी गोन्युलने स्वत:ला सावरलं. ''ठीक आहे. मग आज नको. पण तू शब्द दिला आहेस. तो मी विसरणार नाही. पुन्हा कधी ते आत्ताच ठरवू या.''

मी तिला फाडून खाल्ली असती, पण मी स्वत:ला आवरलं, ''माझा फोन नंबर घे. या आठवड्यात मला फोन कर. नाहीतर क्लबवर ये. आपण तेथेच भेटू.''

''मला त्या तक्सीम किंवा एतिलरमधल्या रेस्तोराँमध्ये जायला आवडत नाही. मी बहुधा अक्सराई, बॅगसिलार... नाहीतर टोपकापीमध्ये जाते. तुला ठाऊकच आहे.''

''हा माझा नंबर घे.''

''तुझा खरा नंबर दे. इतरांसारखा खोटा-खोटा देऊ नकोस.''

मी मनातल्या मनात हसलो. मी तिला क्लबचा नंबर दिला होता.

तिने माझ्याकडून तो कागद घेतला आणि मला विचारलं, ''*अबला* , तुझं नाव नाही लिहिलंस ते.''

मी मान हलवली.

गोन्युल अक्सराईमध्ये उतरली.

गाडी अनकपामच्या दिशेनं जात असताना हुसेयीन अधूनमधून आरशात पाहून माझ्याकडे रागाने बघत होता. मी या प्रकरणात गोन्युलला का गुंतवलं याचा जणू काही जाब त्याला विचारायचा असावा. अचानक मला टॅक्सीचा मीटर बघण्याची आठवण झाली. इतक्या वेळात भरपूर बिल झालं असावं. पण मीटर चालू नव्हता.

''मीटर बंद आहे का?''

''मी चालू केलाच नव्हता.''

''का? तुझी कमाई त्यावरच अवलंबून आहे.''

''तुम्ही मला ज्या तऱ्हेने वागवलंत त्यानंतर तरी मी चालू करायला हवा होता. पण माझंच चुकलं. आता खूप उशीर झाला आहे. तुम्हाला जे योग्य वाटेल, ते मला द्या. नाहीतरी तुम्हाला माझी मदत नकोच आहे. आपली कसलीही भागीदारी नाही. सिनेमातील गुप्तहेर दोघं मिळून काम करतात. आपलं तसं नाही.''

'जे योग्य वाटेल ते द्या' याचे दोन अर्थ होतात. काहीही देऊ नका याचाच दुसऱ्या कोणत्यातरी तऱ्हेने परतफेड करा असाही छुपा अर्थ होतो किंवा भाडं किती झालं असावं, याचा अंदाज करा आणि त्यापेक्षा थोडेसे जास्त द्या.

''त्या सिनेमातील गुप्तहेरांसारखे आपण आहोत, असं मी मूर्खासारखं समजत होतो. त्या टीव्ही सिरीयलमधल्या ब्रुस विल्स आणि तुमच्यासारखी दिसणारी जी बाई

आहे, त्यांच्या जोडीसारखं आपण आहोत असं मला वाटत होतं.''

त्याने दिलेला ब्रुस विल्स आणि सिबील शेफर्डचा संदर्भ येथे पूर्णपणे गैरलागू होता. पण मी त्याची समजूत काढायचं ठरवलं होतं.

''मला माफ कर. माझा थोडा गोंधळ झालाय. तुझा अपमान करायचं माझ्या मनात नव्हतं.''

''तुम्हाला काय वाटतं की, अशी चटकन माफी मागून मी सर्व विसरून जाईन. तुम्ही माझं मन मोडलंत. वर माझा अपमान केलात... काय वाटतं तुम्हाला, आता अशी तोंडदेखली माफी मागून सर्व व्यवस्थित होईल. छान!''

''मग मी काय करावं, अशी तुझी अपेक्षा आहे?''

कुत्रा परत जिभल्या चाटायला लागला. ''मला तुमच्यात प्रेमाग्नी भडकवू द्या.''

''तुला अजून अक्कल आलेली दिसत नाही.'' मी गुरगुरलो.

घरी जाईपर्यंत आम्ही एक शब्दही बोललो नाही. टॅक्सीतून उतरताना माझ्या लक्षात आलं की, माझ्याकडचे पैसे थोडे कमी आहेत.

''मी उद्या पैसे दिलेले चालतील का?''

''तुम्ही असं विचारता तरी कसं. तुम्ही मला मुळीच पैसे देऊ नका. पण तुम्ही मला एखादं थंड पेय पाजलंत, तर मी नाही म्हणणार नाही.''

मी दरवाजा धाडकन बंद केला.

त्याच्या जागी दुसरं कोणी असतं, तर मी त्याला चांगलंच दाखवलं असतं. पण या मुलामध्ये मनाला स्पर्श करणारं काहीतरी वेगळं होतं. मी कितीही भडकलेलो असलो, तरीही आतून कुठेतरी तो आवडायचा.

जे काही आकर्षण असेल, ते माझ्या अलिप्तपणापेक्षा जास्त नव्हतं, म्हणून तो विचार माझ्या मनाला पुन्हा शिवला नाही.

दहा

जेथून सुरुवात केली तिथेच मी पुन्हा येऊन पोहोचलो. सौदियाला जाऊन सोफियाला शोधण्यात आम्ही बराच वेळ फुकट घालवला. सबीहा हनीमच्या बाबतीत हस्तक्षेप करायला आम्ही खूप उशीर केला होता.

एकतर हसनला सोफियाचं घर मिळालं नसेल किंवा ती खरंच घरी नसेल. जे काही असेल ते असो, आमच्या वाटेत एक नवीन मुडदा येऊन पडला होता. मला ब्युजच्या आईचं घर कुठे आहे, ते समजलं होतं. पण ती जागा खून झाला म्हणून त्या जागेला पोलिसांनी टाळं ठोकलं होतं आणि जिथे पोलिसांचा सुळसुळाट झाला होता, त्या जागेच्या बरोबर खाली होती. त्या जाड्याढोल शेजाऱ्यांबरोबर आमची जानपहेचान झाल्यामुळे आता त्या जागेत कोणाच्या नकळत प्रवेश करणं, कठीण झालं असतं.

पोलिसांना त्या दोन खुनांचा संबंध लावता येणं कठीण होतं. म्हणजे तसा त्यांच्यात संबंध असलाच तर! कदाचित ह्या दोन खुनांमध्ये परस्पर संबंध नसेलही. पण माझी अंत:प्रेरणा मला सांगत होती – म्हणजे मी अंत:प्रेरणेचं नेहमीच ऐकतो असं नाही – की हा योगायोग नाही.

कादंबरी किंवा सिनेमात घटना घडताना कशा दाखवल्या असत्या, त्यावर मी विचार करू लागलो. अशावेळी ज्या व्यक्तीचा जीव धोक्यात आहे, अशा व्यक्तीने खुनी ज्या वस्तूंच्या मागे आहेत, त्या वस्तू अगदी सुरक्षित जागी लपवून ठेवल्या असत्या. आणि अचानक माझ्या डोक्यात ट्युब पेटली. ब्युजने ती पत्रं आणि फोटो कदाचित माझ्याच घरात तर ठेवले नसतील? ती सकाळी हुसेयीनबरोबर आली होती आणि नंतर मी झोपी गेलो, तेव्हा तिने ते येथेच कुठेतरी लपवून ठेवले असतील.

मी पाहुण्यांची खोली तपासायला सुरुवात केली. मी काय शोधतोय ते माझं मलाच नीट ठाऊक नव्हतं. मला वाटलं की, ते एक एन्व्हलप असावं. पण त्याचा आकार, जाडी, रंग वगैरे कशाचाही मला अंदाज नव्हता. जे काही असेल ते बिछान्याखाली,

चित्राच्या फ्रेममागे किंवा कुठेही मिळण्याची शक्यता होती. अगदी सिनेमातल्याप्रमाणे टेबलाच्या खणाच्या खालच्या बाजूला चिकटवलेलंसुद्धा सापडलं असतं.

शोधायला खूप वेळ लागला. सगळ्या गोष्टी वर-खाली करून झाल्या. सति हनीम जेव्हा सफाई करायला येईल, तेव्हा ती खूप वैतागेल. मी जेव्हा ती हरवलेली कागदपत्रं शोधत होतो, तेव्हा ज्या वस्तू मी हरवल्या आहेत; असं समजत होतो अशा अनेक वस्तू मला सापडल्या. त्या वस्तूंनी माझ्या जुन्या स्मृती चाळवल्या. उदाहरणार्थ – मी घातलेलं पहिलं स्त्रियांचं अंतर्वस्त्र, तसेच एके काळी नीट जपून ठेवलेल्या, पण आता फालतू वाटणाऱ्या पत्रं, फोटो, ग्रीटिंग कार्डसारख्या वस्तू.

मी खूप थकलो आणि सोडून दिलं. मला काहीही मिळालं नव्हतं. कदाचित ब्युज आणि मी वाचलेली पुस्तकं आणि पाहिलेले सिनेमे वेगवेगळे असतील. तिने ती पत्रं आणि फोटो माझ्या घरात लपवले नव्हते. पुन्हा कधीतरी नीट लावून ठेवण्याच्या विचाराने मी सापडलेल्या सर्व वस्तू एकत्र गोळा केल्या.

ब्युजच्या संबंधातील सगळे विचार मी डोक्यातून काढून टाकले आणि रात्रीसाठी कपडे करून तयार व्हायचं ठरवलं. आज क्लबमध्ये गर्दी होईल. तेथे आलेल्या मुलींपैकी कोणाकडून तरी थोडीशी माहिती मिळण्याची शक्यता होती. जर नशीब जोरदार असेल, तर त्या कागदपत्रांच्या मागे कोण आहे, तेही कळलं असतं.

मी नेहमीप्रमाणे स्नान, दाढी आणि मेकअप केला. फक्त एक फरक होता. ब्युजला विसरायचा कितीही प्रयत्न केला, तरी माझ्या मनातून ब्युजचा विचार जाईना. ज्या व्यक्तीने ब्युजला पत्रं पाठवली होती, तिच्याबरोबर फोटो काढून घेतले होते, त्या व्यक्तीचा खूप दरारा असला पाहिजे. मी सगळ्या सुप्रसिद्ध व्यक्ती, सत्तेचे दलाल, राजकारणी यांची ब्युजबरोबर एक-एक करून जोडी लावून पाहिली. साध्या फोटोंपासून ते अश्लील म्हणता येतील, अशा छबी माझ्या नजरेसमोर तरळून गेल्या. माझी तयारी चटकन आटोपली. जेव्हा मी विचारात गुंतलेला असतो, तेव्हा मी अगदी साधे कपडे करतो. जेव्हा एखादं संकट समोर उभं असतं, तेव्हा माझं स्वत:कडे फारसं लक्ष लागत नाही.

मी एक अगदी तंग, लांब बाह्यांचा, शरीराच्या रंगाचा बॉडीसूट घातला. त्यावर मी एक लांब स्कर्ट घालून स्टॉकिंग्ज चढवले. खांद्यावर मधाळ रंगाची शाल घेतली आणि मी तयार झालो.

मी टॅक्सी स्टॅंडला फोन केला आणि हुसेयीनला पाठवू नका असं सांगितलं. अगदी अशक्य झालं असतं, तरच त्याचे चाळे मी खपवून घेतले असते. ते जाऊ द्या. तो तिथे नव्हताच.

मी घराच्या बाहेर पाऊल टाकताच फोन वाजला. माझ्याकडे आन्सरिंग मशीन

आहे. फोन करणारा निरोप ठेवेल म्हणून एरवी मी तसाच पुढे गेलो असतो. पण आजची परिस्थिती वेगळी होती. मी दरवाजाचं कुलूप उघडलं आणि फोनकडे धावलो.

फोन उचलून बोलावं की कोण बोलतंय त्याची पहिल्यांदा खातरी करून घ्यावी या विचारात असतानाच पुरुषी आवाजात कोणीतरी खाकरलं आणि निरोप न ठेवताच त्यानं फोन ठेवला.

अकरा

कुनेतने क्लबच्या दरवाजात शिटी वाजवूनच माझं स्वागत केलं.

"बॉस, आज तुम्ही अगदी कंडा दिसताय. ब्लाउज फारच सुंदर आहे! आणि तुमच्या स्टॉकिंग्जशी ते छान मॅच झालंय."

या मुलाचं काही खरं दिसत नव्हतं. खरे पुरुष स्त्रियांच्या कपड्यांची कधीच तारीफ करत नाहीत. त्यांचा खरा रस कपड्यांच्या आत काय आहे, त्यात असतो.

क्लब खूप लवकर भरला होता. बारच्या दिशेने जाता-जाता आमच्या मुली आणि नेहमीच्या गिऱ्हाइकांकडे बघून उडती चुंबनं दिली. बारच्यामागे सुक्रुच्या शेजारी हसन उभा होता. मला बघताच त्याने घाईने त्याच्याकडे यायला खुणावलं. मी त्याच्याकडे गेलो.

अमेरिकन गुप्तहेराने एखादी गोपनीय बातमी सांगावी, तसा तो माझ्या कानात कुजबुजला. "सोफिया आली आहे!"

हे थोडं विचित्रच म्हटलं पाहिजे. इकडे मी तिला सगळीकडे शोधत फिरत होतो आणि ही मला भेटायला क्लबमध्ये येऊन बसलीय. सोफिया निवृत्त झाल्याला किंवा आमच्यासारख्या क्लबमध्ये यायची बंद झाल्याला कित्येक वर्ष लोटली होती. ती काय करते, हे नक्की कोणालाच माहीत नव्हतं. "एका पैसेवाल्या गुंडाने तिला घरी ठेवून घेतलंय," यावर मात्र सर्वांचं एकमत होतं. ती अधूनमधून इबिझा, मिकोनॉस किंवा मर्दिग्रास येथील धार्मिक स्थळांना भेट देत असे, याचे आमच्या छोट्याशा वर्तुळातील लोकांना आश्चर्य वाटे. सोफियाला ज्या मुली घरी बोलावण्याच्या लायकीच्या वाटत अशा मुलींना तिच्या घरचं आमंत्रण मिळे. त्या मुली उड्या मारत जात आणि परत आल्यावर तिने त्यांची बडदास्त कशी ठेवली, मेजवानीत खायला-प्यायला कशी चंगळ होती, याची सविस्तर चर्चा करत. तिच्याकडून दुसरं आमंत्रण कधी येईल, याची आतुरतेने वाट पाहत. पैसा आणि विलासी जीवनशैलीमुळे सोफियाला अशक्य ते शक्य झालं होतं. आमच्या मुलींना जे मिळवायचं होतं. त्याचं ती जिवंत उदाहरण होती.

तिने आमच्या क्लबला भेट देण्याचा अनुग्रह केल्याला बरीच वर्षं उलटून गेली होती. आमच्या दोघांमधील काही गैरसमजांचा 'पराचा कावळा' झाला होता. कालौघात आमची मैत्री द्राक्षाच्या वेलीप्रमाणे सुकून गेली होती. त्या नात्याचे नीट संगोपन व जपणूक झाली नव्हती. त्यात गावगप्पा आणि चमचेगिरीची भर पडली. आम्हा दोघांचं काही बाबतीत बरोबर होतं, तर काही बाबतीत चूक होतं.

या सर्व गोष्टींचा विचार करता सोफिया माझ्या क्लबवर सहज म्हणून आली असेल, हे पटणं कठीण होतं.

आणखी एक खटकणारी गोष्ट म्हणजे माझी व्हर्जिन मेरी अजून माझ्या समोर आली नव्हती आणि ती लवकर तयार होईल, असं लक्षण दिसत नव्हतं.

माझा असंतोष दर्शविण्यासाठी मी टेबलावर अमेरिकेहून आणलेल्या माझ्या अडीच इंच लांबीच्या कृत्रिम सोनेरी नखांनी वाजवायला सुरुवात केली. काही चूक झालीय का विचारण्यासाठी सुक्रुने माझ्याकडे पाहिलं.

''माझं ड्रिंक... कुठे आहे?''

त्याने खेद व्यक्त केला आणि ताबडतोब ड्रिंक बनवायला सुरुवात केली. ''माझ्या टेबलावर पाठव!'' असं सांगून मी गर्दीत घुसलो.

काय झालंय याविषयी मुलींना अगदीच माहिती नव्हती असं नाही. टीव्ही, हसन आणि गप्पा हे त्यांच्या माहितीचे स्रोत होते, पण त्यात भर घालण्यासारखं त्यांच्याकडे काहीच नव्हतं. ब्युजविषयी बोलताना त्यांचा आवाज खाली जाई, पण त्यांच्या चेहऱ्यावर दु:खी भाव नव्हता. ब्युज कोणाला फारशी आवडायची नाही. जवळची म्हणता येईल, अशी एकही मैत्रीण तिला नव्हती. ती जोडीने काम करत नसे, ती कोणत्याही कार्यक्रमात सहभागी होत नसे किंवा तिला न आवडणाऱ्या पुरुषांबरोबर ती जात नसे. मी पूर्वी सांगितल्याप्रमाणे तिची काही तत्त्वं होती आणि ती स्वत:चा आब राखून होती.

क्लबच्या दुसऱ्या टोकाला उभा असलेला एक माणूस माझ्याकडे बघून हात हलवत होता. तो बिल्कीसचा नवरा फेरूह होता. तो जेव्हा आपल्या बायकोबरोबर नसतो, तेव्हा तो मला चटकन ओळखू येत नाही.

तो थोडा प्यायलेला दिसत होता. त्याने गर्दीतून माझ्या दिशेनं वाट काढायला सुरुवात केली. मी त्याला भेटण्याच्या मन:स्थितीत नव्हतो. मी एका पायावर गिरकी घेऊन विरुद्ध दिशेने जायला सुरुवात केली.

सोफियाच्या टेबलाभोवती खूप गर्दी जमा झाली होती. मी त्यांच्यात घुसलो. मी येताच सर्व जण गप्प झाले. त्यांनी मला रस्ता करून दिला. सोफियाची नि माझी नजरानजर झाली. वातावरणातील ताण सर्वांना जाणवला. जणू एखाद्या चित्रपटालाच तो प्रसंग असावा. आम्ही एकमेकांकडे दृष्टिक्षेप टाकला. आम्ही स्तब्ध होतो.

गर्दीतील लोक श्वास रोखून पाहत होते. आम्ही एकमेकांचा अंदाज घेतला. बापरे! ती काय दिसत होती. कोणाच्याही नजरा वळल्या असत्या. तिने गडद हिरव्या रंगाचा रेश्मी ब्लाउज घातला होता. सिलिकॉनचा इतका योग्य उपयोग दुसऱ्या कोणीही केला नसेल. प्रचलित फॅशनप्रमाणे तिने हेअरस्टाइल करून घेतली होती. त्यासाठी तिला कित्येक तास खर्च करावे लागले असतील. तसेच प्रचलित फॅशनप्रमाणे तिने पांढरट रंगाचा मेकअप केला होता. जणू काही व्होगच्या पानांवरून ती सरळ क्लबमध्ये अवतीर्ण झाली असावी. संभाषणाला सुरुवात करणं, हे यजमान म्हणून माझं कर्तव्य होतं.

"*मरहबा* सोफिया. तुम्हाला आलेलं बघून किती बरं वाटलं म्हणून सांगू." मी मनापासून बोललो. माझ्या घशाला कोरड पडली होती, याचं मलाही आश्चर्य वाटलं.

"स्वीटी..." ती हळूच म्हणाली. किंचित विलग झालेल्या ओठांतून तिची शुभ्र दंतपंक्ती चमकत होती. तिने तिचे दोन्ही हात माझ्या दिशेने पसरले.

आमच्या क्लबमधील बसण्याची आसनं अगदी आरामदायक असली तरी उंचीला कमी होती. त्यामुळे एकदा बसल्यावर चटकन एका झोकात उठणं सोपं काम नसायचं. सोफिया शहाणी होती. तिने तसा प्रयत्नही केला नाही. माझी वाट पाहत, हात फैलावून ती तशीच बसून राहिली. मी तिच्याकडे सरकलो आणि गुडघ्यांवर वाकून तिच्या मिठीत शिरलो. आम्ही आमच्या मेकअपला धक्का न लावता एकमेकांच्या खांद्याची अलगद चुंबनं घेतलं. आलिंगन समारंभ संपला. तणाव भुर्रकन उडून गेला. गर्दीतील लोकांनी सुटकेचा निःश्वास टाकला आणि टाळ्यांचा कडकडाट झाला. उपस्थितांनी आमच्या या मैत्री सोहळ्याच्या केलेल्या स्वागताला आम्हीही हसून दाद दिली.

ओठांचा अर्धवट चंबू करण्याची पद्धत सोफियाने आमच्या मागच्या भेटीनंतर आत्मसात केली असावी. ती काहीही बोलत असो किंवा कोणाकडेही बघत असो, ओठांच्या चंबूमुळे ती नेहमी कोणालातरी चुंबन देत आहे असं वाटायचं.

मी तिच्या कानात कुजबुजलो, "मला तुमच्याशी बोलायचंय. तुम्हाला वेळ आहे का?"

"आत्ताच बोलू या." उठून उभं राहताना तिचं वजन माझ्या अंगावर टाकत ती म्हणाली. माझा जवळजवळ तोल गेला होता. ती सावध होती आणि तिने माझा हात पकडला. दोघा गर्विष्ठ आणि हट्टी राण्यांनी क्षुल्लक कारणावरून तुंबळ लढाई करून आपल्या प्रजेचा सर्वनाश केल्यावर एकमेकांशी शांतीचा तह करावा त्याप्रमाणे आम्ही दोघं हातात हात गुंफून जिन्यावरून माझ्या ऑफिसच्या दिशेने गेलो.

"आपण बाहेर जाऊन बोलू. इथे आपल्याला बोलता येणार नाही," ती म्हणाली. जुन्या नाटकातल्या नायिकांप्रमाणे प्रत्येक शब्द तोलून-मापून बोलण्याची

तिला सवय होती.

"असं का?" मी विचारलं. माझ्या घशाला पडलेली कोरड अजून गेली नव्हती.

"यात केवढा मोठा धोका आहे, याची तुला कल्पना नाही. कारण बऱ्याऽऽच गोष्टी तुला माहीत नाहीत." फ्रान्समधल्या वास्तव्यात 'र'चा उच्चार लांबवण्याची सवय तिने स्वतःला लावून घेतली होती. तिला ते सेक्सी आहे, असं वाटत असलं पाहिजे.

माझ्या चेहऱ्यावरचे भाव कसेतरीच असावेत. "हसनने मला सगळं सांगितलं. तुम्ही माझ्याकडे आलात. मी बाहेर होते. नंतर मला सगळं कळलं. ब्युजच्या बाबतीत मी थोडी दुर्दैवी ठरले. नंतर मला वाटलं की, हे खूप महत्त्वाचं आहे. पण घाबरून जायचं कारण नाही किंवा कदाचित तसं कारण असेलसुद्धा. ते तुमच्या बघण्याच्या दृष्टिकोनावर अवलंबून आहे. म्हणून मग मी माझ्या घरून तुला भेटायला इथे आले."

तिचं म्हणणं अनाकलनीय असलं, तरी मांडणी खूप सुंदर होती आणि तिने मला काहीच सांगितलं नव्हतं. बोलताना तिचे डोळे कधी मोठे होत, तर कधी बारीक. प्रत्येक शब्द ठाशीव असायचा आणि त्यात एक दुसराच अर्थ लपलेला असायचा. अर्धवट वाक्यांमध्ये सोडलेल्या अंतरामुळे होणारा परिणाम विलक्षण असायचा.

"ब्युजने तुम्हाला काय सांगितलं होतं?" मी विचारलं.

"तिने तुला जे सांगितलंय ते जास्त महत्त्वाचं आहे."

मला वाटलं होतं तसंच, आम्ही जेथून सुरुवात केली तेथेच परत आलो.

सोफियाने आपल्या छोट्याशा हँडबॅगेतून लांब व बारीक आकाराची मोअर या ब्रँडची सिगारेट काढली. आपल्या हिरेजडित लायटरने ती पेटवली आणि माझ्याकडे रोखून पाहिलं. तिच्या या क्रियेत विलक्षण सफाई आणि नाटकीपणा भरलेला होता.

"मी थांबलेय. तू चालू कर."

इंग्लंडच्या राणीच्या तोऱ्यात जर कोणी वागायला लागलं, तर मला जेवढा राग येतो; तेवढा दुसऱ्या कशानेही येत नाही. सोफिया तिला हवं तेच करत होती.

"त्या दिवशी सकाळी मला भेटायला ब्युज आली होती. तुम्ही नव्हे." मी सुरू केलं.

"म्हणूनच तर मी म्हणतेय की, तुला माझ्यापेक्षा जास्त माहिती आहे. आता मला सगळं सांग."

मी फाफटपसारा गाळायचं ठरवलं. माझ्याकडे जी थोडीफार माहिती होती ती मी एकत्र गोळा केली आणि जे घडलं ते सांगायला सुरुवात केली. सबीहाच्या वरच्या मजल्यावर सापडलेल्या मृतदेहाबद्दल सांगायचं मी टाळलं. काहीही हालचाल न करता ती लक्षपूर्वक ऐकत होती. तिच्या हातातल्या सिगारेटच्या टोकावर राख जमा होत होती. जेव्हा सिगारेट अर्धी झाली, तेव्हा मी थांबलो.

"मला वाटलं होतं त्यापेक्षा हे भयंकर आहे," ती म्हणाली.

तिने क्षणभर विचार केला किंवा विचार करण्याचं नाटक केलं. नंतर डोळे बारीक करून तिने बोलायला सुरुवात केली.

"हे बघ, प्रसंग आपल्याला वाटतो त्यापेक्षा जास्त नाजूक आणि गुंतागुंतीचा आहे. अजून तुम्हाला माहीत नाहीत, अशा बऱ्याच गोष्टी आहेत. तू जे सांगितलंस त्यावरून असं दिसतंय की, आता धोका वाढायला लागलाय. त्यात एक खून झाल्यामुळे भर पडलीय. याचा अर्थ असा आहे की, मलाही धोका आहे. तसं बघायला गेलं तर तुलाही. कदाचित अजून नसेल... तर लवकरच."

तिने खुर्चीत थोडंसं सरकून बसून एक नाटकी पोज घेतली. हनुवटी उंचावून वर बघत तिने धुराचा एक लोट छताकडे सोडला. असं वाटलं की, तिला काहीतरी सांगायचं असावं, पण काय ते मला कळेना. मला अचानक तिची दया आली.

"मला अजून एक अक्षरसुद्धा कळत नाही."

"तुला ते कळेल असं मला वाटतही नाही." तिने अधिक नाटकीपणे हात हवेत फेकला आणि पुढे म्हणाली, "तू थोडं सबुरीनं घेतलंस, तर आपल्यापुढे काय वाढून ठेवलंय ते तुझ्या ध्यानात येईल."

काहीही न सांगता तिने सगळं सांगितल्याचा आव आणला होता.

"तो फोटोतला माणूस कोण आहे? त्या पत्रांमध्ये काय लिहिलं आहे? किमान एवढ्या दोन गोष्टी तरी मला सांगशील का?"

तिच्या डोळ्यांतले भाव बदलले. बहुधा असले फालतू प्रश्न तू मला का विचारतो आहेस, असं तिला विचारायचं असावं.

"मला वाटलं की, ते फोटो तुम्ही पाहिले असतील किंवा ब्युजने तुम्हाला काहीतरी सांगितलं असेल."

शांतता, ताण, अपेक्षा. ती या सगळ्या गोष्टींना पुरून उरली.

"हे बघ," ती म्हणाली. तिने पुन्हा डोळे बारीक केले, "तो कोण आहे, ते मला ठाऊक आहे. पण ते तुला सांगितलं तर ती घोडचूक होईल. तो कोणी साधासुधा माणूस नाही."

"अयोल! कोण आहे तो एवढा? राष्ट्राध्यक्ष की पंतप्रधान? अमेरिकन राष्ट्राध्यक्ष?"

लहान मुलांच्या प्लॅस्टिकच्या बाहुल्यांतून जसा आवाज येतो, तसा आवाज आला आणि मी गप्प बसलो. तोंड न हलवता सोफिया विविध प्रकारचे आवाज काढू शकत असे.

"तू अगदीच भोळाभाबडा आहेस!"

मी चांगलाच सावध होतो. ती मला गोंधळात टाकण्याचा प्रयत्न करीत होती याची मला पूर्ण कल्पना होती आणि तिला ते बऱ्यापैकी जमत होतं.

तिची सिगारेट संपली. इकडेतिकडे पाहिल्यावर ॲशट्रे दिसला नाही म्हणून तिने त्याचं थोटूक जमिनीवर टाकलं आणि आपल्या उजव्या टाचेने विझवलं. ती उठली आणि आपला लांब स्कर्ट सावरत क्लबच्या बाहेर जायला निघाली. दोन पावलं पुढे गेल्यावर ती मागे वळली आणि मोठे डोळे करून तिने एक मोलाचा सल्ला दिला :

"ब्लॅकमेल हा एक मोठा धंदा आहे. खूप धोकेबाज. जपून राहिलेलं बरं. तुम्हा सगळ्यांना मिळून काम करावं लागेल."

तिने बारीक डोळे करून माझ्याकडे निरखून पाहिलं. माझ्या नाकावर बोट ठेवून ती म्हणाली.

"काहीही असलं तरी तू मला आवडतोस." लयीचं एक संपूर्ण आवर्तन पूर्ण होईपर्यंत थांबून समेवर येत ती म्हणाली, "माझं ऐकणार असशील तर या लफड्यापासून चार हात दूर राहा."

ती मागे वळली आणि गेली.

बारा

सोफियाने जे सांगितलं त्यावर दोन-तीन ड्रिंक्स घेऊनही मी काहीच विचार करू शकलो नव्हतो. तिची अदाकारी आणि पेशकारी एवढी खिळवून ठेवणारी आहे की, प्रथमदर्शनी त्याच्या पलीकडे जाऊन विचारच करता येत नाही. सोफियानं अगम्य आणि गूढ स्त्रीची भूमिका रंगवण्याचं कौशल्य चांगलंच आत्मसात केलं होतं.

तिच्या या कौशल्याची तारीफ करावी की, हेवा हे मला कळत नव्हतं. पण तो एक विचार करण्यासारखा विषय होता.

सोफियाने सांगितलेल्या गोष्टींमुळे मी चकित झालो होतो. मी अगदी गळून गेलो होतो आणि क्लब बंद होईपर्यंत बसणं मला शक्य नव्हतं. त्यात भर म्हणजे बिल्कीसचा नवरा फेरूह अजूनही क्लबमध्येच होता. तो एवढा प्यायला होता की, त्याचा तोल जात होता आणि त्याला धड बोलताही येत नव्हतं. पण त्याला तेच करायचं होतं. आम्ही मित्रांना बिलामध्ये जी सवलत देतो, त्याचा चांगलाच फायदा त्याने घेतलेला दिसत होता.

"ही खूप महत्त्वाची गोष्ट आहे." तो ठासून सांगत होता. "मला फक्त तुमच्या एकट्याशी बोलायचं आहे."

बोलताना त्याची नजर ठरत नव्हती. त्याला घाम सुटला होता. आमच्या मुलींवर त्याचा डोळा असतो, हे सर्वांना माहीत होतं. बिल्कीसला जर कळलं असतं की, ती नसताना फेरूह या मुलींच्या मागे लागतो, तर तिचा केवढा जळफळाट झाला असता. मी त्याला कुनेतच्या हाती सोपवला. त्याने त्याला टॅक्सीत घातलं आणि घरी पाठवलं.

मला आणखीन दारू प्यायची होती. मी क्लबमध्ये एक तत्त्व म्हणून सहसा दारू पीत नाही. पण जेव्हा थोडीशी प्यावीशी वाटते, तेव्हा उपयोगी पडावी म्हणून ॲबसोल्युटची एखादी बाटली आणि चांगल्या वाइन्सचा साठा माझ्याकडे नेहमी असतो. वाइनवर भागलं नसतं म्हणून मी व्होडकाची बाटली उघडली.

आदल्या दिवशी सापडलेल्या वस्तू मी समोर मांडल्या आणि त्यांचं वर्गीकरण करायला सुरुवात केली. ॲबसोल्युट व्होडकाचा आस्वाद घेत-घेत माझ्या गतस्मृती चाळवल्या गेल्या आणि सर्वांग शिथिल झालं. पाचवा पेला रिचवल्यावर माझ्या अगोदरच बिघडलेल्या मन:स्थितीचा पार चुथडा झाला. हे एक चांगलं लक्षण होतं. मी शाळेत असताना खूप मेहनत घेऊन बनवलेली माझी वही काढली. त्या वहीच्या प्रत्येक पानावर मी सुंदर स्त्रिया आणि देखण्या पुरुषांचे फोटो चिकटवले होते. ते फोटो मी प्लेगर्ल या बंदी असलेल्या मासिकातून गुपचूप कापून वहीत चिकटवले होते. सातव्या पेगनंतर माझं मन स्फटिकासारखं स्वच्छ झालं. ती चिकटवही पाहून आमच्या साहित्याच्या शिक्षकांनी माझ्या थोबाडीत एक सणसणीत ठेवून दिली होती, तो प्रसंग माझ्या नजरेसमोर तरळला. मला तिचं नाव आणि चेहरा दोन्ही स्पष्टपणे आठवत होतं. शिवाय सारखी इस्त्री करून चकाकणारा तिचा तो खाकी स्कर्ट! तोच स्कर्ट ती नेहमी घालायची.

मी माझा जुना पासपोर्ट चाळून पाहिला. त्याच्या प्रत्येक पानावर कॅन्सल्डचा शिक्का मारलेला होता. पॅरिसच्या कॅबरे स्टेजवरील माझ्या अनुभवातल्या त्या सगळ्या जुन्या बारीकसारीक आठवणी जाग्या झाल्या. सोफियाने आज जशी केशरचना केली होती त्या प्रकारचा टोप मी त्या वेळी वापरला होता. माझा मेकअप अगदी उत्कृष्ट झाला होता, पण माझा शो मात्र आपटला होता. त्या काळी एखाद्या प्रसिद्ध पॉप गाण्यावर ओठ हलवत नाचण्याची पद्धत होती. मूळ गाण्यातील नृत्याचीच आम्ही नक्कल करत असू. प्रेक्षकांना काहीतरी अचकट विचकट बघायला हवं होतं. पण त्यावेळेला मी गायक होण्याच्या धडपडीत होतो. माझा वेष अत्याधुनिक पद्धतीचा असला तरी अगदी साधा आणि औपचारिक होता. त्यामुळे आमचा शो आपटला. यात तसं आश्चर्य नव्हतंच.

पण सोफिया मात्र खरीखुरी साम्राज्ञी होती. तिला पाहून दालिदा आणि सिल्विया वर्तन या दोन प्रख्यात गे तारकांची आठवण होई. फक्त तिच्यासाठी म्हणून येणाऱ्या लोकांसाठी एक खास टेबल राखून ठेवलेलं असे. बाकीच्या मुली गिऱ्हाइकांमध्ये मिसळून कोणी आपल्याला ड्रिंक पाजतंय का याची चाचपणी करत हिंडत, पण सोफियाच्या टेबलावर तिचा दरबार भरत असे.

सोफियानेच माझी निवड केली होती. ती बोद्रुममध्ये सुटीसाठी आली असता आमची भेट झाली. मी तेव्हा तरुण आणि खूप सडपातळ होतो. काहीही करण्याची माझी तयारी होती. जीवनाचा शक्य तितका उपभोग घेण्याची लालसा होती. माझ्या उत्साहाने खूश होऊन ती पॅरिसला गेली तेव्हा माझ्यासाठी तिने एका कॅबरे शोचं आयोजन केलं. माझी कॅबरेमधील कारकीर्द फक्त 'पाच रात्री' एवढीच टिकली. माझ्या शेवटच्या शोनंतर अक्षरश: क्लबच्या मालकाने मला हाकलून दिलं. मी

सोफियाबरोबरच राहत होतो. सकाळी तिने माझी चांगलीच खरडपट्टी काढली.

"तू माझी लाज काढलीस," तिने सुरुवात केली. "तुझ्यामुळे तुर्कांचं नाक कापलंस. आपण आपल्या देशाचे एक प्रकारचे राजदूत असतो. त्या ट्युनिशिया आणि अल्जेरियातील मुलींकडे बघ. कशा एकमेकींना सांभाळून असतात. पोर्तुगीज... तुझ्याबद्दल सांगायचं झालं, तर तू आपला देश आणि तुर्की स्त्रियांचं प्रतिनिधित्व करायला सर्वस्वी नालायक आहेस. तुझी इथे राहण्याचीसुद्धा लायकी नाही. तुझं मी केवढं कौतुक करत होते. तुझ्याकडून मला केवढी अपेक्षा होती. वाटायचं की एके दिवशी तुला माझ्या खालोखाल मान मिळेल. पण तसं घडलं नाही... तसं घडणारही नव्हतं. आपला अगदी सपशेल पराभव झालाय."

ते बरोबर होतं. मला त्या महानाट्यातला शब्दन्‌शब्द आठवत होता. अचानक त्यात राष्ट्रवाद घुसला. *अयोल,* सोफिया कोणत्या हक्काने तुर्कस्तानचं प्रतिनिधित्व करणार होती? तुर्की स्त्रियांचं प्रतिनिधित्व आणि मी. याच्यापेक्षा मोठा विनोद तो कोणता असू शकेल? तुर्की स्त्रिया म्हणताच, मला अतातुर्कची आई – कादंबरीकार हलिदा एदिप आणि १९५२मधली मिस युरोप गुन्सेली बसार अशा महान हस्तींची आठवण होई. त्यांच्या तुलनेत मी अगदीच क्षुद्र होतो.

मला माझं सर्व सामान बांधून तिनं मला ताबडतोब तुर्कस्तानात परत जायला सांगितलं. मी ती सूचना पाळली.

त्यानंतरच्या रात्री मी सोफियाला स्टेजवर पाहिलं ते शेवटचं. सिल्विया वर्तनने 'कम ऑन गरकाँ' या सिनेमात जी तरुण मुलाची भूमिका केली होती, त्याची ती नक्कल करत होती. दुसऱ्या शब्दांत सांगायचं झालं, तर एका स्त्रीने जी पुरुषाची भूमिका केली होती, त्याची नक्कल एक स्त्रीवेषातील पुरुष करत होता. ती निगेटिव्हवरून केलेल्या पॉझिटिव्हची निगेटिव्ह... किंवा तसंच काहीतरी होतं. किंवा एका आरशातील प्रतिबिंब दुसऱ्या आरशात घेण्यासारखं होतं, पण ते अतिशय विनोदी होतं, यात संशय नव्हता. प्रेक्षकांचं हसून-हसून पोट दुखलं. प्रत्येक वाक्याला टाळ्यांचा कडकडाट झाला. शोच्या शेवटी तिने घातलेले सस्पेंडर्स 'चुकून' सुटले आणि तिची ट्राउझर खाली घरंगळून तिच्या अन्डरपँटची लेस दिसली. प्रेक्षकांनी हॉल डोक्यावर घेतला. पडदा पडला. कर्टन कॉल घेण्यासाठी ती खाली घरंगळणारी ट्राउझर सावरत दुडक्या चालीने आली. नंतरच्या प्रत्येक कर्टन कॉलला ट्राउझर जास्तच घसरत गेली आणि तिची अन्डरपँट स्पष्ट दिसू लागली. प्रेक्षकांना अभिवादन करण्यासाठी तिने दोन्ही हात उंचावले, पण होणारी फजिती लक्षात येताच तिने दोन पायांच्या दुबेळक्यात घसरणारी ट्राउझर पकडली. पुन्हा टाळ्यांवर टाळ्या. वन्स मोअरची मागणी. पाठीमागे वळून आपल्या उघड्या पडलेल्या नितंबांचं प्रदर्शन करून तिने आपल्या प्रयोगाची सांगता केली. तिच्या

डाव्या नितंबावर लाल रंगात रंगवलेली ओष्ठद्वयाची खूण पाहून पुढच्या रांगेतल्या प्रेक्षकांनी टाळ्या आणि शिट्यांचा कहर केला.

सोफिया तेव्हासुद्धा बऱ्याच गोष्टी लपवून ठेवायची. मी जे दोन आठवडे तिच्याबरोबर होतो, त्यात बऱ्याच वेळा तिला भेटायला चित्रविचित्र माणसं येत. त्यांना ती ''ही खूप घाई होत आहे'' किंवा ''मला समजून घ्यायला थोडा वेळ हवा आहे,'' असं काहीतरी बोलून वाटेला लावत असे. कधीकधी ती माझी त्यांच्याशी गाठ घालून देत असे. त्यात तिला दोन पैसे सुटत असत, पण ती माणसं कोण आहेत, त्याचा पत्ता तिने मला कधीच लागू दिला नव्हता.

या जुन्या आठवणी उकरून काढण्याची गरज मला का वाटली, ते सांगता येत नाही. माझं मन खिन्नता आणि संतापाने भरून गेलं. माझ्या तारुण्याकडे मी प्रेमाने हळुवारपणे पाहत होतो. पण त्या वेळी अजाणतेपणी केलेल्या चुकांचं आता मला वाईट वाटत होतं. माझे डोळे अश्रूंनी भरून आले. सोफियाबद्दल मला खूप आदर होता. अजूनही ती मला प्रभावित करते किंवा असं म्हणता येईल की, मी स्तिमित होतो आणि गोंधळून जातो. पण तिची बरोबरी करावी, असं आता मला वाटत नाही. जशी वर्षं गेली तसे आम्ही एकमेकांपासून दूर गेलो. तिने तिची शैली अधिक विकसित केली आणि मी माझी. या दोन शैली एकमेकांपासून कित्येक योजने दूर आहेत.

पण आज तिने मला घाबरून सोडलं होतं, हे खरं. तिने सांगितल्याप्रमाणे ब्लॅकमेलच्या व्यवसायात संघटित गुन्हेगार उतरले होते आणि सोफिया यात पूर्णपणे गुरफटली होती. 'मी घाबरली आहे,' असं सांगून तिने एक प्रकारे कबुलीच दिली होती. याचा अर्थ घडणाऱ्या गोष्टी तिच्या ताब्यात नव्हत्या आणि ती केवळ एक प्यादं असण्याची शक्यता होती.

सोफियाकडून अधिक माहिती मिळण्याची सुतराम शक्यता नव्हती. तिच्या मुलींनीसुद्धा काहीही सांगितलं नसतं. विशेषतः मला!

व्होडकामुळे मला झोप लागायला मदत झाली.

तेरा

मला खूप लवकर जाग आली. सकाळच्या कॉफीचे घोट घेता-घेता आता काय करता येईल, त्या पर्यायांवर मी विचार करू लागलो. (अ) वाट पाहणे (ब) सबीहा हनीमच्या घरात प्रवेश करण्याचा मार्ग शोधणे (क) सोफियाला भेटणे. ती भेटली नाहीतर तिला शोधणे (ड) एखादी असंबद्ध गोष्ट करणे. उदाहरणार्थ – घरातला पसारा आवरणे.

यातल्या कोणत्याही पर्यायात फारसा दम नव्हता. मी वर्तमानपत्रावरून नजर फिरवली. ब्युज ऊर्फ फेज़वीच्या खुनाची बातमी एका कोपऱ्यात, तीसुद्धा उशिराने आली होती. सोबत छापलेला फोटो फेज़वीच्या ओळखपत्रावरून घेतलेला होता. त्यात ती एखाद्या भित्रट माणसासारखी दिसत होती.

कोकामुस्तफापाशातील खुनाची अजून कोणीही दखल घेतली नव्हती. मी श्रद्धांजलीचं सदर पाहिलं. त्यात विशेष काही नव्हतं.

मुलींपैकी कोणीही एवढ्या लवकर उठण्याची शक्यता नव्हती. या रातराण्यांचा दिवस लवकरात लवकर म्हणजे दुपारी बारा वाजता उगवतो. 'विश ॲन्ड फायर'शी अजून रीतसर करार झाला नव्हता. म्हणून त्यांच्या कामाला सुरुवात करण्याची गरज नव्हती. करारावर सही झाल्याशिवाय कुठल्याही प्रकल्पाच्या कामाला हात लावायचा नाही, हे मी मला आलेल्या कटू अनुभवांवरून शिकलो होतो. खरं सांगायचं म्हणजे घसघशीत रक्कम हातात पडल्यावरच मी त्या कंपनीचं काम मनावर घेत असे.

रीमोट कंट्रोल घेऊन मी टीव्हीवरचे सकाळचे कार्यक्रम चाळू लागलो. स्टुडिओमध्ये प्रेक्षक म्हणून आलेल्या बायकांना बघून मला गोबऱ्या गालांच्या सौभाग्यवतींची आठवण झाली. आज सकाळीच त्यांना भेटायला हवं. काल जिचा थांगपत्ता लागत नव्हता, ती सबीहा हनीम आज कदाचित परतली असेल.

त्या घरातल्या आगाऊ मुलीसाठी आणि मला वाटेत खाण्यासाठी मी एक-एक भलं मोठं चॉकलेट घेतलं आणि मुलीच्या आईसाठी कोपऱ्यावरच्या दुकानातून एक ताजा केक घेतला. फेज़वीविषयी त्यांनी जे सांगितलं होतं, त्यानंतर त्या घरात

रिकाम्या हाताने जाण्याची माझी छाती नव्हती.

सबीहा हनीम जर सुखरूप परत आली असेल, तर तिच्यासाठी म्हणून काहीतरी घेतलं तर बरं दिसेल, असं नंतर माझ्या लक्षात आलं. फुलं घेण्याचा माझा पहिला विचार मी झटकून टाकला. फुलं कितीही सुगंधी असली, तरी आंधळ्या व्यक्तीला ती आवडण्याची फारशी शक्यता नव्हती. आंधळ्या व्यक्तीला मी यापूर्वी काय भेट दिली होती, ते मी आठवण्याचा प्रयत्न केला. पण तशी वेळ माझ्यावर आली नव्हती. वयस्कर लोकांची म्हणून जी दुखणी असतात, उदाहरणार्थ – मधुमेह, उच्च रक्तदाब, कोलेस्टेरॉल, रक्तवाहिन्यांचं काठिन्य, ठिसूळ हाडे त्यानुसार मिठाई, चॉकलेट, पेस्ट्रीज वगैरे भेटवस्तूंची नावं यादीतून बाद केली. कलोन! सापडलं. पूर्वीच्या काळी भेट देताना लोक कलोन द्यायचे. विशेषत: सणासुदीच्या दिवसांत कलोनच्या बाटल्यांची देवाणघेवाण व्हायची.

वाटेतल्या पहिल्या केमिस्टकडून मी लव्हेंडर कलोनची एक बाटली घेतली. लेमन कलोनने मला बहरून येतं. जर सबीहा हनीमला मी भेट देऊ शकलो नाही आणि बहुतेक ती शक्यता होती. तर ती बाटली मला स्वत:ला वापरता आली असती. मी ती सोनेरी कागदात छानपैकी बांधून घेतली. छान दिसण्यासाठी केलेला प्रयत्न किती निरुपयोगी आहे, हे नंतर माझ्या लक्षात आलं.

मी टॅक्सी स्टँडवर गेलो आणि समोर आलेल्या पहिल्या टॅक्सीत बसलो. ड्रायव्हरने 'वेलकम ॲबी' म्हणून माझं स्वागत केलं. मी त्याला टेक्सॉय अपार्टमेंटचा पत्ता सांगितला. उतरल्यावर माझ्या लक्षात आलं की, हुसेयीनने त्याची टॅक्सी काल याच अर्धवट जळक्या इमारतीसमोर उभी केली होती. मला काल जो जळका वास आला होता, त्याचा उगम हा होता तर! मी उगाच बार्बेक्यू पार्टीला दोष दिला.

खालच्या मजल्यावरच्या घरातील एक अजागळ दिसणारी बाई खिडकीत उशी ठेवून त्यावर आपलं मोठं ढुंगण ठेवून बसली होती. विणकाम करता-करता ती रस्त्याच्या पलीकडच्या बाजूच्या इमारतीतील पहिल्या मजल्यावरच्या बाल्कनीत कपडे वाळत घालणाऱ्या बाईशी गप्पा मारत होती. गप्पांचा विषय नुकत्याच वाळत घातलेल्या उशीच्या अभ्रावरील भरतकाम हा होता. त्या अजागळ बाईला भरतकामाचा तो नमुना आवडला होता आणि तिला त्या नमुन्याची नक्कल करण्यासाठी तो उशीचा अभ्रा वाळल्यावर हवा होता. ज्याची एवढी तारीफ होत आहे, ते भरतकाम मान वर करून पाहण्याचा मोह मला आवरला नाही. ते अगदीच भिकार होतं. त्याची नक्कल करण्याची तर मुळीच आवश्यकता नव्हती. खरं सांगायचं, तर तसल्या भिकार भरतकामावर कायद्याने बंदी घालायला पाहिजे होती.

मी त्यांच्या इमारतीत शिरत आहे, हे त्यांच्या लक्षात आल्यावर त्यांनी मला आपादमस्तक न्याहाळले; पण त्या काही बोलल्या नाहीत. माझ्या पाठीवर त्या काय

बोलतील, याचा विचार माझ्या मनात आला. पण मी पटकन जिना चढून पहिल्या मजल्यावर गेलो. जिन्याशेजारचा दरवाजा त्या जाड्या कुटुंबाचा होता. सबीहा हनीमने थोडी वाट पाहिली असती, तरी हरकत नव्हती. मी चॉकोलेट आणि केक काय उगाच घेऊन आलो नव्हतो. मला ठाऊक होतं की, दरवाजा ताबडतोब उघडेल. तरीही मी बेल जोरात वाजवली.

मी बटनावरचं बोट उचलायच्या आतच दरवाजा उघडला गेला. आईच्या दोन पायांमधून ती कुरळ्या केसांची कारटी डोकावून पाहत होती. मला बघताच आईच्या चेहऱ्यावरचं हसू गेलं. तिने टीव्हीवर ती बातमी ऐकली असावी.

"*मरहबा*... तुम्ही आहात तर!"

"काल रात्री इथे एवढी गडबड होती. त्यात सबीहा हनीम काही मला भेटल्या नाहीत... तुम्हाला चहाबरोबर खायला होईल म्हणून केक आणलेयत आणि या छोटीसाठी चॉकोलेट... घे. लाजू नकोस."

"हां. आत या," दरवाजा पूर्ण उघडला. "माझं चित्त थाऱ्यावर नव्हतं. मी काय करतेय तेच मला कळत नाही. फेज़वीचं काय झालं, ते तुम्हाला माहीत असेलच. माझा विश्वासच बसत नाही. एका दिवसात दोन खून. असं पूर्वी कधीच झालं नव्हतं. माझ्या मनाला एवढं लागेल, असं मला वाटलं नव्हतं."

तिला हे सगळं सांगायला जेवढा वेळ लागला तेवढ्या वेळात मी तिने दाखवलेल्या सोनेरी स्लीपर्स घालण्यात यशस्वी झालो. तिने मला देण्यासाठी म्हणून ज्या प्रकारच्या स्लीपर्स निवडल्या होत्या त्यावरून तिला माझ्याबद्दल काय वाटतं, ते कळत होतं. मला बडबड करणारी माणसं आवडतात. विशेषत: जेव्हा मी त्यांच्याकडून काही उपयुक्त माहिती काढण्याच्या प्रयत्नात असतो तेव्हा!

मी आत गेलो आणि बसलो. केक तसाच कॉफी टेबलवर पडला होता.

"काल रात्रीच तुम्हाला हे सगळं ठाऊक होतं, पण तुम्ही आम्हाला काही सांगितलं नाहीत. मी फेज़वीबद्दल म्हणतेय. तुम्ही सांगितलं असतं, तर नंतर ती बातमी ऐकताना आमच्या मनाची तयारी झाली असती. तुम्ही काल सबीहा हनीमच्या शोक समाचाराला आले असणार. तुम्ही मैत्रीला जागलात. अल्ला करो आणि तुमच्यासारखे मित्र सर्वांना मिळोत. म्हणतात ना कठीण समय येता कामास येतो तोच खरा मित्र."

तिच्या फुफ्फुसांची क्षमता विलक्षण होती. एवढं सगळं ती एका दमात बोलली. मी सहानुभूतीने ऐकत होतो, आणखी काहीतरी बाहेर येईल म्हणून.

मी तिच्या डोळ्यांत पाहिलं आणि नजर हळूच त्या केकच्या खोक्याकडे वळवली. तिने खुर्चीतून टुण्णकन उडी मारली.

"एय, मला माफ करा. मी केक विसरले. मी तो चहाच्या किटलीवर ठेवून

देते, म्हणजे चहा तयार होईपर्यंत तो गरम होईल. मला तुम्हाला काही प्रश्न विचारायचे आहेत.''

''मलाही तुम्हाला काही प्रश्न विचारायचे आहेत.''

कोपऱ्यातल्या टेबलावर बऱ्याच फोटो फ्रेम्स होत्या. त्या सर्व फोटोंत वधूवरांचा स्टुडिओत घेतलेला एक फोटो होता. छायाचित्रकाराने त्या फोटोवर लाल गुलाबांचा फोटो सुपरइंपोज केला होता. तिने नेहमीचा नाईटिंगेल हेडड्रेस परिधान केला होता. तिच्या हसऱ्या चेहऱ्यावर नवरा मिळवल्याचा गर्व होता. त्या वेळीसुद्धा तिचे गाल गोबरे आणि गुलाबी होते. लग्नाच्या फोटोच्या शेजारी रडव्या चेहऱ्याच्या एका अर्भकाचा फोटो होता. जी छोटी मुलगी माझ्या प्रत्येक हालचालींवर नजर ठेवून होती ती खट्याळपणे हसत म्हणाली, ''ती मी आहे.''

साइडबोर्डवर आणखी एक मोठी फ्रेम होती. त्यात असलेल्या फोटोतील बहुतेक सर्वांनी डार्क सूट घातला होता. त्या फोटोत कुटुंबप्रमुख एका राजकीय नेत्याशी हस्तांदोलन करत होता. त्याचा राजकारणातील रस त्याच्या नोकरीतील कारकीर्दीशी संबंधित असावा. जे सनदी नोकर राजकीय पक्षाशी हातमिळवणी करत नाहीत, त्यांची रवानगी सहसा ग्रामीण भागात केली जाते.

ती फ्रेम एका बाजूला थोडी कलली होती. मला अशा गोष्टी मुळीच सहन होत नाहीत. ती नीट करायला उठण्यापूर्वी मी एक क्षणभर घुटमळलो. त्या मुलीच्या दक्ष नजरेखाली ती फ्रेम बोटाने नीट करून मी खाली बसलो.

ही बैठकीची खोली अशा प्रकारच्या इतर खोल्यांपासून एकाबाबतीत वेगळी होती. इथे भरतकाम अथवा विणकामाचा एकही नमुना भिंतीवर टांगलेला नव्हता. मी मनातल्या खातेवहीत नोंद करून ठेवली. स्वयंपाकघरातील नळाच्या पाण्याचा आवाज बंद झाला आणि गोबऱ्या गालांच्या सौभाग्यवती बाहेर आल्या आणि माझ्यासमोर आपला झगा सावरत स्थानापन्न झाल्या.

''मला तुम्हाला एक सांगायचंय. चहा करता-करता मी विचार करत होते की, याची खरंच गरज आहे का? पण नंतर विचार केला की, सांगितलेलं बरं. तुम्हाला माहीत आहे, सबीहाचा पत्ताच लागत नाहीये.''

मोठ्या डोळ्यांनी माझ्याकडे बघत ती माझ्या प्रतिक्रियेची वाट बघत होती.

''हे विचित्रच आहे,'' मी आश्चर्य दाखवून तिला पुढे सांगायला उत्तेजन दिलं.

''तसंच आहे. तिला काही झालं असतं तर मला कळलंच असतं, पण तिने काहीही कळवलेलं नाही. ती मला सांगितल्याशिवाय कुठेही जात नाही. देव करो नि ती सुखरूप असो. ती कुठे गेली असेल? तुम्हाला काय वाटतं?''

मी उत्तर दिलं नाही. फक्त डोकं हलवलं.

''माझं मन चौकस आहे. म्हणजे मला प्रत्येक गोष्टींचं कुतूहल वाटत असतं.

हे असं का, कुठे, केव्हा असे प्रश्न मला सारखे सतावत असतात. त्या टीव्ही मालिकांतल्या स्त्री गुप्तहेरांच्या जागी मी स्वत:ला बघत असते आणि खून वगैरे झाला असेल, तर मी त्यांच्या जागी असते तर काय केलं असतं, हे शोधण्याचा प्रयत्न करते आणि इथे तर प्रत्यक्षात एक सोडून दोन खून झालेयत. वरच्या मजल्यावरच्या हमियेत हनीमचं प्रकरण लक्ष घालण्यासारखं आहे. तिचा मुलगा अगदी नालायक आहे. दारू पितो, मादक द्रव्य घेतो. तो आईला पैशांसाठी मारहाण करायला कमी करत नसे. माझा त्याच्यावरच संशय आहे. मी पोलिसांना तसंच सांगितलंय. दुसरं कोण असणार? तुम्हाला काय वाटतं?''

हा एक नाट्यपूर्ण प्रश्न होता. स्वगत संवादात बदलण्यासाठी विचारलेला.

या दोन्ही खुनांनी अजिबात गांगरून न जाता ती शांतपणे आपल्या गुप्तहेर कथांच्या कल्पनाविलासात गुंगून गेली होती.

''पण ते असू द्या. या सगळ्या फालतू गोष्टी सांगून मला तुम्हाला त्रास द्यायचा नाही. तुम्ही तर हमियेत हनीमला ओळखतही नव्हता. तुम्ही मला अडवलं नाहीत, तर मी आपली बडबडतच राहीन. मला बोलायला कोणताही विषय चालतो. हमियेत हनीमवर खूप बोलून झालं. आता आपण फेज़वीविषयी बोलू या. तुम्ही तिला काय हाक मारायचा, फेज़वी की ब्युज? मला फेज़वीची सवय झालीय, ती आता मोडणं कठीण जाईल. पण तिला मी कोणत्या नावाने हाक मारत होते, याला आता काहीच अर्थ राहिलेला नाही. ती स्त्री झाल्यानंतर मला म्हणाली होती की, ''आता फेज़वी नावाचं कोणी नाही, मी त्याला पुरलंय. मी ब्युज आहे. पण आता फेज़वी काय किंवा ब्युज काय काहीच फरक पडणार नाही.''

''मी तिला ब्युज म्हणून ओळखत होतो.''

''मग ठीक आहे. मीही ब्युज म्हणेन.'' ती लहान मुलीकडे वळली. ''तो अंगठा चोखायचा बंद कर पाहू. काढ तो तोंडातून. तुझा हा दादा काय म्हणेल, याचं तुला काही वाटतं का? तुझ्या जागेवर जाऊन बस. शहाणी मुलगी आहेस ना? मग तुझ्या आईला बरं वाटेल असं वाग. ती शहाणी मुलगी आहे ना, *ॲबी?*''

ॲबी दादा म्हणजे मी सोडून दुसरं कोणी नव्हतं.

''चांगली मुलगी आहेस,'' मी म्हणालो. आईने असे संस्कार केले, तर मोठेपणी ही मुलगी कशी होईल, याचा विचार करण्याचा मोह मला आवरता आला नाही.

''काल तुम्ही गेल्यावर पोलीस आले. बिचाऱ्या हमियत हनीमच्या आत्म्याला शांती मिळो!''

असं म्हणताना तिने बोटाने कपाळाच्या मध्यावर खूण केली.

''ती थोडी हट्टी बाई होती. खरं बघायला गेलं, तर तिचा स्वभाव विचित्रच होता. कदाचित म्हातारपणामुळे असेल. मला इथे कितीसे शेजारी आहेत. त्यात ती

चांगली शिकलेली होती. त्यामुळेच तिची जीभ तिखट होती. तिला वाटायचं की, सगळी अक्कल काय ती तिलाच आहे. ती सगळ्यांना शिकवत असायची. तुमच्या लक्षात आलं असेल... इमारतीतील सगळे लोक तिच्या विरोधात होते. पहाटेपर्यंत आमची चौकशी चालू होती. माझा नवरा कोर्टात काम करतो. त्यामुळे त्यांनी थोडक्यात आटपलं. पण तरीही त्यांनी तुला बंदुकीचा आवाज ऐकू आला का, असं छोट्या सेवगीला विचारून पाहिलं.''

''आता हे पाहा. आजकाल प्रत्येक जण कोणता ना कोणता टीव्ही चॅनेल बघत असतोच. सगळ्या कार्यक्रमात गोळी झाडल्याचा आणि बॉम्बस्फोटाचा आवाज असतोच. आता कसं कळणार की, टीव्हीवरचा कोणता आणि खरा कोणता? माझा नवरा म्हणाला की, त्यांनी सायलेन्सर वापरला असणार.''

''तुम्ही म्हणता त्यात अर्थ आहे.''

''मी नाही, माझा नवरा. मी प्रेताकडे पाहिलंसुद्धा नाही. मला उत्सुकता नव्हती का? होती. पण वर जायची माझी हिंमत झाली नाही. मी माझ्या आजीचा मृतदेह पाहिला होता आणि ते पुरेसं आहे. तेव्हाच मी ठरवलं की पुन्हा नको.''

''सबीहा हनीमचं काय झालं?''

''मी चहा घेऊन येते.''

''मी काही मदत करू का?''

''काही गरज नाही. आपण कॉफी घ्यायला हवी होती. आपल्याला एकमेकांची कॉफी करण्याची पद्धत कळली असती. पण केक बरोबर चहाच चांगला लागतो.'' तिने केक उचलला आणि ती स्वयंपाकघरात गेली. तिने मला माझ्या पुरुषी कपड्यांच्या आतून आरपार पाहिलं होतं. तिला एका नजरेत ओळखण्याचा चांगला अनुभव होता. शेवटी ती फेज़वीबरोबरच लहानाची मोठी झाली होती. नाहीतर एका सर्वसामान्य घरंदाज स्त्रीने एका परक्या पुरुषाला फक्त एका भेटीनंतर सकाळी आपल्या घरात घेऊन एवढ्या गप्पा मारल्या असत्या का?

''तुम्ही मला आवडता.'' ती म्हणाली.

माझ्या मनात काय चाललंय ते तिला समजण्याची शक्यता मुळीच नव्हती. तो योगायोग असला पाहिजे.

''तुम्ही फेज़वीशी मैत्री केलीत, ते कौतुकास्पदच आहे. लहानपणी तिने मला खूप छळलंय. पण ती मला नेहमीच आवडायची.''

''सबीहा हनीम कुठे गेली असेल असं तुम्हाला वाटतं?''

तिने आपल्या मुलीकडे पाहिलं. ती तिच्या जागेवर एखाद्या आज्ञाधारक मुलीसारखी शांत बसली होती. आमच्या बोलण्याकडे कान लावून!

''चल, आपण झोपण्याच्या खोलीत जाऊ या. तुझी खेळणी घेऊन खेळ.''

"अँ ऽऽऽ," त्या लहान मुलीचा भोकांड पसरलेला चेहरा पाहवत नव्हता.

"तुला आता एक चप्पल हवीय का?" तिने ताबडतोब आपल्या उजव्या पायातील चप्पल तिच्या दिशेने भिरकावली.

तिच्या दिशेने येणारी चप्पल हवेत असतानाच तिचा रडण्याचा आवाज हळूहळू कमी झाला होता आणि शक्य होईल, तितक्या सावकाशपणे ती झोपण्याच्या खोलीमध्ये गेली. मला अशी मुलं अशा प्रसंगी कशी वागतात ते चांगलंच माहीत होतं. ही मुलं आपल्या झोपण्याच्या खोलीत न जाता मधल्या जागेत लपून दरवाजाच्या फटीला डोळा लावून बसतात.

मुलगी गेल्यावर गोबऱ्या गालाच्या सौभाग्यवतींनी हळू आवाजात कुजबुजायला सुरुवात केली.

"हे बघा, मला असं वाटतंय. सबीहा हनीमने ब्युजची बातमी टीव्हीवर ऐकली असेल अन् त्यामुळे तिला पक्षाघात किंवा हृदयविकाराचा झटका आला असेल. ती तिच्या फ्लॅटमध्येच पडली असेल. नाहीतर ती जाणार कुठे? काल रात्री सगळ्या इमारतीत एवढी गडबड चालू होती, पण तिच्या फ्लॅटमधून कोणीही बाहेर डोकावून पाहिलं नाही. पोलिसांनी तिच्याबद्दल विचारलं. पण आम्ही सांगितलं की, आम्हाला काहीही माहीत नाही. मला त्यांनी सोडून दिलं आणि ती आतच राहिली. मृत किंवा बेशुद्ध अवस्थेत. तुम्हाला माहितीच आहे की, ती आंधळी होती. तिच्या हृदयाला तो धक्का सहन झाला नसेल."

अंधत्वाचा आणि हृदयाच्या स्थितीचा काय संबंध आहे, ते मला कळलं नाही. पण तरीही काहीतरी महत्त्वाचा धागादोरा शोधल्याचं समाधान तिच्या चेहऱ्यावर झळकत होतं. मी काहीतरी स्तुती करीन या अपेक्षेने तिचे डोळे लकाकत होते.

"देवा, आम्हाला वाचव," मी म्हणालो.

"कोणाकोणापासून वाचव असं म्हणणार? आपल्या देशाची अवस्था बघा कशी करून टाकलीय या लोकांनी."

मी सहमती दाखवायला माझं डोकं हलवलं. पण याचा अर्थ आमच्या देशाची घसरणारी परिस्थिती, इस्तंबूलची अनिर्बंध वाढ अज्ञान, अंधकारात बुडालेला समाज, आमच्या तरुणांची, राजकारण्यांची, संस्कृतीची दारुण अवस्था युरोपीयन युनियनमध्ये प्रवेश मिळण्याची शक्यता, दक्षिणपूर्व आशियातील वाद यावरील तिची मतं ऐकण्याची माझी तयारी होती, असं नव्हे. अशा गोष्टींशी मला काहीही देणंघेणं नव्हतं.

"मग, आपण काय करायचं? ब्युजची अंत्ययात्रा आज किंवा उद्या निघेल किंवा शवागारातून तिचा मृतदेह परत मिळेल. तेव्हा हे खुनाचं प्रकरण असल्यामुळे थोडा उशीर होईलच. मी आणि माझे मित्र सगळी व्यवस्था करणार आहोत. सबीहा हनीम ब्युजची आई आहे! तिलाही यायचं असेलच किंवा तिला कमीत कमी ब्युजचं दफन

कुठे होणार आहे, ते तरी सांगितलं पाहिजे.''

''मी अंत्ययात्रेविषयी विसरलेच होते. मलाही यायला आवडेल. शेजारपाजारच्या लोकांनासुद्धा यायचं असेल. पण माझी हिंमत होईल की नाही, ते सांगता येत नाही. समजा या प्रसारमाध्यमांनी बातमी दिली आणि त्यात मला ट्रान्सव्हस्टाइट लोकांबरोबर दाखवलं, तर इथले लोक अगदी सनातनी आहेत. मला नाही बाई यायला जमणार.''

हे संकुचित विचारांचे लोक, मी एक उसासा टाकला.

''अर्थात! तुम्ही स्वत:च योग्य काय ते ठरवा.''

''आम्ही श्रद्धांजली म्हणून एक *मेवलित* ठेवणार आहोत. तुम्हाला वाटलं तर या. कधी आहे, ते मी तुम्हाला कळवेन.''

''आभारी आहे.'' *मेवलित*ला उपस्थित राहण्याचा माझा विचार नव्हता. असल्या धार्मिक बैठकात मी बोअर होतो. बायकांबरोबर बसताना मला डोकं स्कार्फने झाकून घ्यावं लागतं आणि मी पुरुषांबरोबर बसलो, तर ते मला कोपऱ्यात ढकलतात. शिवाय *मेवलित* खरोखरच ठेवतील की नाही, याचीही का कोण जाणे मला दाट शंका आहे.

आम्ही हसलो. तिला दुसरंच काहीतरी सांगायचं होतं, हे स्पष्ट दिसत होतं. फक्त तिला सुरुवात कशी करावी ते कळत नव्हतं.

''मग मला वाटतं, आपल्या हातात वाट बघण्याशिवाय करण्यासारखं दुसरं काही नाही. अंत्यत्रात्रा फार तर एखादा दिवसच पुढे ढकलता येईल.''

ती धीर गोळा करत होती. मी सोशीकपणे वाट पाहत होतो.

''मी म्हणाले होते ना,'' तिने सुरुवात केली. ''मला संशय आहे की, त्या बातमीच्या धक्क्यानेच बिचाऱ्या सबीहा हनीमचा जीव गेला असावा. माझा नवरा बोलणार नाही. पण त्याला माहीत आहे. आणखी एका आठवड्याने जेव्हा त्या प्रेताची दुर्गंधी स्वर्गापर्यंत जाऊन पोहोचेल तेव्हा सर्वांनाच कळेल.''

तिचा आत्मविश्वास विलक्षण होता.

''मग तुम्हाला काय सुचवायचं आहे?''

ती अगदी हळू आवाजात म्हणाली, ''माझ्याकडे दुसरी चावी आहे. सबीहाने मला वेळप्रसंगी उपयोगी पडेल म्हणून दिली होती. पण तिच्या फ्लॅटमध्ये एकट्याने जायची माझी हिंमत होणार नाही. मला ते दृश्य बघवणार नाही आणि माझी फजिती उडेल.''

माझ्या प्रयत्नांना फळ प्राप्त होत होतं.

''तुमची हरकत नसेल तर, आपण एकत्रच आत जाऊन बघू या का....?''

'बिंगो.' संधी अलगद माझ्या पदरात पडली म्हणायची.

चौदा

अजिबात वेळ न दवडता गोबऱ्या गालांच्या मागोमाग आम्ही शेजारणीच्या दरवाजात जाऊन उभे राहिलो. माझ्या साथीदारणीने ओठांवर बोट ठेवून "शूऽऽऽ" असा आवाज केला. आम्ही एका गुप्त कामगिरीवर होतो ना! माझी सहमती दाखवण्यासाठी मी माझ्या डोळ्यांची हळूच उघडझाप केली.

तिचं ऐहिक आयुष्य या अनुभवाने समृद्ध झालं होतं. तिला तो क्षण पुरेपूर जगायचा होता. हातात किल्ली घेऊन तिनं उजवीकडे आणि डावीकडे पाहिलं आणि नंतर किल्ली कुलूपात घातली. मी तिच्याकडे पाहून स्वत:शीच हसलो. अणुयुद्ध चालू करावं की नाही, या पेचात पडलेल्या फिल्मी नायिकेसारखं तिने माझ्याकडे पाहिलं. मी तिच्या खांद्यावर हात ठेवून ज्याची तिला गरज होती, तो शेवटचा धीर दिला.

तिने किल्ली फिरवली. दरवाजा अचानक सताड उघडला. आत करड्या रंगाचा सूट घातलेला एक कडक शिस्तीचा करारी इसम उभा होता. तो तीस-एक वर्षांचा असावा, पण सुटामुळे तो भारदस्त वाटत होता. त्याने आमच्याकडे निर्विकार नजरेने पाहिलं. त्याची ती रोखलेली थंड नजर सरळसरळ धमकावणारीच होती. आम्ही गोंधळून जाऊन त्याच्याकडे उलट पाहिलं.

"मी शेजारी राहते. मी सबीहा हनीमला भेटायला आले आहे."

पहिल्यांदाच तिच्या गालांवरची गुलाबी उतरली. तिच्या गालांचा रंग उतरला असला तरीही तिच्या आवाजातला कडकपणा आणि अधिकाराची धार अजूनही शाबूत होती.

त्यानं माझ्याकडे पाहिलं. त्याच्या थंड नजरेमुळे तो आणखीनच क्रूर वाटू लागला. मी कसनुसा हसलो. तो लगेचच काही करेल, असं मला वाटलं नाही. हा जो कोणी गोरिला आला होता, तो निश्चितच मित्र नव्हता. मी त्याला दोन चॉप मारून लोळवला असता, पण त्याचा एक हात दरवाजाच्या मागे होता आणि त्या हातात पिस्तूल असण्याची शक्यता होती. आत कोणी आहे की नाही, हेही कळत नव्हतं आणि धोका पत्करण्यात काहीच अर्थ नव्हता.

"काल रात्री मी तिला फोन केला होता, पण तिने उचलला नाही. मला काळजी वाटली. कदाचित तिला काहीतरी हवं असेल...."

तो गोबऱ्या गालांकडे ज्या करड्या नजरेने पाहत होता, त्यामुळे तिचा आवाज गळपटला. ती खूप घाबरली. ती एक पाऊल मागे आली आणि मला चिकटली.

"ती विश्रांती घेत आहे."

त्या निष्ठूर चेहऱ्याचा आवाज विश्वास बसणार नाही, एवढा दबका होता. त्याने उद्धट आवाजात बोलण्याचा प्रयत्न केला, पण तो आवाज गेंगाणा आणि पिचका निघाला. हा प्रसंग विनोदी होण्याची शक्यता होती. पण त्याच्या थंडगार नजरेतील जरबेमुळे तसं झालं नाही, यासाठी मात्र त्याला मानायला हवं होतं. तो दरवाजा बंद करत होता. पण मी अडवलं. त्या निर्विकार चेहऱ्यावर "तुम्ही विचारणारे कोण?" असे भाव पहिल्यांदाच आले.

"आम्हाला तिला भेटायचंय." मी म्हणालो.

"ती विश्रांती घेत आहे."

...आणि दरवाजा धाडकन बंद झाला. मी दरवाजाला कान लावला. आतून कोणताही आवाज – पावलांचा किंवा बोलण्याचा – ऐकू येत नव्हता. तो अजूनही दरवाजाच्या जवळ उभा राहून आमची चाहूल घेत असला पाहिजे.

आम्ही क्षणभर हादरलो.

"हा माणूस कोण आहे?" गोबऱ्या गालांनी विचारलं.

"मी त्याला कधीच पाहिलेलं नाही. मी तिच्या सगळ्या नातेवाइकांना ओळखतो. हा त्यांच्यातला नाही."

तो माणूस त्या घरातला नव्हता यात काही संशय नव्हता. पण तिच्या प्रश्नाला मी काय उत्तर देणार.

"तुम्ही त्याला ओळखत नव्हता. तर मी त्याला कसा काय ओळखणार?"

तिने ताबडतोब एक निर्णय घेतला आणि बेल दाबली. तो की होलमधून आमचं निरीक्षण करत असणार. त्यामुळे त्याने दरवाजा तत्काळ उघडला. तोच निर्विकार चेहरा आम्हाला पुन्हा दिसला.

"मला तुम्हाला एक गोष्ट विचारायची आहे. तुम्ही कोण आहात? तुम्हाला मी येथे पूर्वी कधीच पाहिलेलं नाही." गोबऱ्या गालांच्या चौकस बाईकडून याच प्रश्नाची अपेक्षा होती.

"मी नातेवाईक आहे."

...आणि दरवाजा पुन्हा बंद झाला. आम्ही बाहेरच राहिलो. भांबावलेल्या आणि निराश मन:स्थितीत आम्ही तिच्या फ्लॅटवर परतलो.

त्या व्रात्य मुलीने आमचं दरवाजात स्वागत केलं. तिने सगळं पाहिलं होतं.

"मम्मी, तो माणूस कोण होता?"

"मी तुला अशी झापड देईन की नाही. तो माणूस कोण आहे, ते जणू मला माहीत आहे. आणि मी तुला सांगितलं होतं ना आत जाऊन बस म्हणून? बाहेर कशाला आलीस लुडबुडायला?"

"अँऽ अँऽ" असा निषेधाचा सूर लावत पायातल्या स्लीपर्सचा फटाक-फटाक असा आवाज करत ती घरात गेली. आम्ही बैठकीच्या खोलीत जाऊन आमच्या पूर्वीच्या जागी स्थानापन्न झालो. सबीहा हनीमला शोधण्यात आलेल्या अपयशामुळे आम्ही पार खचून गेलो होतो. आम्ही शांतपणे बसलो. आम्हा दोघांचीही मनोवस्था सारखीच होती.

"नातेवाईक, हे खोटं आहे. धादांत खोटं. तसं असतं, तर मी ओळखलं नसतं का? तिच्याकडे येणाऱ्या जाणाऱ्या प्रत्येक माणसाला मी ओळखतो आणि मुळात तिला फारसे नातेवाईकच नाहीत. जे आहेत त्यातले अगदी थोडेफार भेटायला येतात. इतकी वर्षं आम्ही शेजारी राहतोय. पण हा माणूस आज येथे पहिल्यांदाच उपटलाय."

ती जे काय म्हणत होती, ते मला पटत होतं.

"म्हणजे तो नक्कीच नातेवाईक नाही," मी म्हणालो.

"सबीहा आतच असणार आहे. मला आता काळजी वाटतेय."

जी बाई थोड्या वेळापूर्वी असं म्हणत होती की, म्हातारीला बहुतेक झटका आला असेल, नाहीतर ती गचकली तरी असेल, त्याच बाईला आता एवढा पुळका आला होता?

"आता आपण काय करायचं?"

'आपण' या शब्दाचा धूर्तपणे केलेला वापर मला मुळीच आवडला नाही.

"आपण पोलिसांना कळवू या का?"

"मुळीच नाही," मी हरकत घेतली. "आपण त्यांना काय सांगणार? शेजारच्या घरात एक माणूस आलाय, तो त्यांचा नातेवाईक आहे म्हणून सांगतोय. तुम्ही या आणि तपासा. ते रिसिव्हर खाली ठेवतील, यापलीकडे काहीही करणार नाहीत."

"तेही बरोबरच आहे."

आम्ही विचार करत बसलो. गोबऱ्या गालांची बाई शेजारणीच्या किल्लीशी चाळा करत होती. ती एका कॉफी रंगाच्या किचेनमध्ये अडकवली होती.

"मी चहा करते. चहा प्यायल्यावर थोडी तरतरी येईल." ती किल्ली घेऊन स्वयंपाकघरात गेली.

घटनांनी आता विचित्र वळण घेतलं होतं. सबीहाच्या घरात कोणीतरी शरीर संरक्षकासारखा माणूस तळ ठोकून बसला होता. तो कोणासाठी काम करत होता, ते कळत नव्हतं. पण तो स्वत: होऊन काही करत नव्हता, हे मात्र नक्की! सबीहा

जिवंत आहे की मृत, हे काही आता एवढं महत्त्वाचं नव्हतं. ती पत्रं आणि फोटो त्याला सापडले की, अजून सापडायचे आहेत? माझी यातली भूमिका आता संपली होती. ब्युजचा खून कोणी केला आणि का केला, हे आता रहस्यच राहणार होतं. कदाचित त्या वरच्या मजल्यावरच्या म्हाताऱ्या बाईचा हमियेत हनीमच्या या खुनाशी काही संबंध नसेलही.

माझ्या यजमानीणबाई हातात चहाचा ट्रे घेऊन आल्या आणि त्यांनी केक आणि चहा द्यायला सुरुवात केली. त्या वेळी तिची अखंड वटवट चालू होती. त्यात काहीही अर्थ नव्हता. स्वत:शीच मोठ्याने बोलण्याचा तो प्रकार होता. सबीहा हनीम आणि फेज़वीच्या नातेवाइकांभोवती तिचं विचारचक्र फिरत होतं. त्यांचं नक्की नातं कोणतं, ते काय करतात, ते कुठे राहतात, ते कसे दिसतात वगैरे... वगैरे. नाव, पत्ता, वय, नोकरीधंदा यांच्या तपशिलांच्या लांबलचक यादीत मी गटांगळ्या खाऊ लागलो. तिच्या या मोठ्याने विचार करण्याच्या पद्धतीमुळे माझ्या तुलनेने शांत आणि शिस्तबद्ध विचार करण्याच्या पद्धतीचा पार चुथडा झाला. मुद्दाम काढलेल्या फोटोत बघायला मिळतो तसा मी माझा चेहरा ताणून हसरा केला आणि कान बंद केले.

"मी काय बोलतेय त्याकडे तुमचं लक्ष नाहीसं दिसतंय."

ती जरा जास्तच करत होती, पण तिचं बरोबर होतं. माझं लक्षं नव्हतं.

"माझं चुकलं. मी विचार करत होतो."

"असं होतं तर तुम्ही बोलत का नव्हता? तुम्ही काय विचार करत होता, ते मला सांगा."

माझ्या डोक्यात जे चाललं होतं, ते सगळं तिला सांगायचं म्हटलं तर मी बोलत राहिलो असतो आणि मग मला विचार करता आला नसता. हा तात्त्विक मुद्दा तिला पटवण्यात काही अर्थ नव्हता. तिला ब्लॅकमेलविषयी काहीही ठाऊक नव्हतं. ते ठाऊक असण्याची तिला गरजही नव्हती. त्या फोटोंविषयी तिला सांगावं की नाही याविषयी माझा निर्णय होईना. कदाचित तिच्या आठवणी जागवल्या असत्या तर तिला फेज़वीच्या तारुण्यातील एखादं लफडं आठवलं असतं.

आमच्या प्रत्येक मुलीला एक तरी खास मैत्रीण असायची. त्या बहुधा ज्यांना 'बाईसाहेब' असं म्हणता येईल अशा अविवाहित स्त्रिया असायच्या. स्वभावाला गोड, पण दिसायला अगदीच सुमार. त्यांचे कपडे चांगले असत. त्यांना नोकरीसुद्धा बऱ्यापैकी असायची. बँकेत नाहीतर एखाद्या अर्थसंस्थेत कारकून, कधीकधी डेप्युटी मॅनेजर, सेक्रेटरी, नाहीतर अकाउंटंट. मालकीचा एखादा उद्योगधंदा म्हणजे फारच झालं. या अशा स्त्रिया आपापल्या कारकीर्दीत अगदी यशस्वी असत, पण त्यांचं वैयक्तिक आयुष्य एकतर उद्ध्वस्त झालेलं असे, नाहीतर अस्तित्वातच नसे. आमच्या मुली त्यांच्या मैत्रिणींना आपली सर्व गुपितं, अनुभव सगळ्या तपशिलांसकट

सांगत. हे अनुभव ऐकताना त्या स्त्रियांनाही एक प्रकारचं सुख मिळे.

ब्युज ऊर्फ फेज़वीची या गोबऱ्या गालांच्या बाईबरोबर अशा प्रकारची मैत्री असण्याची शक्यता होती.

"हे बघा," मी म्हणालो. "मी काही गोष्टी तुम्हाला अजून सांगितलेल्या नाहीत."

तिने तिचा श्वास रोखून धरला. कान टवकारले. मी तिला थोडक्यात सगळं सांगितलं.

"म्हणजे असं झालंय तर! त्यांनी सबीहाचासुद्धा निकाल लावला असणार. *अयोल,* म्हणजे आपली एका खुन्याबरोबर गाठ आहे आणि आपण इथं नुसतं बसलोय. अरे देवा!"

तोंडातून फुटणारी किंकाळी दाबण्यासाठी तिने तोंडावर हात दाबला.

"मला ती पत्रं आणि फोटो शोधून काढायलाच हवेत," मी म्हणालो. "ब्युजचा खुनी कोण आहे, हे शोधण्याचा हा एकच मार्ग आहे. अर्थात त्यांनी ती पत्रं आणि फोटो अगोदरच शोधून काढले नसतील, तरच हे शक्य आहे."

"मला खूप भीती वाटतेय. हा खुनी आपल्या अगदी शेजारीच आहे. मला एक लहान मुलगी आहे. तिला काही झालं म्हणजे?"

आपल्या मुलीची आठवण आणि तिला असलेल्या धोक्याची जाणीव झाल्याबरोबर तिने खुर्चीतून टणकन उडी मारली. तिच्या गालांचा गुलाबी रंग उडाला आणि चेहऱ्यावरचं हसू मावळलं.

"सेवगी बेबी, इकडे ये बघू. तू कुठे आहेस. ताबडतोब ये."

बेबी आली आणि तिने तिला संरक्षण देण्यासाठी छातीशी कवटाळून धरलं. कोणाला वाटलं असतं की, तो क्रूर खुनी जणू त्याच खोलीमध्ये आहे.

"मला माझ्या नवऱ्याला फोन करून लगेचच सांगितलं पाहिजे आणि पोलिसांनाही...."

गुप्तहेराचं साहस फार वेळ टिकलं नाही. संकटाची चाहूल लागताच त्याने कामगिरी अर्धवट सोडून दिली. अशी घबराट उडाल्यावर मी काय करू शकणार होतो? काय व्हायचं ते होऊन जाऊ दे. ती पोलिसांचा नंबर पटापट फिरवत होती, ते मी शांतपणे बघत राहिलो.

पंधरा

ती नवऱ्याला फोन करू शकली नाही. त्या वेळी कोर्टात खूप काम असतं. आम्ही पोलीस येण्याची वाट पाहत होतो. आपल्या मुलीला घेऊन एकटीनेच बसण्याची तिची हिंमत नव्हती. ज्या वेळी आपण एखाद्या गोष्टीची वाट पाहत असतो तेव्हा वेळ इतका हळूहळू जातो की, जवळपास थांबल्यासारखाच वाटतो. तिने आपल्या मुलीच्या केसांच्या बटा कुरवाळायचा चाळा सुरू केला. असं करता करता केसांचा चांगलाच गुंता झाला. मग तिने हाताच्या बोटांनी केस पुन्हा विंचरले. केस ओढल्यामुळे त्या लहान मुलीला दुखत होतं. अति होऊन ती भोकांड पसरणार तेवढ्यात तिने तिचे केस सोडले आणि विनाकारण हसली.

पोलीस आल्यावर त्यांना काय आणि किती सांगावं याचा विचार करण्यात मी गुंतलो. पोलीस यात पडले, तर फायदा होण्याची शक्यता होती. कमीत कमी सबीहा हनीमला शोधण्यात त्यांची मदत झाली असती. शिवाय तो दगडी चेहऱ्याचा इसम कोण आहे, तेही आम्हाला कळलं असतं. अर्थात तो जर अजूनही तेथे असेल तरच!

ही गोबऱ्या गालांची बाई पोलिसांना काय सांगणार आहे, ही एक वेगळीच गोष्ट होती. पत्रं, फोटो आणि ब्लॅकमेलविषयी मी तिला जे सांगितलं होतं, त्याचा मला आता पश्चात्ताप होत होता. पण जे एकदा सांगून झालं ते परत घेता येणार नव्हतं. मी तिच्याबरोबर असलो तर, कमीत कमी तिने पोलिसांना काय सांगितलं, पोलिसांची त्याच्यावरची प्रतिक्रिया आणि त्यांनी केलेली चौकशी हे तरी कळलं असतं.

शेवटी एकदाची बेल वाजली. माझ्या यजमानीणबाईंनी आपल्या मुलीचं डोकं सोडलं.

"पोलीस?" ती उभी राहताच ओरडली. पोलीस आले की, सगळी संकटं संपली असंच काहीतरी तिला वाटत असावं. आपलं ढवळलेलं आयुष्य पोलीस पुन्हा पूर्ववत शांत करू शकतील, यावर तिचा ठाम विश्वास दिसत होता.

खरंच पोलीस आले होते. एक जोडी होती. एक म्हातारा ढेरपोट्या होता, तो दिसायला काहीतरीच होता! पण त्याचा तरुण जोडीदार मात्र एकदम देखणा होता.

त्याचे केस भुरे होते. त्याने त्याच्या बदामी डोळ्यांनी मला आपादमस्तक न्याहाळलं. त्याला अर्ध्या सेकंदात माझा अंदाज आला आणि तो किंचित हसला.

अयनुर त्या म्हाताऱ्याला काय झालं ते थोडक्यात सांगत होती आणि आम्ही एक-दुसऱ्याला जोखत होतो. उंची, वजन, ओठ, नाक, चेहऱ्यावरील भाव, हात कुठेही नाव ठेवायला जागा नव्हती. त्याची हनुवटी रुंद होती. नाक धारदार होतं. शर्टमधून छातीवरचे केस डोकावत होते. त्याचे हात स्वच्छ आणि लांब होते. तो जर युनिफॉर्ममध्ये नसता, तर मी त्याच्याबरोबर जायला तयार झालो असतो.

गोबऱ्या गालांची बाई सगळं अगदी सावकाश आणि खुलासेवार सांगत होती.

''आमच्या समोरच्या फ्लॅटमध्ये एक खुनी आहे,'' ती सांगत होती. तिचं सांगून झाल्यावर पोलीस माझ्याकडे वळला आणि आम्हाला आमची नेत्रपल्लवी थांबवायला लागली. तो म्हातारा माझ्याकडून कसल्यातरी खुलाशाची वाट पाहत असावा.

''मी सबीहा हनीमला भेटायला आलो होतो. ती घरी नव्हती, म्हणून मी इथे आलो.''

माझा खुलासा त्याला पटावा म्हणून मी कोलोनची बाटली त्याला दिसेल, अशी पुढे सरकवली.

त्यांनी मला मी कोण आहे, ते विचारलं. मी त्या तरुणाला माझं नाव, टेलिफोन क्रमांक, पत्ता एक-एक सुटं-सुटं अक्षर सांगत आनंदानं दिला.

''तिचा मुलगा माझा मित्र होता.'' मी सांगितलं. ''मला तिची जरा काळजी वाटतेय.''

''आम्ही काय करायचं ते बघू,'' तो ढेरपोट्या म्हणाला. ''तुम्हाला तक्रार नोंदवायची आहे का?''

माझा निर्णय होत नव्हता. मी औपचारिक तक्रार नोंदवावी की नाही? आश्चर्याने 'आ' वासलेल्या गोबऱ्या बाईकडे दुर्लक्ष करत मी माझा निर्णय नाही म्हणून सांगितला.

आम्ही सर्व कॉरिडॉरमध्ये गेलो. पोलिसांच्या हातातल्या रेडिओतून सतत खरखर ऐकू येत होती. पोलिसांनी समोरच्या फ्लॅटची बेल वाजवली. दरवाजा उघडला नाही. ते अपेक्षितच होतं.

त्यांनी बेल पुन्हा वाजवली. काहीही झालं नाही. काल रात्री मी वरच्या मजल्यावरच्या फ्लॅटची बेल वाजवत होतो, त्या प्रसंगाची आठवण झाली.

''एक मिनिट थांबा. माझ्याकडे किल्ली आहे,'' असं म्हणून अयनुर तिच्या फ्लॅटमध्ये गेली. पोलीस आणि मी एकमेकांकडे बघत राहिलो. त्या ढेरपोट्याला घामट वास येत होता. त्याच्याउलट माझ्या राजाभोवती आफ्टरशेव्हचा सुगंध दरवळत होता.

''आता आपल्याला एक फॉर्म भरून घ्यावा लागेल.'' ढेरपोट्याने सांगितलं.

"पण ही माझी शेजारीण तर आहे आणि या किल्ल्या तिनेच माझ्याकडे सुरक्षित ठेवायला दिल्या होत्या. मी तुमच्यासाठी दरवाजा उघडीन आणि लक्षात घ्या की, माझा नवरा कोर्टात काम करतो, त्यामुळे काहीही होणार नाही."

गोबऱ्या गालांच्या बाईने सगळ्यांना गप्प केलं. तिने हात पुढे करून ढेरपोट्याला किल्ली दिली.

"ही घ्या किल्ली..." तो जेव्हा मागे-पुढे करायला लागला तेव्हा ती म्हणाली, "चला उघडा आता."

पोलिसांनी त्यांचं रिव्हॉल्वर काढलं नव्हतं, यावरून आमचं म्हणणं त्यांनी किती गांभीर्याने घेतलं होतं, ते कळत होतं. पोलीस फ्लॅटमध्ये आले तेव्हा त्यांना चहाचे अर्धवट कप आणि अन्नाचे कण पडलेल्या बशा दिसल्या. एक विवाहित स्त्री आणि एका बायकी पुरुषाने त्यांना शेजारच्या फ्लॅटमध्ये खून झाला असण्याची शक्यता आहे, असं सांगितलं. जर वरच्या मजल्यावरच्या फ्लॅटमध्ये अगोदरच एक खून झालेला नसता, तर त्यांनी इकडे येण्याची तसदी घेतली नसती.

दरवाजा उघडला. आत सगळं शांत होतं. पण सगळ्या गोष्टी अस्ताव्यस्त पडल्या होत्या. आंधळी व्यक्तीसुद्धा एवढ्या पसाऱ्यात राहू शकली नसती. पहिल्यांदाच पोलीस थोडे गंभीर झाल्यासारखे वाटले. त्यांनी आपलं रिव्हॉल्वर काढलं.

जो पोलीस पुढे होता तो ओरडला, "पोलीस! हात वर करा."

आतून कोणताही प्रतिसाद आला नाही. ना माणसाचा आवाज की, बंदुकीची गोळी झाडल्याचा आवाज.

पोलिसांनी प्रत्येक खोली तपासली. फ्रीजमधले पदार्थ काढून जमिनीवर टाकलेले होते. ब्युजच्या खोलीतील भिंतीवर तिच्या तरुण काळातल्या सिताऱ्यांची पोस्टर्स अजूनही लावलेली होती. त्या खोलीत प्रचंड उलथापालथ केलेली होती. हे लोक जे शोधत होते, ते त्यांना सापडलं असलं पाहिजे. मी त्यांच्यापेक्षा जास्त चांगला शोध घेऊ शकलो नसतो. त्यांनी भिंतीवरची काही पोस्टर्ससुद्धा टरकावून टाकली होती.

सबीहा हनीमचं अस्तित्व जिवंत अथवा मृत कोणत्याही स्वरूपात तेथे नसणं हे सगळ्यात गोंधळात टाकणारं होतं. तिला ठार मारण्यात आलं असेल, तर इथे त्याच्या काहीतरी खुणा दिसायला हव्या होत्या. त्या पोलिसांची जोडगोळी जे काही पुरावे राहिले असतील, ते पायदळी तुडवत फिरत होते. माझ्या पोलिसाचं नाव 'केनान' असं होतं. तो जेव्हा वाकायचा तेव्हा त्याची तंग पँट जास्तच घट्ट व्हायची. मला माझी नजर तेथून काढणं शक्य व्हायचं नाही. त्याच्या पाठच्या खिशात जी जाड वही ठेवलेली होती तिचा आकार स्पष्ट दिसायचा. ती तिथं नसती तर फार मजा आली असती.

जेव्हा इथे फारसं महत्त्वाचं काही सापडणार नाही, हे कळून चुकलं तेव्हा आम्ही

एकमेकांकडे मूर्खासारखे बघत राहिलो. ढेरपोट्याने अधिकृतरीत्या जाहीर केलं. "इथे कोणीही नाही."

तो जर अगदी गंभीरपणाने बोलला नसता तर मला वाटलं असतं की, तो आता हसणार आहे. पण तो खरंच गांभीर्याने बोलत होता. मला मात्र माझं हसू दाबण्यासाठी जीभ चावावी लागली.

अयनुरला तिची प्रतिक्रिया दाबून ठेवता आली नाही. "आता आपण काय करायचं ठरवलं आहे? आपण जाऊ या का?"

"आम्ही आता काय करायला हवं अशी तुमची अपेक्षा आहे?"

"अयोल, फ्लॅटमध्ये एवढी उलथापालथ झालीय. सबीहा हनीम गायब आहे. मी तक्रार नोंदवायचं ठरवलंय." गुलाबी गालांची हौशी गुप्तहेर म्हणाली.

"तुम्ही तसं निश्चितच करू शकता. पण आम्हाला आत्ता तरी काही करता येणार नाही. तुम्ही हरवलेल्या माणसाची तक्रार लिहून द्या."

"असं आहे तर! तुम्हाला असं म्हणायचं आहे का की, कोणीतरी येऊन आम्हालासुद्धा ठार मारेपर्यंत आम्ही इथे नुसतं बसून राहायचं?"

तिने हे अनुमान कसं काढलं असेल ते माझ्या आकलनाबाहेरचं होतं.

"हे बघा बाईसाहेब," तो म्हणाला. त्या घामट ढेरपोट्याने 'बाईसाहेब' हा शब्द वापरायला सुरुवात केली होती, म्हणजे नक्कीच त्याची सहनशीलता संपली असणार. "आम्ही याबाबतीत काहीच करू शकत नाही. इथे खून झाल्याच्या कोणत्याही खुणा दिसत नाहीत की, आपल्याला एखादा मुडदा सापडलाय असंही नाही. फक्त घरात उलथापालथ झालीय आणि एक आंधळी बाई बेपत्ता आहे, एवढंच आपण म्हणू शकतो."

"पण त्या वरच्या मजल्यावरच्या खुनाचं काय?" आता ती नाकात बोलायला लागली होती. अपमानित झाल्यामुळे ती संतापली होती.

माझ्या हीरोने हस्तक्षेप केला. "बाईसाहेब, शांत व्हा!"

एय! जे पुरुष 'बाईसाहेब' हा शब्द वापरतात ते माझ्या नजरेतून उतरतात. त्या शब्दाला एक कनिष्ठवर्गीय वास आहे.

"मी शांत राहू शकत नाही आणि राहणार नाही..." ती संतापाने लालबुंद झाली होती. "तुम्ही आमच्या सुरक्षिततेला जबाबदार आहात. तुम्ही आम्हाला धुडकावून जाऊ शकणार नाही."

"पण आम्ही इथे नुसतं बसून करणार काय?"

"तुमचं अगदी बरोबर आहे साहेब." मी कबूल केलं.

मी काहीतरी समंजसपणाचं बोललो असलो पाहिजे. मी त्या गोबऱ्या गालांच्या बाईच्या विरोधाकडे दुर्लक्ष केलं. वादाचे मुद्दे टाळण्यात माझा हातखंडा होता. दोन्ही

पोलिसांनी माझं म्हणणं मान्य केलं.

आम्ही त्या दोघांचे आभार मानले. मी ही संधी साधून माझ्या माणसाचा हात धरला. त्यानेही हात काढून घेतला नाही. त्याच्या हातावरचे केस भुऱ्या रंगाचे होते.

"मी तिची समजूत काढीन. आल्याबद्दल आभार." असं म्हणताना मी सहजपणे त्याचा हात दाबला. मी काय करतोय ते त्याला माहीत होतं, पण त्याने प्रतिसाद दिला नाही. थंड असला पाहिजे.

अर्थ आणखी स्पष्ट करण्याची गरज नव्हती. मी हात सोडला. ते जिना उतरत असताना आम्ही त्यांच्याकडे पाहत होतो. त्याने फक्त एकदाच मागे वळून पाहिलं. मी ताबडतोब निदान केलं. ह्यातून काहीही निष्पन्न होणार नव्हतं! मी पुन्हा एकदा गोबऱ्या गालांच्या बाईच्या तक्रारींकडे कान द्यायला सुरुवात केली.

"हा सरासर अन्याय आहे. त्या खुन्यांनी आपल्या सर्वांना एक-एक करून गाठेपर्यंत ते वाट बघणार आहेत का?"

पोलीस इमारतीतून निघून जाताक्षणी सगळ्या फ्लॅटचे दरवाजे उघडले गेले आणि सगळ्या वयाची आणि आकाराची डोकी बाहेर डोकावून पाहायला लागली. त्यांना काय चाललंय याचं कुतूहल वाटत होतं. गोबऱ्या गालांच्या बाईने परिस्थितीचा संपूर्ण फायदा उचलला. ज्या नटीला आपल्या कारकिर्दीतील सर्वांत मोठी भूमिका मिळालीय, त्या नटीच्या आविर्भावात तिने सर्व उपस्थितांवरून एक अर्थपूर्ण नजर फिरवली. नंतर तिने घटनाक्रम सांगायला सुरुवात केली. तिला तिच्या प्रेक्षकांत सोडून मी सबीहा हनीमच्या फ्लॅटमध्ये शेवटचा दृष्टिक्षेप टाकण्यासाठी पुन:प्रवेश केला.

सोळा

सबीहा हनीमच्या अस्ताव्यस्त झालेल्या फ्लॅटमध्ये फिरत असताना मी माझ्या विचारांत सुसूत्रता आणण्याचा प्रयत्न करीत होतो. मी ब्युजच्या झोपण्याच्या खोलीत गेलो आणि तिच्या पलंगाच्या स्प्रिंगवर बसलो. गादी जमिनीवर फेकलेली होती. त्या खोलीला बऱ्याच वर्षांत धक्का लावलेला दिसत नव्हता. समोरच्या टेबलावर पर्फ्युमच्या रिकाम्या बाटल्या मांडून ठेवलेल्या होत्या. त्यात आफ्टरशेव्ह लोशनची एकही बाटली नव्हती. सगळे पर्फ्युम गोड वासाचे होते. सिया बेयाझ, प्रिन्स द गॉलची दियोरेल्ला, जांभळ्या रंगाची पॉयझन, निना रिच्ची, वायएसएल, रिव्ह गॉश, चौकोनी बाटलीतील जिव्हेन्यी, संसारा. मला सौम्य, पण थोडेसे स्पायसी पर्फ्युम आवडतात.

ड्रेसिंग टेबलाच्या खणातील वस्तू फरशीवर इतस्तत: पडलेल्या होत्या. एका बाजूला रंगीबेरंगी बॉक्सर शॉर्टस, पांढऱ्या ब्रीफ्स, लेस पँटीज आणि स्लीव्हलेस टीशर्टसचा ढीग पडला होता. तेथे एक रेशमी बॉक्सर शॉर्ट पडली होती. मी ती उचलून पाहिली. तिला लव्हेंडरचा सुगंध येत होता.

मी भिंतीवर लावलेली पोस्टर्स पाहिली. ते सर्व अत्यंत देखणे मर्द होते. सगळ्यात जास्त पोस्टर्स रिचर्ड गेरची होती. त्यातलं एक 'ब्रेदलेसचं' उघड्या छातीचं होतं. त्याचा एक तुकडा फाडलेला होता.

मी नक्की काय शोधतोय, ते मला माहीत नव्हतं. फोटोचा अल्बम, जर्नल किंवा डायरी? मी अपार्टमेंटच्या इतर खोल्यांमधून फिरलो. ब्रेल लिपीतली थोडी पुस्तकं सोडली, तर काहीही नव्हतं. शेवटी एक आंधळी बाई या घरात अगदी परवापर्यंत राहत होती. कदाचित ते लिहिलेला, छापलेला प्रत्येक कागद घेऊन गेले असावेत.

सबीहा हनीमचं काय झालं असेल? ती कुठे असेल? तिच्या फ्लॅटची अशी अवस्था कोणी केली असेल? ती कुप्रसिद्ध पत्रं आणि फोटो कुठे गेले असतील?

माझ्या कोणत्याही प्रश्नांना उत्तर नव्हतं. मी त्या अंधाऱ्या रंगहीन जागेतून खिन्न

मनाने बाहेर पडलो.

गोबऱ्या गालांची बाई कॉरिडॉरमध्ये तिच्या श्रोत्यांसमोर गोष्ट रंगवून सांगण्यात गुंगून गेली होती. मी तेथे जाऊन तिच्या कथाकथनात सामील व्हावं, अशी तिची अपेक्षा असावी. पण मी म्हणालो, ''मी आता निघतो.''

''कुठे?'' ती ओरडली. ''हे सगळं झालं ते तुमच्यामुळेच आणि तुम्ही कुठे पळून चालला आहात?''

हे शब्द मला उद्देशून होते. नंतर ती आम्हा दोघांकडे बघणाऱ्या तिच्या शेजाऱ्यांकडे वळली. ते आता तिच्याकडे बघायला लागले होते. माझ्याकडे बोट दाखवून ती आणखी मोठ्या आवाजात म्हणाली.

''मी ज्याच्याविषयी तुम्हाला सांगत होते, तो हाच फेज़वीचा मित्र!''

मी तिचा हात पकडून तिला तिच्या फ्लॅटमध्ये घेऊन गेलो. तिला एवढं आश्चर्य वाटलं की, तिने कसलाच विरोध केला नाही. आम्ही आत जाताच मी दरवाजा बंद केला. ताबडतोब बेल वाजली. खोटे-खोटे हुंदके देणाऱ्या त्या लहान मुलीला आम्ही विसरलो होतो. मी तिला आत घेतलं.

''शांत हो आणि नीट ऐक!'' मी फर्मावलं.

''ठीक आहे,'' ती म्हणाली. मघाच्या नाटकाचा जरासुद्धा मागमूस उरला नव्हता. ती मुकाट्याने बैठकीच्या खोलीत जाऊन बसली आणि मुलगी तिच्या मांडीवर.

''मी ऐकतेय,'' ती म्हणाली. ''हे इथे जे काही घडलंय त्याचा जो काही खुलासा तुम्ही करणार आहात, तो मला ऐकायचा आहे.''

माझ्या दृष्टीने ज्या काही महत्त्वाच्या गोष्टी होत्या आणि चिंतेची कारणं होती त्यांची रूपरेषा मी तिला थोडक्यात सांगितली.

''आता तुम्ही मला ब्युजच्या ओळखीच्या, तिच्याशी संबंधित अशा प्रत्येक व्यक्तीबद्दल तिने एक मैत्रीण म्हणून तुम्हाला जे काही खासगीत सांगितलं असेल, ते सर्व सांगा. त्यातच एखादा धागादोरा सापडण्याची शक्यता आहे.''

''ठीक आहे. मला जे काही आठवतंय ते सगळं मी तुम्हाला सांगते. पण त्यांच्यापैकी कोणालाही मी वैयक्तिकरीत्या ओळखत नाही. ती मला सांगायची तेवढंच मला माहीत आहे. जेव्हा आम्ही शिकत होतो, तेव्हा एक-दोन जणांना पाहिलं असेल तेवढंच. त्यानंतरची मला जी माहिती आहे, ती केवळ तिने सांगितली म्हणून. कधीकधी आम्ही रोल्स खाण्यासाठी बेयोग्ल्युमधल्या पॅटीसरीत जात असू किंवा सिनेमा, नाहीतर खरेदीसाठी निशानतासीमध्ये. आमची आवड-निवड आम्ही एकमेकीला सांगत असू. जर एकच मुलगा दोघांना आवडला, तर ती मला तसं सरळ सांगत असे. कधीकधी गमतीने चिमटा काढायची. एकदा तिला कळलं की, रिचर्ड गेर हा माझाही आवडता हीरो आहे, तर ती दोन आठवडे माझ्याशी बोलली नव्हती.''

ती बोलत सुटली होती. दरम्यान, तिच्या मुलीला प्रौढांच्या जगातील सत्य परिस्थितीची जाणीव होत होती.

"हळूहळू तिला जे पुरुष आवडायचे नाहीत, त्यांना आवडून घ्यायला मी तिला शिकवले. ती किती मत्सरी होती, ते तुम्हाला सांगून कळणार नाही. नंतर तिला मला जे पुरुष आवडतात तेच पुरुष हवे असायचं आणि ती ते मिळवायची. अर्थात तुम्ही उगीच गैरसमजूत करून घेऊ नका हं. खरं म्हणजे मी काहीच करीत नसे. मी फक्त माझ्या आवडत्या सिनेनटांचे फोटो कापून ठेवत असे किंवा लांबून स्तुती करत असे. नुसतं बोलणं. दुसरं काही नाही."

स्त्रियांचा पावित्र्याचा सुप्रसिद्ध दावा.

"फेज़वी ऊर्फ ब्युजने लहानपणापासनंच टोप्या लावायला सुरुवात केली. आमची शाळासुद्धा अजून संपली नव्हती, तेव्हापासून ती मुलांचं चुंबन घ्यायची आणि नंतर तिने काय केलं ते तुम्हाला माहीत आहेच. ती मला अगदी सगळं काही सांगायची."

मला पटत नव्हतं. आमच्या मुलींचं सगळंच काही मनावर घ्यायचं नसतं. त्या ज्या काही सांगतात त्यातला एक भाग खरा असतो आणि उरलेली फेकंफाक. उदाहरणार्थ माझा मित्र लहान होता असं सांगणारी एकही मुलगी मला अजून भेटलेली नाही. सगळ्या मुली खोटं सांगत असतात असंच काही नव्हे. पण सत्य किती आणि असत्य किती हे एकमेकांपासून वेगळं करणं तुर्कस्तानातसुद्धा अशक्य असतं. हा फक्त आकडेवारी आणि शक्यतांचा खेळ असतो.

"आता मला संशय येतोय की, काही गुपीतं तिने स्वत:कडेच ठेवली असावीत." आणि काही गोष्टी ही गोबऱ्या गालांची बाई तिच्याकडेच ठेवत असली पाहिजे.

तिच्या संशयाला जागा होती. माझ्या मनात जे होतं ते किंवा त्यातलं थोडंसंच तिला ठाऊक होतं.

"उदाहरणार्थ?" मी विचारलं. माझा उद्देश उलटतपासणी करण्याचा असला तरी मी ते संभाषणाच्या ओघात विचारतोय असं भासवलं. ती पुढे म्हणाली.

"त्याचं असं झालं. तिचे कोणातरी प्रसिद्ध व्यक्तीबरोबर संबंध होते. तिने मला खूप फोटो दाखवले. पण माझ्या माहितीचं त्यात कोणीही नव्हतं. कदाचित ती व्यक्ती नंतर प्रसिद्ध झाली असेल."

"तिने ते फोटो कुठे लपवून ठेवले असतील?" मी विचारलं. "तिच्या आईच्या घरात मला एकही फोटो मिळाला नाही."

"मला वाटतं ते सर्वकाही घेऊन गेले असावेत."

खूप झालं. मला झोप यायला लागली. या बायका ज्या मोठमोठ्या गप्पा मारतात त्या ऐकत बसण्यासाठी लागणारी चिकाटी माझ्याकडे नाही. तारुण्यातील

मध्यमवर्गीय चश्म्यातून प्रमादांची काटछाट केलेली कहाणी गृहकृत्यदक्ष बाईकडून ऐकणं माझ्या सहनशक्तीच्या पलीकडे होतं. यातून काहीच निष्पन्न झालं नसतं.

मी तिला सोडून निघालो तोपर्यंत दुपार झाली होती. माझ्या सहिष्णुतेची मर्यादा मी खूपच ताणली होती. मला खूप भूक लागली होती. मी गोबऱ्या गालांच्या बाईचं ''आपण काहीतरी खाऊ या'' हे आमंत्रण साभार नाकारलं आणि तेथून एकदाचा सटकलो.

आसपासचा भाग माझ्या परिचयाचा नव्हता, म्हणून मी दिसलेल्या पहिल्या टॅक्सीत लगेच उडी टाकली.

सतरा

मनाच्या विरंगुळ्यासाठी मला एखादा 'क्विझ शो' पाहण्याची गरज होती. शक्यतो ज्या कार्यक्रमातील प्रश्न मूर्खासारखे असतात आणि स्पर्धकाला साधं नाव विचारलं तरीही तो गडबडून जात असे, असा एखादा कार्यक्रम मी लावतो. पण असा कार्यक्रम बघताना टीव्हीच्या पुढ्यातच माझं डोकं फिरतं आणि दातओठ खाऊन तोंडाला फेस येतो.

काल रात्री ज्या जुन्या चिजांनी मी स्मृतिरंजनात गुंगून गेलो होतो त्या निरुपयोगी गोष्टींचा ढीग सोफ्यावर पडला होता. त्या साफ करण्याचा एक झटका आला तसाच विरूनही गेला. सती येईल तेव्हा ती ते बघून घेईन.

मी आन्सरिंग मशीन तपासले. आमची योजना 'विश अ‍ॅन्ड फायर' स्वीकारण्याच्या विचारात आहेत हे सांगायला अलीने फोन केला होता. मी त्यांना एका आठवड्यापेक्षा जास्त वेळ द्यायचा नाही असं ठरवलं. एक क्षणही नाही. जर त्यांनी तेवढ्या वेळात उत्तर दिलं नाहीतर मग मला त्यांची स्थानिक वेबसाइट आंतरराष्ट्रीय स्टॉक सिस्टिम आणि जमलंच तर संपूर्ण नेटवर्क यांच्यावर हल्ला करून तो क्रॅश करण्यात समाधान मानावं लागलं असतं. ज्या कंपन्या थोड्याशा डॉलर्ससाठी बैठकी आणि चर्चा करण्यात तासन्‌तास घालवतात त्या कंपन्या मला मुळीच आवडत नाहीत.

उरलेले निरोप विचारात घेण्यासारखे नव्हते. फेरूहने मला तुम्हाला एकट्याला भेटायचं आहे म्हणून निरोप ठेवला होता. तो ज्या सातत्याने पाठपुरावा करत होता ते किळसवाणं होतं. तो कालपासून माझ्या मागावर होता आणि त्याने दोनदा माझ्या घरी फोन केला होता. बिल्कीस मिलानमध्ये खरेदीत नाहीतर सायप्रसमध्ये जुगार खेळण्यात गुंतली असावी. आता एकटा असल्यामुळे तो मला त्रास देत होता. माझ्या बिल्कीसशी असलेल्या मैत्रीचा असा अर्थ होत नाही की, मी तिच्या नवऱ्याची सेवा करावी. विशेषत: तिच्या नकळत मी कोणत्याही प्रकारच्या खासगी बैठकीची कल्पना धुडकावून लावली.

मी बडीशेपेचा चहा केला आणि नंतर हसनचा सेलफोन लावला. मला ब्युज

ऊर्फ फेज़वीच्या अंत्ययात्रेची तयारी कशी चालली आहे, हे कळत नव्हतं. बाकी सगळ्याची वाट लागलेलीच होती. फक्त अंत्ययात्रा सुरळीत पार पडेल की नाही, याची मला खातरी करून घ्यायची होती.

हसनची बातमी चांगली नव्हती. खुनाचं प्रकरण असल्याने शवागारातून मृतदेह लवकर मिळणार नव्हता. शवविच्छेदन करावं लागणार होतं. या बातमीचा राग मी त्या बिचाऱ्या हसनवर काढला.

मी श्वास घेण्यासाठी थांबलो तेवढ्यात हसन कसाबसा बोलला, "*ॲबी*, पण मृतदेहाचा ताबा दुसऱ्या कोणीतरी मागितला आहे." एक क्षणभर माझा आवाजच गेला.

"कोणी ताबा मागितलाय?" मी ओरडलो. "आपल्या माहितीप्रमाणे आई ही तिची एकच नातेवाईक आहे. ती आंधळी आहे आणि सध्या तीही बेपत्ता आहे."

"मलासुद्धा तसंच वाटत होतं. पण तसं दिसत नाही. आपण जर तिच्या मृतदेहाचा ताबा ती आपली कर्मचारी आहे या नात्याने घेत असू, तर आपल्याला तशी कागदपत्रं सादर करावी लागतील."

"हसन, थट्टा करू नकोस. ट्रान्सव्हस्टाइट वेश्यांना कोण नियुक्तीपत्र देऊन नोकरीवर ठेवतं का? उद्या ते त्यांची हजेरी आणि पगारपत्रक बघायला मागतील."

"मीसुद्धा त्यांना असंच म्हणालो."

"फार छान काम केलंस. आता कमीत कमी ताबा कोणी मागितलाय ते तरी शोधून काढ."

"मी तपास करतो," तो म्हणाला. "माझी बॅटरी संपतेय," आणि फोन बंद झाला. निलाजरा कुठला!

जेव्हा म्हणून मी ब्युजची चौकशी करण्यासाठी फोन करायचो तेव्हा काहीतरी माहिती नव्यानेच उपटायची आणि त्याचा पाठपुरावा करायला जावं तर मीच खिंडीत जाऊन सापडायचो. पण तरीही प्रत्येक वेळी असं काही नवं आमिष पुढ्यात येऊन पडायचं की, मी ताबडतोब एखादा महत्त्वाचा दुवा सापडल्याप्रमाणे त्याच्या मागे हात धुऊन लागण्याचं ठरवत असे.

आता कोणीतरी ब्युजच्या मृतदेहाचा ताबा मागण्यासाठी दावा दाखल केला होता. ठीक आहे. मला काही मुडद्यांची हौस नाही. ज्या कोणाला त्या मुडद्याचा ताबा हवा असेल, त्यांना तो लखलाभ होवो. मी मला जमेल तेवढं शोकप्रदर्शन करीन आणि अंत्ययात्रेला जाऊन उपस्थिती लावीन. तेही जर त्यातल्या त्यात सोईच्या ठिकाणी असेल तरच, सरळ आहे.

मी हसनला फोन करून स्पष्टपणे सांगणार होतो की, अंत्ययात्रेच्या लफड्यात तू पडू नकोस. माझ्याजवळ असलेल्या सौंदर्यप्रसाधनांची मी थोडी उसकाउसकी केली. पण तो फोन उचलत नव्हता. एकतर त्याने बॅटरी रिचार्ज केली नसेल किंवा

फोन बंद केला असेल.

मी थकलो होतो. आता स्वत:कडे थोडं लक्ष द्यायची वेळ आली होती. मातीचे लेप, क्रीम आणि मी ओल्युदेनिझमधून घेतलेली विविध मिश्रणं. शिवाय अरोमा थेरपीची रसायनं आणि सूदिंग लोशन्स जोडीला होतीच. मी स्वत:चे लाड करण्याची तयारी केली. पण तेवढ्यात मी हे सगळं घरीच करायला गेलो, तर त्याचा केवढा पसारा होईल, याची भीती वाटायला लागली. त्यापेक्षा सॅलाँमध्ये गेलेलं परवडलं. मी फोन केला. त्यांनी मला ताबडतोब यायला सांगितलं. केलेली तयारी टाकून मी दरवाजात गेलो. माझ्या घरातला पसारा दिवसेंदिवस वाढतच चालला होता.

सॅलाँमधील कर्मचारी मला ओळखत होते व ते मला चांगला मानही देत. मी 'डीप क्लीनिंग स्टीम फेशिअल फर्मिंग मसाज' आणि 'फुल बॉडी सोलॅरियम सीन' करून घ्यायचं ठरवलं.

मी फेशिअलसाठी वाट बघत असताना क्लबमध्ये भेटलेली बिल्कीसची पत्रकार मैत्रीण स्टीमच्या खोलीतून बाहेर आली. तिचं नाव काही मला आठवेना. माझ्या पुरुषी कपड्यांत ती मला ओळखेल की नाही, याचा विचार माझ्या मनात चालू असतानाच ती सरळ माझ्यासमोर येऊन उभी राहिली.

"*मरहबा*. काय योगायोग आहे! कसे आहात?"

ती मलाच उद्देशून 'डार्लिंग' असं म्हणत होती. तिने माझ्याशी बोलण्यात रस असल्याचे दाखविल्याबद्दल मी तिचे आभार मानले. मला अजूनही तिचं नाव आठवेना. माझं चुंबन घेण्यासाठी ती खाली वाकली, पण नुकतीच स्टीम घेतल्याने त्वचेतील रंध्रे मोकळी झाली असतील, याची तिला आठवण झाली. मग माझे दोन्ही हात हातात घेऊन तिने आपले संभाषण चालू ठेवले.

"त्या रात्री किती धमाल आली. मी नंतर दोन दिवस मैत्रिणींना सांगत होते आणि तुम्ही किती सुंदर दिसत होता, तेदेखील सांगितलं."

मी तिचे पुन्हा आभार मानले आणि नंतर अचानक मला तिची स्तुती करण्याचा झटका आला. मी म्हणालो, "खरे सुंदर तर तुम्हीच दिसत होता."

स्तुतीने पाघळून जाऊन ती पटकन माझ्या शेजारी बसली. तिने तिच्या बाथरोबच्या चुण्या दुमडून पायाखाली दाबल्या आणि नंतर ती माझ्याकडे वळली.

"पुढे काय करायचं सांगा?"

तिच्या तिरकस प्रश्नाने मी थोडा दचकलो होतो, पण तेवढ्यात ती म्हणाली, "स्टीम घेतल्यानंतर पुढे काय स्वीटी," मग ती खोटं-खोटं खिदळली. नंतर तिने माझ्या गुडघ्यावर हात ठेवला. मी असं काही केलं असतं, तर तिने मला थप्पड मारली असती.

मी तिला तोडून बोलू शकलो असतो. पण माझ्या धंद्याची बाब असल्याने मी

गप्प राहिलो. शेवटी ती आमच्या क्लबची गिऱ्हाईक होती. पण खास जवळची गिऱ्हाईक बनण्याचा तिचा प्रयत्न अगदीच फुकट जाणार होता.

माझी पाळी आली. त्यांनी मला आत बोलावलं. मी स्टीम रूममध्ये तरंगत गेलो आणि नुकत्याच तयार झालेल्या वाफेच्या ढगांत बुडून गेलो. मी जाता-जाता मागे वळून नेत्रपल्लवी करायला विसरलो नव्हतो. 'वन फॉर द रोड.' यातून काय निष्पन्न होणार आहे ते मला कसं माहीत असणार? चालू तर अगदी आपोआप झालं होतं.

मला श्वास घ्यायला खूप त्रास होत होता. तरीही मला जेवढा वेळ त्यांनी दिला होता, तेवढा वेळ मी तो त्रास सहन केला. मी बाहेर आलो तेव्हा माझा चेहरा नवजात अर्भकाच्या कुल्ल्यांसारखा लाल गुलाबी झाला होता.

सोलॅरीयमला जाण्याच्या पूर्वी मला लेमन सोडा प्यावासा वाटला. तिथे जाताना मी त्या पत्रकाराच्या मांडीत जवळजवळ पडलो. तिने बाजूच्या चेस लाउंजकडे इशारा केला म्हणून मी तेथे जाऊन पहुडलो.

''तुमच्या मैत्रिणीचं ऐकून मला वाईट वाटलं.'' ती म्हणाली. ''असं नेहमीच होतं का?''

''तुम्हाला खून म्हणायचंय का? तसं असेल तर होय.'' मी म्हणालो.

''पोलिसांची याबाबतीत काही मदत होते का?'' ती पुढे म्हणाली.

''फारशी नाही....''

मला फक्त माझ्या लेमन सोड्यावर लक्ष केंद्रित करायचं होतं.

''मला काहीतरी सांगा ना?''

तिच्या आवाजात व्यावसायिक गोडवा ठासून भरलेला होता. मला त्याची शिसारी आली.

''तुम्ही माझी मुलाखत घेण्याच्या प्रयत्नात आहात काय?''

''नाही. तसं अजिबात नाही.'' तिने पलटी मारली. ''माझंच चुकलं. माझ्यामुळे तुमची गैरसमजूत झाली. मला माफ करा. मला फक्त उत्सुकता होती. मला वाटतं, ही आमची एक व्यावसायिक जोखीम आहे. आम्ही अगदी साधा प्रश्न विचारला तरीही आम्ही लगेच तापदायक पत्रकार वाटू लागतो.''

''त्याने काही फरक पडत नाही.''

मी परत सोड्याकडे लक्ष द्यायला लागलो आणि स्ट्रॉने बर्फ ढवळला. मी प्रश्नाचं उत्तर देण्याच्या परिस्थितीत नव्हतो.

मला समंजस स्त्रिया आवडतात. ही माझी दुबळी बाजू आहे हे मी कबूल करतो, पण ही त्यातली नव्हती. पड खाऊन गप्प बसण्याऐवजी ती माझ्याकडे आणखीनच रोखून बघत होती. अगदी पापण्याही न हलवता!

तिच्या त्या रोखून बघण्याने मी अस्वस्थ झालो आणि मी तिच्यावर नजर टाकली.

''तुमचं नाक अगदी छान आहे आणि त्या लांब पापण्या...'' ती म्हणाली.

'पापण्या' हा शब्द उच्चारताना ती ओठाला ओठ लावत होती. पण मला वाटतं ते नैसर्गिकच असावं. कोणीही तो शब्द उच्चारला असता, तर तसंच करावं लागलं असतं.

''क्लबमध्ये मला तुम्ही किती देखणे आहात ते कळलंच नाही,'' ती पुढे म्हणाली. ''तिथे एवढा काळोख होता....''

तिच्या मनात नक्कीच काहीतरी शिजत असलं पाहिजे.

''आता मला तुमच्याकडे नीट बघायची चांगली संधी मिळाली आहे. तुम्ही समोर आलात म्हणून मी माझे डोळे फोडून घेऊ शकत नाही. मेकअप न करता तुम्ही अधिकच मोहक दिसता. तुमचा करिश्मा काही वेगळाच आहे. तुम्हाला हवी ती स्त्री तुम्हाला मिळू शकेल.''

स्त्रीला आकर्षित करण्याच्या माझ्या कौशल्याचा मला प्रचंड राग आला. मी या सॅलॉंमध्ये नेहमी येत नसतो, तर मी तिला माझा हिसका दाखवला असता. पण मला तमाशा करायचा नव्हता.

''तुम्ही कधी सुरुवात केलीत?'' तिने विचारलं. मी न ऐकल्याचं सोगं केलं.

''मला असं विचारायचंय की सुरुवात कशी झाली?''

तिच्या तोंडावर दोन्ही भाव होते. उत्सुकता आणि धूर्तपणा. जणू काही ते कसं चालू झालं हे तिला समजलं असतं, तर तिच्याकडे त्यावर जालीम इलाज होता. मी कपाळाला आठ्या घातल्या.

तिला कळलं की, ती जास्तच करतेय. कमीत कमी तेवढा तरी सभ्यपणा तिच्याकडे शिल्लक होता. आम्ही थोडा वेळ शांत बसलो. तिची नजर अजून माझ्यावरच होती. तिचा श्वास जलद होऊ लागला. शांततेचे क्षण लवकरच संपायला आले होते. पण नंतर जे काही घडणार होतं, त्याला मी अजून तयार नव्हतो.

''तुम्हाला माहिती आहे का, मी काही महिन्यांपूर्वी ब्युजची मुलाखत घेतली होती ते!'' ती सहजपणे म्हणाली. ''ती छापून आली नव्हती. पण आता मात्र मी ती प्रसिद्धीला द्यायचं ठरवलंय. कमीत कमी त्यातला काही भाग तरी!''

माझी उत्सुकता कशी चाळवायची ते तिला चांगलं माहीत होतं.

''तिनं त्यात काय सांगितलं होतं!''

''मुख्यत: ट्रान्सव्हस्टाइटचे अनुभव आणि तिची प्रकरणं, तिला कोणत्या प्रकारचे पुरुष आवडतात वगैरे... वगैरे. तिने मला तिची एक-दोन गुपितंसुद्धा सांगितली होती.''

माझी अँटेना पूर्णपणे ताणलेली होती. सिग्नल फूल होता.

"मुलाखतीच्या दरम्यान ती खूप पीत होती. अधूनमधून तिने चरसही ओढला. तिने मला झुरका देऊ केला, तेव्हा मी नाही म्हटलं. काम करताना मी व्यावसायिक मूल्ये जपते. तिने मला जे सांगितलं त्यावरून तिला खूप चढली असावी, असं मला वाटतं. तिने खूप लोकांची नावं घेतली. मोठी यादीच होती ती. प्रसिद्ध व्यक्ती, उद्योगपती, राजकारणी, कलाकार सर्व प्रकारचे लोक. त्यातले काही प्रसिद्ध होते, तर काही अप्रसिद्ध... तुमचा विश्वास बसणार नाही. खातरी करून घेतल्याशिवाय कोणाचं नाव घ्यायचं नाही, अशी आमची पद्धत असते आणि मी तशी खातरी करून घेतली. ती केवढी मोठी बातमी झाली असती? वर्षातली सर्वांत सनसनाटी बातमी. त्या बातमीसाठी मला बक्षीस मिळेल, असंही वाटलं होतं. पण ती बातमी काही कारणांनी कधीच प्रसिद्ध झाली नाही. माझ्या मुख्य संपादकांनी मला विचारलं की, 'ही बातमी देऊन ह्या वृत्तपत्रावर बंदी यावी, अशी तुझी इच्छा आहे का?' त्यांनी असंही सांगितलं की, एक तर बंदी येईल, नाहीतर आपल्याला एकामागून एक उडवलं जाईल. त्यामुळे ब्युजने सांगितलेल्या गोष्टी छापता येणं कठीण होतं.'' मी कान देऊन ऐकत होतो.

"तुम्ही आणखी कोणाला हे सांगितलं आहे का?''

काही ऐकलंच नाही असं दाखवत ती माझ्या चेहऱ्याकडे बघत होती.

"तिने मला तिच्या लहानपणातल्या गोष्टी सांगितल्या.''

"मला ती मुलाखतीची टेप ऐकायला आवडेल आणि आठवण म्हणून एक कॉपी मिळाली तर...'' मी धाडस केलं.

"देईन की! त्यात काय. आपण बरोबरच जाऊ. तुम्ही माझ्या घरी या. मी त्या टेपची कॉपी करीन, तोपर्यंत आपण एखादं ड्रिंक घेऊ.''

माझं नशीब जोरदार होतं. काहीतरी मोठं घबाड हाती लागण्याची शक्यता होती. ती अजूनही माझ्या पाठी होती. जिच्यापासून स्वत:चा बचाव करावा अशी वेळ आणणारी ती काही पहिलीच बाई नव्हती. मी पुरुषांचे कपडे घालतो, तेव्हा बायका माझ्या पाठी लागतात आणि जेव्हा मी स्त्रियांचे कपडे घालतो, तेव्हा पुरुष माझ्या पाठी लागतात. माझ्या चेहऱ्यावरचं हसू बघून तिने काही गैरसमज करून घ्यायला नको. मला नंतर लफडं झालेलं आवडत नाही. थोडी निरुपद्रवी चेष्टामस्करी करायला माझी हरकत नसते, पण त्याच्या पुढे मी जात नाही आणि मला अजून तिचं नावही माहीत नाही. ज्या स्त्रीचं नाव मला माहीत नाही, अशा स्त्रीबरोबर मला झोपायचं नव्हतं.

सोलॅरीयमसाठी माझा क्रमांक शेवटचा होता. तिचं घेऊन झालं होतं. त्यामुळे तिला माझ्यासाठी वाट बघावी लागली असती.

शेवटी मी सोलॅरीयमला बुट्टी मारली.

अठरा

आम्ही तिच्या गाडीने तिच्या घरी गेलो. गीअर बदलताना प्रत्येक वेळी तिला मला स्पर्श करण्याची संधी मिळत होती. मी काहीही म्हटलं नाही. खरं सांगायचं तर माझ्याकडून तिला थोडंसं उत्तेजनच मिळालं असेल. टेप हाताला लागेपर्यंत सगळ्या गोष्टी बाजूला ठेवायला हव्या होत्या. वाटेत ती स्वत:ची कहाणी सांगत होती. तिने पॅरिसमधल्या नोत्र दॅममधून पदवी घेतली होती. तिचा नवरा राजनैतिक अधिकारी होता. त्याच्यापासून घटस्फोट घेतल्यावर ती इस्तंबूलला परतली आणि तिने पत्रकार म्हणून नोकरी करायला सुरुवात केली. एखाद्या बाईला तिच्या नवऱ्याने चॉकलेटी रंगाच्या पोर्तुगीज मुलीच्या मागे लागून सोडलं असेल, तर तिला काय वाटेल ते मला खरंच सांगता येणार नाही. ती मुलगी जरी पोर्तुगीजांसारखं बोलायची तरी ती अस्सल पोर्तुगीज नव्हती, असं ती मला पुढे म्हणाली. आमच्या पत्रकारबाईंचा संसार मात्र उद्‌ध्वस्त झाला आणि हे सगळं अचानकपणे झाल्यामुळे ती पार कोलमडून गेली होती. तिला वाटत होतं की, जसा काळ जाईल तसं प्रतारणा आणि फसवणुकीचं दु:ख कमी होत जाईल. तिचं अजब तर्कशास्त्र आणि गोंजारणाऱ्या हाताकडे मी दुर्लक्ष केलं. माझे डोळे बक्षिसावर असल्याने मी ओठ घट्ट मिटून गप्प होतो.

तिच्यापाठोपाठ मी तिसऱ्या मजल्यावर गेलो. ती जिन्यावरून जात असताना मी तिच्या पायांचं निरीक्षण केलं. तिचा डावा पाय थोडा वाकडा पडत होता. त्या बुटाची टांच फारशी झिजली नव्हती.

दरवाजात एका मांजराने आमचं स्वागत केलं. त्या मांजराला मी आवडलो नाही. आम्ही बैठकीच्या खोलीत गेलो. ती कमालीची गलिच्छ होती. पीसी तसाच चालू होता. चुरगळून टाकलेले कॉफीचे कागदी कप इतस्तत: पडलेले होते. ती चेन स्मोकर असली पाहिजे. रक्षापात्र कित्येक दिवसांत रिकामं केलं नव्हतं. घरात सिगारेटच्या धुराचा शिळा वास येत होता. मला त्या पहिल्या 'एक्स' नवऱ्याबद्दल मनापासून सहानुभूती वाटली. खऱ्या बायका आणि त्यांचे सभ्य नवरे असल्या उकिरड्यात राहत नाहीत.

माझ्या चेहऱ्यावरून तिला कळलं असावं.

"या पसाऱ्याबद्दल मला माफ करा. थोडं आवरायला हवं आहे, मला माहीत आहे. तुमचा विश्वास बसणार नाही, मला साफसफाईला कधी वेळच मिळत नाही. आपल्यासारख्यांना एकटं राहण्यासाठी ही किंमत द्यावी लागते."

मी माझ्या फ्लॅटचा विचार केला. या क्षणी तरी त्याची अवस्था यापेक्षा फार वेगळी नव्हती.

आणखी एक मुद्दा म्हणजे आता यापुढे तिने एकेरीवर येऊन मला 'सेन' म्हणायला सुरुवात केली. टेप मिळवण्यासाठी मला हेही सहन करावं लागणार होतं.

"सध्या साफसफाई करणारी बाईही येत नाही." ती म्हणाली. "पहिली होती ती पळून गेली. मी वॉचमनच्या बायकोला नवी बघून ठेव म्हणून सांगितलंय. या असल्या गोष्टीत स्वत: किती लक्ष घालणार?"

पण मला बिछान्यात घेण्यासाठी मात्र ती जंग-जंग पछाडत होती.

तिने तिचा छोटा कॅसेट प्लेयर स्टीरियोला जोडला.

"तू ऐकलंस तर तुझा विश्वास बसणार नाही. तिने एवढी नावं घेतली की, मला पहिल्यांदा वाटलं की, ती बंडल मारतेय. नंतर मी तपास केला तेव्हा मला कळलं की, त्यातले अर्धेअधिक असल्या संबंधांसाठी अगोदरच कुप्रसिद्ध होते. पण मी मघाशी सांगितलं, तसं कोणीही त्यांच्याबद्दल लिहिलं नव्हतं. वृत्तपत्रांनी स्वत:वर आपण होऊन घातलेली बंधनं. कदाचित तो आत्मसंरक्षणाचाही भाग असू शकेल."

तिने एक खोका जमिनीवर उपडा केला. त्यातून कित्येक कॅसेट आणि सीडी बाहेर आल्या. त्यातील बऱ्याचशा त्यांच्या डबीत नव्हत्या. तिने त्यात उसकाउसकी करायला सुरुवात केली. अशा पसाऱ्यातून काही शोधून काढणाऱ्याला शंभर गुणच द्यायला हवेत. पण मी गप्प राहिलो. शेवटी तिने एकदाची टेप शोधून काढली आणि कॉपी करायला रेकॉर्डरमध्ये घातली. बसण्यासाठी योग्य अशी जागाच मिळत नव्हती.

"तू एखादा ग्लास वाइन घेशील ना?"

"खरं सांगायचं तर मी पीत नाही." मी जर 'खरं सांगायचं तर' हा शब्दप्रयोग गाळला असता तर योग्य परिणाम झाला असता. पण आता त्याला उशीर झाला होता.

"मला कंपनी दे."

म्हणजे मला दारू पाजायचा बेत होता तर! मी तशा प्रकारचा मुलगा किंवा मुलगी नाही. मी एका ग्लासपेक्षा जास्त पिऊन स्वत:वरचा ताबा जाईल, असं कधीच करत नाही. अशा अतिउत्साही स्त्रियांना हाताळण्याचा मला बराच अनुभव आहे.

ती वाइन घेऊन आली. दोन्ही ग्लास फुलदाणीच्या आकाराचे होते. अख्खी बाटली तिने दोघांसाठी ओतली होती.

मला वाइन देताना माझ्या गालावर गोंजारायला तिने कमी केलं नाही. ती बसेपर्यंत

मी वाट पाहिली आणि नंतर तिच्या शेजारी न बसता तिच्या समोर जाऊन बसलो.

माझ्या प्रतिसादाकडे लक्षही न देता तिची वटवट चालू होती. ती जर याच प्रकारे मुलाखती घेत असेल, तर तिला काम मिळायचं थोड्याच दिवसांत बंद होणार होतं.

तिने पहिला ग्लास संपवून दुसरा घेतला. माझा अजून पहिलाच काठोकाठ भरला होता. अर्धा तास गेला. टेपचं रेकॉर्डिंग अजून संपलं नव्हतं. मला टेपचा घरघर आवाज ऐकू येत होता. तिचे शब्द अडखळायला सुरुवात झाली. वाक्य अर्धवट सोडून ती माझ्याकडे मोठ्या आशेने बघत होती. आणि मी समोर बसून होतो, गोष्टीतील बोक्यासारखा!

थोडक्यात माझ्या आयुष्यातला महत्त्वाचा वेळ फुकट चालला होता. मला त्या टेपचा आणि ज्याकरता हे जे काही भोगावं लागतंय, त्याचा पश्चात्ताप वाटू लागला. मला ब्युजला दोष द्यावा असं वाटू लागलं. हे सगळं लफडं तिच्यामुळेच तर चालू झालं होतं. पण नीट विचार केल्यावर मी ती कल्पना सोडून दिली. बोलच लावायचा झाला, तर तो माझ्या कुतूहल बुद्धीलाच लावायला हवा होता. तोच तर माझा मोठा दुबळेपणा होता.

म्हटलंच आहे, जित्याची खोड मेल्याशिवाय जात नाही. मी अजूनही निघून जाऊ शकलो असतो. पण माझं कुतूहल मला चैन पडू देत नव्हतं.

घड्याळात पाहिलं जवळजवळ साडेपाच वाजले होते. मला अचानक लक्षात आल्यासारखं दाखवून मी तिला थांबवलं.

"मला सहा वाजता एकाला भेटायचं आहे. मी विसरलोच होतो.''

"कोणाला भेटायचं आहे?''

"एका माणसाला.'' मी म्हटलं. माझ्या मनाला आलं ते मी फेकलं.

"पण आपला इथे चांगला वेळ चाललाय.''

मला सोडण्याचा तिचा विचार नव्हता. मी उठून उभा राहिलो.

"तू त्रास घेऊ नकोस, मी घेईन.'' मी म्हणालो आणि पुढे जाऊन टेपप्लेयरमधली मूळ प्रत मी काढून घेतली. कारण जास्त काळजी घेतलेली कधीच फुकट जात नाही. या बाईच्या तावडीत पुन्हा सापडण्याची माझी मुळीच इच्छा नव्हती.

वाटलं होतं, तशी तिने थोडी कुरकुर केली.

मी स्पष्टच सांगितलं. "मला आठवण म्हणून हवी आहे. त्यामुळे मूळ कॉपी असलेली बरी.''

मी कॅसेट काढून जॅकेटच्या खिशात टाकली आणि तिच्या गालाचं हळूच चुंबन घेतलं. मी तेवढंच केलं, कारण तेवढं तरी करायला हवं होतं.

"आभारी आहे.'' मी म्हणालो.

मी पळत-पळत घरातून बाहेर पडलो आणि खाली येऊन जी दिसली, ती पहिली टॅक्सी पकडली. मला अजूनही तिचं नाव आठवत नव्हतं. एकतर ते अगदी वेगळं असावं, नाहीतर सामान्य. पण ते काय होतं? मी त्यावर पुन्हा विचार करायचा नाही असं ठरवलं. तिचं नाव आठवो वा न आठवो, तिच्याकडून फायदा व्हायचा तो झालाच होता.

घरी जाऊन कधी एकदा टेप ऐकतो, असं झालं होतं.

एकोणीस

माझं घरकुल माझी वाट पाहत होतं. त्या रात्री क्लबमध्ये जाण्यापूर्वी मला भरपूर गोष्टी करायच्या होत्या. त्या टेपचा उपयोग होईल, याबद्दल मी फारसा आशावादी नव्हतो. तसं असलं तरी त्यात माझा भरपूर वेळ जाणार होता.

ब्युजसारखी अंतर्मुख बाई आपली सगळी गुपितं, भूतकाळातील गोष्टी स्वत:ला पत्रकार म्हणवणाऱ्या एखाद्या फडतूस बाईसमोर उघडी करेल, हे शक्य वाटत नव्हतं. म्हणजे तिला मादक पदार्थ पाजले नसतील, तरच हे शक्य होतं आणि मादक पदार्थ पाजले असतील, तर तिने सांगितलेल्या गोष्टीत खरं किती आणि खोटं किती ते कळलं नसतं.

मादक पदार्थांच्या अमलाखाली कोण काय करेल, ते सांगणं अशक्य असतं. बरेचजण दोन-चार घुटके घेतल्यानंतर आपल्या काल्पनिक प्रियकराच्या मिठीत शिरतात आणि काहीही न करता झोपेच्या आधीन होतात.

कोकेन मर्द माणसाला विश्वास बसणार नाही, एवढा शामळू बनवतं. त्याच्याउलट दोन झुरके मारल्यावर एखादा काटकुळा माणूससुद्धा दांडगट माणसाची कॉलर पकडेल एवढा धीट होतो. कोकेनचा प्रभाव गेल्यावर मात्र तीच माणसं काहीच झालं नाही, असं वागायला लागतात.

एकदा तर आमच्या क्लबमधल्या एका मुलीने नशेत मध्यरात्रीनंतर खिडक्यांच्या काचा पुसायला घेतल्या होत्या. खरं सांगायचं, तर काचा पुसताना तिसऱ्या मजल्यावरून ती खाली पडली होती.

माझ्या मनात हे विचार चालू असताना मी स्वत:शीच हसलो.

मी घरी पोहोचेपर्यंत अंधार पडला होता. दिवस हळूहळू लहान होत चालला होता. इमारतीमधील दिवे चालू नव्हते. मी शिव्या दिल्या. विद्युतप्रवाह बंद होता. पुढच्या क्षणी जेव्हा माझ्या लक्षात आलं की, आता मला टेप ऐकता येणार नाही तेव्हा मी परत शिव्या घातल्या. नगरपालिका, विद्युत पुरवठा करणारी कंपनी, ऊर्जा मंत्रालय, त्या खात्याचा मंत्री आणि सर्व कर्मचारी, शासन, लोकसभा आणि ज्या

इतर व्यक्तींचा अगर संस्थांचा विद्युत पुरवठ्याशी संबंध असेल, त्या सर्वांना शिव्यांची लाखोली वाहत मी फ्लॅटमध्ये शिरलो. अंधारातून धडपडत वर जाताना या सर्वांचा उद्धार करायला मला भरपूर वेळ मिळाला.

बाहेर एवढा अंधार नसला, तरी आतमध्ये मात्र काळाकुट्ट अंधार होता. मला किल्लीचं भोक सापडायलासुद्धा खूप वेळ लागला.

माझ्या फ्लॅटमधील विद्युत पुरवठा बंद पडला होता, यात काहीच आश्चर्य नव्हतं. मी टेप खिशातून बाहेर काढली आणि टेबलावर ठेवली. नंतर घामाने भिजलेले कपडे काढले आणि बाल्कनीत वाळत टाकले. संपूर्ण नग्नावस्थेत बाल्कनीतून बाहेर येताना मला काहीच वाटलं नाही. निरोगी मनासाठी थोडीशी नग्नता आवश्यक असतेच. मी चेहऱ्यावर आणि केसांवर थोडंसं पाणी शिंपडलं. मला अगदी ताजंतवानं वाटायला लागलं.

जेव्हा मला गेम शो बघायचा होता, नेमक्या त्याच वेळेला टीव्ही चालू होणार नव्हता. मी एक मोठा ग्लास भरून आइस-टी बनवला आणि तसाच दिगंबर अवस्थेत सोफ्यावर पहुडलो. ती टेप टेबलावरून माझ्याकडे बघत होती. अंधाराला माझी नजर सरावल्यानंतर मला तिची बाह्य रेषा स्पष्ट दिसू लागली. त्या टेपमध्ये काय असेल, या विचाराने माझ्या छातीत धडधडू लागलं. जर ब्युजने ती ज्यांच्या ज्यांच्याबरोबर झोपली त्या सर्वांची नावे त्यात घेतली असतील, तर मला कितीतरी सुगावे मिळाले असते.

माझ्या अंगावरून शहारे आले. मला काय हवं आहे ते मला माहीत होतं, पण मी त्याच्यावर विचार करायचा नाही असं ठरवलं. खिडक्या उघड्या होत्या आणि हवेची थंडगार झुळूक माझ्या उघड्या शरीरावरून वाहत होती.

मी फ्रीजच्या आवाजाकडे कान लावून होतो. विद्युत पुरवठा सुरळीत झाल्याची ती पहिली खूण असते. कोणीतरी दरवाजा ठोठावला. अर्थात बेल चालू नव्हती. पण मला टकटक केल्याचा आवाज स्पष्ट ऐकू आला. या वेळी कोण असेल? माझ्या मनात पहिल्यांदा हुसेयीनचं नाव आलं. मी कीहोलमधून पाहायचं ठरवलं. मी अगदी हळू अजिबात आवाज न करता डौलदारपणे चालत दरवाजाकडे गेलो.

कॉरिडॉरमध्ये खूपच अंधार होता. त्यामुळे मला फारसं काही दिसलं नाही. मला फक्त एक सावली दिसली व ती नक्कीच पुरुषाची होती. माझी उत्सुकता ताणली गेली. माझ्या दरवाजात असं अचानक कोणी येत नाही. विशेषत: जेव्हा कोणीतरी यावं म्हणून मी व्याकूळ झालेला असतो तेव्हा! हा नशिबाचा खेळ होता. हा कोण असेल बरं?

दिगंबर अवस्थेत मला दरवाजा उघडणं शक्य नव्हतं.

"कोण आहे?" मी विचारलं.

"मी केनान. पोलीस.''

पोलीस म्हणताना त्याने आवाज हळू केला. सगळ्या इमारतीला सांगण्यात काही अर्थ नव्हता.

"एक सेकंद'' मी ओरडलो.

मी उत्तेजित झालो होतो. माझं नशीब जोरावर होतं. मी अंगात घालायला काहीतरी शोधलं. काल रात्रीची पश्मिना शाल जवळच पडली होती. ती मी शक्य होईल तितक्या आकर्षक पद्धतीने पांघरली. दरवाजा किंचित उघडला. त्याला फटीतून फक्त माझं डोकं आणि उघडे खांदे दिसत असावेत.

"काय हवं आहे?''

"तुम्ही म्हणाला होता ना की, ड्युटी संपल्यावर येऊन जा म्हणून.''

त्याने साधे कपडे घातले होते. त्याने डिओडरंट लावला होता. माझ्या शरीराचा जो भाग त्याला दिसत होता त्यावरून त्याच्या डोळ्यात आशेचा किरण चमकला असावा. मी तयार होतोच, पण पहिल्यांदा थोडासा नखरेलपणा केल्याशिवाय गंमत आली नसती. मी दरवाजा आणखीन थोडा उघडून माझं सगळं शरीर दाखवलं. एक हात दरवाजाच्या मुठीवर आणि दुसऱ्या हाताने पश्मिना सावरून धरलेला. जरूर तेवढं झाकलं होतं, जरूर तेवढं उघडं होतं.

त्याच्या चेहऱ्यावरचे भाव बदलले. त्यावेळेला इमारतीतील कोणी पाहिलं असतं, तर माझ्या इज्जतीचा फालुदा झाला असता. केनान माझ्याकडे रोखून पाहत असताना त्याने आपली ट्राउझर सावरली. त्याचा उद्देश सरळ होता. मला आता थांबून राहणं शक्य नव्हतं. मी त्याला आत घेतलं आणि सरळ बेडरूमकडे घेऊन गेलो.

खरं सांगायचं तर मला तेवढंच हवं होतं. दहा मिनिटांपेक्षा जास्त वेळ लागला असता, तर बरं झालं असतं. तो आत आला आणि शेवटी कपडे करून बाहेर गेला यात पंधरा मिनिटं गेली होती. म्हटलंच आहे, नशिबात असेल तितकंच खावं. उगाच हावरटपणा कशाला करा. काल त्या पत्रकार बयेच्या तावडीतून सुटल्यावर आज हे काय कमी झालं? अगदी पटकन संपलं होतं. अजूनही विद्युत प्रवाह चालू झाला नव्हता. अशा वेळी यापेक्षा दुसरं काय मिळणार होतं?''

थोड्या जास्त तयारीचा अनुभवी तरुण मला जास्त आवडला असता. कोणाला आवडला नसता? पण कित्येक वेळ जे मिळालं, त्याच्यावर समाधान मानावं लागतं.

त्याचा क्रमांक मी पहिल्या दहात जरी लावला नसता, तरी पहिल्या विसात नक्कीच लावला असता. त्याच्या शरीरयष्टीमुळेच त्याचा क्रमांक एवढा वरचा लागत होता. जर कृतीचा विचार केला असता, तर शेवटचा लागेल.

केनानमुळे वरवर का होईना माझा ताण सैल झाला. तो जिन्यावरून खाली जाईपर्यंत मी शॉवरखाली होतो. तेवढ्यात दिवे आले.

वीस

ब्युजच्या मुलाखतीची टेप लहान आकाराची असल्यामुळे ती माझ्या स्टीरियोवर चालली नसती. म्हणून मी ती आन्सरिंग मशीनकडे घेऊन गेलो. मशीनवर पाच निरोप होते, पण ते मी नंतर ऐकायचं ठरवलं. टेप ऐकताना मला कोणत्याही प्रकारचा अडथळा नको होता. म्हणून मी टेलिफोन काढून टाकला. मी लक्ष देऊन टेप ऐकू लागलो. एकमेकांची विचारपूस करून मुलाखतीला सुरुवात झाली.

तिच्या शरीरात आणि स्वभावात बदल केव्हापासून झाले आणि त्यांचा विकास कसा झाला, याची थोडक्यात माहिती तिने सांगितली. त्यातील काही तपशील यातनादायक होते. उदाहरणार्थ – चेहऱ्यावरील केस काढून टाकण्याची प्रक्रिया किती वेदनादायक आणि खर्चिक होती. चेहरा सुजून भप्प व्हायचा आणि नुसता स्पर्श झाला तरी ठसठसून दुखत असे.

नंतर तिने तिच्या कुटुंबीयांविषयी बोलायला सुरुवात केली. ती लहान असतानाच तिचे वडील गेले. तिचे वडील वयाने तिच्या आईपेक्षा खूप मोठे होते. त्यामुळे ते लवकर जाणं तसं साहजिकच होतं. ती लहानपणापासून तिच्या आईचा आधार होती. वडिलांच्या मागे आईने एकट्याने सांभाळलेला मुलगा समलिंगी होण्याची शक्यता असते, हे तिला ठाऊक होतं आणि तिची स्वत:ची कहाणी या सिद्धांताला बळकटी आणत होती.

तिची आई आंधळी असल्याने तिला भरपूर लैंगिक स्वातंत्र्य मिळालं. सुरुवात निरागसपणेच झाली. सारेच जण करतात त्याप्रमाणे. लघवी करताना शेजारच्या मुलाकडे डोकावून बघणे, डॉक्टर – डॉक्टर खेळणे, रसायनशास्त्र शिकविणाऱ्या शिक्षकाच्या प्रेमात पडणे वगैरे. वयात आल्यावर या प्रकारांनी गंभीर वळण घेतलं. सोळाव्या वर्षी तिचा कौमार्यभंग झाला.

त्यानंतर तिने पहिले नाव उच्चारले. युसूफ नावाच्या एका मोठ्या मुलाशी तिचे वारंवार संबंध येत. तिच्या वर्गातला तो मोठा मुलगा होता. आमची वेडी मुलगी ताबडतोब त्याच्या प्रेमात पडली आणि त्याच्याशी लग्न करण्याची स्वप्नं बघू

लागली. पण असला कोणताही विचार युसूफच्या डोक्यात नव्हता. त्यामुळे फेज़वी नेहमी युसूफच्या घरी जाऊन त्याला त्रास द्यायची, म्हणून तो तिला मारत असे.

तर हा 'युसूफ' मी ज्या माणसाला शोधत होते तोच असेल काय? हाच तो हडकुळा, दरिद्री शाळकरी मुलगा मोठेपणी ढेरपोट्या राजकारणी झाला असेल काय? आणि त्याला आपला नको असलेला भूतकाळ पुसून टाकायचा असेल. हे शक्य कोटीतलं होतं. सामान्य परिस्थितीतून वर आलेल्या राजकारणी, उद्योगपतींची संख्या कमी नव्हती. त्याने कदाचित फेज़वीविषयी वाटणाऱ्या आपल्या भावना आपल्या रोजनिशीत लिहून ठेवल्या असतील. त्या वयात शारीरिक आकर्षण आणि प्रेम यातला फरक फारसा कळत नसतो. दोघांमध्ये बहुधा गल्लत होते. वासना जसजशी कमी होत जाते, तशी तिची जागा खरं प्रेम आणि मैत्रीने घेतली पाहिजे. बऱ्याचशा अयशस्वी संसारांमागे हेच कारण असतं.

इथे त्या पत्रकार बाईने मधेच तोंड घातलं आणि तीसुद्धा त्या अनुभवांतून गेली होती असं तिनं सांगितलं. तिचे शब्द थोडे जड झाले होते. त्यावरून तिने किती ढोसली होती, ते कळत होतं. आणखी नीट लक्ष देऊन ऐकलं, तर ब्युज मारत असलेल्या चरसच्या झुरक्यांचा आवाजही ऐकू येत होता.

या प्रेमभंगानंतर फेज़वी जो भेटेल त्याच्याबरोबर झोपू लागली. आयुष्य गलिच्छ आहे, हे एकदा स्वीकारल्यानंतर तिने त्या नरकातच आनंद मानायचं ठरवलं आणि त्यातच तिने स्वत:चा अध:पात करून घेतला.

ब्युजच्या आवाजातील कंप नाट्यमय होता. तिने शेवटच्या तीन-चार वाक्यांचा श्रोत्यांवर चांगला परिणाम व्हावा म्हणून चांगलीच तालीम केलेली असावी. आपण सर्वच जण आपल्या भूतकाळातील वर्तनाचा, विशेषत: नीच वर्तनाचा समोरच्याला पटेल असे समर्थन करण्याचा प्रयत्न करत असतो.

त्यापुढचं ब्युजचं बोलणं म्हणजे तिचं बरळणंच होतं. ती काय बोलतेय तेच कळेना. ती जो चरस पीत होती त्याचा अंमल तिच्यावर चढू लागला. मला ही गोष्ट सांगायला नक्कीच आवडेल की, मादक द्रव्यांच्या बाबतीत मी कसलीच तडजोड करीत नाही. मला ती मुळीच आवडत नाहीत. मी स्वत: तर त्यांचा वापर करत नाहीच, शिवाय असा वापर करणाऱ्यांपासून दोन हात दूर राहतो.

शाळा संपेपर्यंत आपल्याला आता सगळं कळायला लागलंय असं तिला वाटायला लागलं. 'सेमिथ' नावाचा नट तिला घेऊन चित्रपटाच्या सेटवर गेला.

सेमिथ हा एक दुय्यम दर्जाचा नाटकवाला होता. त्याचा तरुण मुलांमधला रस सर्वांना ठाऊक होता. त्यामुळे त्याच्या प्रसिद्धीत ब्युजमुळे नवीन काही भर पडणार नव्हती. ज्याचा भूतकाळ जगजाहीर आहे, त्याला ब्लॅकमेल कसं करणार?

फेज़वीला तरुण असताना एका चित्रपटात छोटी भूमिका मिळाली होती. नंतर

सेमिथने तिला बेवड्या नटाच्या हवाली केलं. अतिल्ला अरकान. तो छोट्या-मोठ्या प्रमुख भूमिकांतून चमकत असे. त्यालासुद्धा मिसरूड न फुटलेल्या कोवळ्या तरुणांचा नाद होता. पण ते गुपित होतं. एकदा चित्रीकरणाच्या दरम्यान तो फेज़वीला एका अडगळीच्या खोलीत घेऊन गेला आणि तेथेच त्याने कार्यभाग साधला. त्याचा सही केलेला फोटो फेज़वीकडे अजूनही आहे, असं ती म्हणते. पण अरकान त्या वेळीसुद्धा एक फालतू नट होता.

ते खरं होतं. त्या नावाचा नट मला अंधूकसा आठवत होता. तो दिसायला जेवढा देखणा होता तेवढाच अभिनयात ठोकळा होता. गेले कित्येक वर्षं त्याच्याबद्दल काही ऐकलं नव्हतं. त्याचं बऱ्याच सौंदर्यतारकांशी लग्न आणि नंतर घटस्फोट झाला होता. तो त्यांच्यापैकी एकीला इतका मारायचा की, त्या निमित्ताने का होईना पुन्हा त्याची बातमी सिने साप्ताहिकात झळकली. बायकोला मारण्यात त्याच्या दबलेल्या समलिंगी प्रवृत्तींचं उपशमन होत असावं. स्त्रिया बहुधा त्यांच्या नवऱ्यांना रंगेहाथ पकडतात. बहुधा त्यांना परिणाम कळत नाहीत किंवा त्या कळवून घेत नाहीत. लैंगिकतेच्या अशा काही शाखा, उपशाखा असतात हे लक्षात न घेता त्या घर डोक्यावर घेतात. मारहाणीला त्याच्यामुळेच सुरुवात झाली असावी. त्याकाळी प्रसारमाध्यमांना पडलेले कोडं सोडवल्याबद्दल फेज़वीचे आभार मानायला हवेत.

अतिल्ला अरकानचं पुढं काय झालं असावं? त्याने तिय्यम दर्जाच्या टीव्ही मालिकांमध्ये काम करायला सुरुवात केली असेल, तर मला काही सांगता येणार नाही. तो सध्या काय करतोय ह्यात मलाच रस नव्हता, तर दुसऱ्या कोणालाही असण्याची शक्यता नव्हती. अशा तिय्यम दर्जाच्या ज्याचं नावसुद्धा कोणाला आठवत नाही, त्याला ब्लॅकमेल काय करणार? मी संशयितांच्या यादीतून त्याचं नाव काढून टाकलं. जो अगोदरच मेलेला आहे, त्याला आणखी मारण्यात काय अर्थ आहे?

सेमिथ आणि अतिल्लानंतर मध्यमवयीन पुरुषांची प्रकरणं चालू झाली. त्यात एक सेमिथचा चमचा होता.

एके रात्री सेमिथ फेज़वीला कोन्हान तुर्की नावाच्या बुजुर्ग पत्रकाराच्या घरी पार्टीला घेऊन गेला. तेथे त्याची मित्रमंडळी पोकर खेळत होते. फेज़वी तेथे जमलेल्या मुलींच्या घोळक्यात सामील झाली. पोकरमध्ये खूप मोठ्या रकमा पणाला लावलेल्या होत्या. मधेच जुगार थांबवून जमलेल्या मुलींची छेडछाड चालू होई. असं रात्रभर झाल्यावर सकाळी फेज़वी घरी परतली तेव्हा काढलेल्या चिमट्यांनी तिचं सर्वांग हुळहुळत होतं. पण बदल्यात कमाईसुद्धा भरपूर झाली होती.

त्यानंतर टेपवर त्या पत्रकार बाईने आपल्या संपादकाला वाहिलेली शिव्यांची लाखोली होती. त्या बाईच्या शब्दभांडारामुळे मी अवाक झालो. ती म्हणाली की,

तिला कोऱ्हान तुर्की या संपादकाचा एक दिवस पर्दाफाश करायचा आहे. पण त्याचा काही उपयोग झाला नसता. कारण कोऱ्हान तुर्की कोलांट्या उड्या मारण्यात वस्ताद होता. त्याने एका श्रीमंत वृद्धेशी लग्न केलं होतं आणि अधूनमधून ती जेव्हा बाहेरगावी जायची तेव्हा हा आपल्या मित्रांना बोलावून पार्टी द्यायचा. जर अशा पार्ट्यांविषयी कोणी काही विचारलं असतं, तर त्याने निर्लज्जपणे असं घडलंच नाही म्हणून सांगितलं असतं. पार्टीतल्या विकृत चाळ्यांत सगळेच सहभागी असल्याने कोण कोणाच्या विरुद्ध साक्ष देणार? नुसत्या टेपचा पुरावा कोर्टात टिकणं कठीण होतं. त्यामुळे या बुजुर्ग पत्रकाराला कसलीच भीती नव्हती.

हे सर्व असं असलं तरी मी जो माणूस शोधत होतो तो कोऱ्हान तुर्कीसुद्धा असण्याची शक्यता होती. ब्युजच्या म्हणण्याप्रमाणे तिच्याकडे पत्रं आणि फोटो होते. जरी तिचे आणि त्याचे संबंध असे नसले तरी त्या रात्रीच्या पार्टीचा एक जरी फोटो तिच्याकडे असता तरी पुरेसं होतं. त्यात पत्रं मिळाली असती, तर दुधात साखर!

दरम्यान ब्युजची मिळकत वाढत गेली आणि तिची ऊठबस वरच्या वर्तुळातील लोकांत होऊ लागली. ती गेली नव्हती असं एकही ठिकाण नव्हतं. स्त्री आणि पुरुष दोघांनाही तिच्या सेवेची गरज लागे. लेस्बियन गायिका सुआत तिला घेऊन बोद्रुम येथे गेली. तेथे तिने तिला एजिअन समुद्रावरील क्रूजला नेलं. तेथे तिला पियानोवादक गायक मेहमूत गुर्सेल भेटला. त्याच्या तावडीतून तिला सुटणं अशक्य होतं. तो हात धुऊन तिच्या पाठी लागला होता. तो अतिशय घाणेरडा माणूस होता. आजूबाजूला कोण आहे, कोण पाहातोय याची पर्वा न करता मिळालेल्या प्रत्येक संधीचा उपभोग त्याने घेतला. हातात व्हिस्कीचा ग्लास असला की, त्याच्या अंगात राक्षस संचारत असे. सुआत बाजूला सिगारेट ओढत हसत उभी असे.

आमच्या पत्रकार बाईंनी मधेच थांबवून त्या प्रसिद्ध पियानोवादक गायकाच्या नावाची खातरी करून घेतली. तिने सांगितलं की, मंचावर कार्यक्रम करत असतानासुद्धा तो तसेच घाणेरडे चाळे करत असे. उकाड्याचा बहाणा करून तो शर्ट काढून आपल्या केसाळ छातीचं आणि पीळदार दंडांचं प्रदर्शन करायचा. तिने त्याच्या पौरुषाची कीर्ती ऐकली होती आणि तिला त्याचं थोडंसं आकर्षणही वाटलं होतं. पण तो अगदीच किळसवाणा होता.

ब्युज ऊर्फ फेज़वी या प्रसिद्ध पुरुषांच्या वलयामुळे सगळा त्रास निमूटपणे सहन करायची. पण क्रूजवरचा तिचा पोरगेलासा केबिन बॉय मात्र तिची खूप काळजी घ्यायचा. तिच्या दुखऱ्या शरीराला आपल्या नाजूक हातांनी तो हळुवारपणे मलम लावायचा.

"शेवटी महत्त्व आकाराला नसतं, तर वापराला असतं." ती पत्रकार बाई

म्हणाली. होय का? आकारही महत्त्वाचा असतोच. म्हणजे भेंडी आणि दोडक्याच्या चवीची तुलना कशी करणार?

टेपची एक बाजू संपली. दुसऱ्या बाजूला बरीचशी फुकटची बडबड होती. त्यात लैंगिकतेचं तत्त्वज्ञान म्हणून मांडलेले स्वत:चे भोंगळ विचार, स्त्रियांची दु:खं आणि पुरुषांचा बदमाशपणा. खरं म्हणजे मुलाखत देणारा आणि घेणारा दोघांनाही आपलं म्हणणं नीट मांडता येत नव्हतं. ब्युजची या विषयावरून त्या विषयावर भरकटत बडबड चालू होती. ते एक बरं होतं. त्यातून काहीच निष्पन्न होत नसल्याने नंतर सोईस्करपणे त्याचा इन्कार करता आला असता.

नंतर ब्युज ऊर्फ फेज़वीने नव्या धाडसी आयुष्याला सुरुवात करण्याच्या आपल्या निर्धाराविषयी सुरुवात केली. तिला पूर्णत्वाने स्त्री व्हायचं होतं. तिने त्यासाठी स्वत:त बदल करून घेण्यास सुरुवात केली. शरीराने स्त्री होणं, हे तसं खूप खर्चिक होतं. तोच तिला सुरैय्या भेटला. तो तिशीच्या आसपासचा तरुण होता. पण ब्युजपेक्षा बराच मोठा. तो खरा मर्द गडी होता. देखणा म्हणता आला नसता, पण त्याचं व्यक्तिमत्त्व कोणालाही मोहात पाडील असंच होतं.

आता त्या पत्रकार बाईचा आवाज नीट ऐकू येईनासा झाला. ती मायक्रोफोनपासून लांब गेली असावी. इथे मी कॅसेट प्लेयरच्या ऐवजी आन्सरिंग मशीन वापरत असल्याने आवाज अगोदरच नीट ऐकू येत नव्हता. तिचा शब्दन् शब्द जरी समजत नसला तरी तिच्या बोलण्याचा रोख सुरैय्यावर होता, हे माझ्या लक्षात आलं.

या दोघी ज्याला ओळखत होत्या, तो हा सुरैय्या कोण होता? मी लक्ष देऊन ऐकायला लागलो.

त्या दोघांचं प्रकरण बरीच वर्षं चालू होतं आणि तेही अगदी गुप्तपणे. तो एकटाच राहत असे. ब्युज त्याला भेटायला त्याच्या घरी जायची आणि रात्रभर त्याच्याबरोबर तेथेच राहायची. जेव्हा सुरैय्याला काम असायचं किंवा तो बाहेरगावी जायचा तेव्हा तो ब्युजला दुसऱ्या कोणाला भेटू देत नसे. ब्युज तिच्या घरी त्याची वाट बघत एकटी बसे. तो अतिशय मत्सरी होता. तो त्याकाळी एका राजकीय पक्षाच्या कामात गुंतलेला असे.

तो पक्ष कोणता होता? हा सुरैय्या कोण आणि तो त्या पक्षाचं काय काम करीत असावा? असे अधिक प्रश्न उपस्थित होण्याच्या आतच मला उत्तर सापडलं. हेदेफ पक्षाचा दुसऱ्या क्रमांकाचा नेता. होय, सुरैय्या एरोनॅत. ते नाव माझ्या डोक्यात घुमू लागलं. हे कसं शक्य आहे? मी अवाक झालो. मी बाथरूममध्ये जाऊन तोंडावर पाणी मारलं, पण त्याचा काही उपयोग झाला नाही. मग एक पेला थंडगार पाणी गटागट प्यालो.

हेदेफ एक पुराणमतवादी पक्ष होता. त्यांची तत्त्वप्रणाली कुटुंबसंस्थेवर आधारित

होती. पुरुषांची पारंपरिक भूमिका कुटुंबप्रमुखाची असते, यापासून ते एक तसूभरसुद्धा ढळायला तयार नसत. ही जरी अधिकृत भूमिका नसली, तरी त्या पक्षाची प्रतिमा ही मर्दानी बाण्याच्या पुरुषांशी निगडित होती. इतर सगळ्या गोष्टींच्या ते विरोधात असत. त्यांच्या मते तृतीयपंथी लोक म्हणजे समाजाला लागलेली कीड आहे आणि ती वेळीच चिरडून टाकली पाहिजे. हेदेफ पक्ष जर सत्तेवर असता, तर त्यांनी सगळ्या तृतीयपंथीयांना गोळ्या घातल्या असत्या.

पण सैद्धांतिक भूमिका आणि प्रत्यक्ष परिस्थिती यात महदंतर असते, हेच खरे. त्यांचा दुसऱ्या क्रमांकाचा नेता स्वत:च एक विकृत होमोसेक्सुअल होता.

पक्षाचे बहुसंख्य सभासद हे पुरुष होते. नावापुरत्या स्त्रिया असतीलही, पण मी कधी त्यांच्याबद्दल ऐकलं नव्हतं.

त्यांच्या पक्षाच्या मर्दानी प्रतिमेशी समलिंगी संबंध अतिशय विसंगत होते. सुरैय्या एरोनॅत, त्यांच्या पक्षाचा उपाध्यक्ष आणि होमोसेक्सुअल. हे ज्याला माहीत आहे, त्याचा जीव धोक्यात पडल्यासारखाच होता आणि त्यात जर कोणाकडे हे सिद्ध करणारा दस्तऐवज असेल तर मग संपलंच सगळं. विचारानेच माझ्या अंगावर शहारे आले. सोफिया जे म्हणाली ते खरंच होतं. नुसती माहिती असणंसुद्धा धोकादायक ठरू शकणार होतं.

या कागदपत्रांचा उपयोग करून ब्लॅकमेल करणं म्हणजे आत्महत्या करण्यासारखं होतं. आमची मुलगी ब्युज एवढ्या खालच्या पातळीवर उतरणं शक्य नाही. असंही असण्याची शक्यता होती की, सुरैय्या एरोनॅतला आता अचानक आठवलं असेल आणि त्याला स्वत:लाच ते फोटो हवे असतील आणि त्याने त्याच्या माणसांना पाठवलं असेल. कारण दुसऱ्या एखाद्याला ती कागदपत्रं मिळाली असती, तर त्यांचा पक्ष संपलाच असता. पक्षाध्यक्ष फारसा कशात नसायचा. कोणीही उघडपणे बोलत नसे, पण पक्षाची खरी सूत्रं सुरैय्याच्या हातातच होती. तोच पक्षाच्या सिंहासनाचा खरा अधिकारी होता.

एरोनॅतचं खासगी आयुष्य तसा नेहमीच वृत्तपत्रांच्या चर्चेचा विषय होता. त्याने तरुणपणातच लग्न केलं होतं. पण त्याच्या पत्नीचे थोड्या वर्षांपूर्वी एका भयंकर मोटार अपघातात निधन झाले होते. पत्नीच्या मृत्यूच्या दु:खातून तो अजूनही सावरला नव्हता आणि त्यामुळे त्याने पुन्हा लग्न केलं नाही, ह्यावर विश्वास बसणे कठीण होतं. पण सगळ्यांना तसंच वाटत होतं.

त्याला दोन मुलं होती आणि त्यांचं खासगी आयुष्य लोकांच्या नजरेआड होतं. त्याचा मुलगा कॅनडा किंवा अमेरिकेत होता. मुलीचं लग्न झालं होतं आणि तिने त्याला नातवंडं दिली होती. गृहिणी आणि मातेच्या भूमिकेत ती शांतपणे आपलं आयुष्य व्यतीत करीत होती.

एरोनॅत त्याच्या विधवा आई आणि मावशीबरोबर राहतो, असं म्हणत. घोडदौड आणि निसर्गविहार हे त्याचे फावल्या वेळातले छंद होते. सुट्टीत तो बहुधा आपल्या आईला आणि मावशीला बरोबर घेऊन जायचा. त्याचा शॉर्ट किंवा स्वीमिंग कॉस्च्युममधला एकही फोटो आजवर प्रसिद्ध झाला नव्हता. मला तर त्याचा टायशिवाय काढलेला एकही फोटो आठवत नाही. त्याचं नाव कोणाही बरोबर जोडलं गेलेलं नव्हतं किंवा अप्रत्यक्ष तसा उल्लेखही कधी केलेला नव्हता. माध्यमातील त्याची प्रतिमा अतिशय निष्कलंक होती.

याचं महत्त्वाचं कारण म्हणजे त्याची दहशत. ती एवढी होती की, एखादा वावगा शब्द उच्चारण्याचीसुद्धा कोणाला हिंमत झाली नसती.

...आणि आमची बिचारी ब्युज एवढी सज्जन असूनही शेवटी त्याची शिकार झाली. तिची ती म्हातारी आईसुद्धा त्याची शिकार झाली असण्याची शक्यता होतीच.

आता माझं कुतूहल शमलं होतं. पण त्यासाठी मला फार मोठी किंमत चुकती करायला न लागो म्हणजे मिळवलं.

उरलेली टेप ऐकावी की ऐकू नये या संभ्रमात मी पडलो. जेवढी जास्त माहिती मिळेल तेवढा मी जास्तच गोत्यात गेलो असतो. एखाद्या दिवशी नकळत ती माझ्या तोंडून बाहेर फुटली असती. कोणाच्या तरी मिठीत असताना किंवा संतापाच्या भरात संयम सुटून मी कुठे काही बोललो नसतोच याची काय खातरी होती? आपण सर्व बेभरवशाची माणसं असतो! मी कुठे काय बहकलो असतो, सांगता येत नाही. मी जरी फारसा बोलघेवडा नसलो, तरी एखादे वेळी मला माझं गुपित कोणाच्या तरी कानात सांगण्याची इच्छा झाली नसती, याची खातरी देणं कठीण होतं. पण माझ्या कुतूहल बुद्धीने सारासारविवेकावर मात केली.

मी प्लेचं बटन दाबलं. आता थांबणं कठीण होतं. ब्युजचा आवाज ऐकू येऊ लागला.

''तो इतका मालकी हक्क दाखवायचा म्हणून सांगू. विशेषत: माझ्या बाबतीत हे करू नकोस, रात्री बाहेर पडू नकोस, तिकडे जाऊ नकोस वगैरे. थोड्या दिवसांनी तो मला माझ्या दैनंदिन खर्चासाठी मदत करू लागला. माझ्या आईच्या पेन्शनमध्ये माझं भागणं कठीण होतं. तिला किती मिळतात तुला ठाऊक नसेल. मला या कसेबसे जगणाऱ्या म्हाताऱ्या माणसांची दया येते.''

''कसंही असलं तरी सुरैय्याच्या कृपेमुळे आमचं ठीक चाललं होतं. माझ्या सर्व गरजा भागत होत्या. त्याचा हात सढळ होता. थोड्या दिवसांनी तो मला माझ्या घरी येऊन भेटू लागला. तो माझ्या आईशी आपुलकीने बोलायचा आणि तिलासुद्धा तो आवडायला लागला. तो तिच्या हाताचं चुंबन घेऊन तिच्याशी थोड्या गप्पा मारायचा. सुरुवातीला तिला आमच्यातलं नातं काय आहे, ते कळलं नव्हतं. पण

सात वर्षांत तिला थोडीफार कल्पना आली असावी. आम्ही एका कुटुंबासारखे होतो. आम्ही वेगळे झालो तेव्हा मी कोलमडून पडले. तिने माझं सांत्वन केलं. असं कितीशा आया करतील?''

हंऽऽ! हे खूप मजेशीर दिसतंय. सुरैय्या बे आणि त्याच्या पुरुष प्रेमपात्राची आई यांच्यातलं नातं हे सगळ्या सासू आणि जावयांच्या नात्यासारखंच होतं. मला म्हणायचंय की, मी सबीहा हनीमला कधी भेटलो नव्हतो, पण मी त्या प्रसंगाची कल्पना करू शकत होतो. आंधळी आई आपल्या आवडत्या आरामखुर्चीत बसून शून्यात बघून हसतेय. तिच्यासमोर तिचा मुलगा आणि सुरैय्या एकमेकांच्या मिठीत आहेत. कोणताही आवाज न करता त्यांचे प्रेमालाप चालू आहेत. आई शून्य नजरेने त्यांच्या दिशेने बघत आहे. ओठ घट्ट मिटून त्यांचं काम चालू आहे. सगळं संपल्यावर सुरैय्या उठून त्या म्हातारीचे आभार मानतो आणि कपडे करून निघून जातो. चित्रपटात शोभावा असा हा प्रसंग. पण कोणत्या चित्रपटात ते आठवेना. टीव्हीवरच्या एखाद्या गेम शोमध्ये हा प्रश्न माझ्या वाट्याला आला असता, तर माझी गच्छंतीच होती.

सुरैय्या एरोनॅतविषयी माध्यमांमध्ये जे यायचं त्यावरून असं वाटलं असतं की, तो या वैषयिक सुखांच्या पलीकडे गेला आहे. एकतर त्याने आपल्या इंद्रियांवर विजय मिळवला आहे किंवा सुरुवातीपासूनच तो विरक्त असला पाहिजे. काही थोडे पुरुष असे असतातही आणि त्यांचं बोलणं, चालणं, वागणं, कपडे वगैरे गोष्टींवरून ते ओळखूही येतात. सुरैय्या अशाच विरक्त पुरुषांसारखा वाटायचा.

त्याचा एखादा फोटो मिळेल म्हणून मी जुनी वर्तमानपत्रं चाळून पाहिली. त्याचं आणि माध्यमांचं फारसं सख्य नव्हतं. तो त्यांच्यावर बोचरी टीका करत असे. माझ्या आवडत्या वृत्तपत्रात त्याच्यावर फारसं लिहून येत नसे. खूप शोधल्यानंतर मला एक फोटो मिळाला. त्याची आमच्या मुलींबरोबर जोडी लावण्याची कल्पनासुद्धा सहन करता आली नसती.

उरलेल्या टेपमध्ये आणखी बरीच नावं घेतलेली होती. त्यातली काही माझ्या ओळखीची होती, काही नव्हती. माझ्या माहितीप्रमाणे त्यातील कोणीही फारसं धोकादायक नव्हतं. अर्ध्याअधिक लोकांबद्दल अगोदरच एवढा गवगवा होता की, याने त्याच्यात फारशी भर पडणार नव्हती. तरीही कोणाला करायचंच असतं, तर ब्लॅकमेल करता येणं शक्य होतं. पण त्यासाठी कोणीही खुनाची पायरी गाठणं असंभव होतं.

आता या टेपचं काय करावं ते मला कळेना. माध्यमांच्या हातात सोपवली असती, तर मजा आली असती. पण ती माध्यमांच्या मार्फत म्हणजे त्या पत्रकार बाईकडूनच तर माझ्या हातात पडली होती! जर त्यांना त्या टेपचं बातमी मूल्य

कळलं नसेल, तर त्याला मी करणार?

दुसरा पर्याय म्हणजे ती टेप खुद्द सुरैय्या एरोनॅतच्या हाती पडेल, अशी व्यवस्था करणं. जर पोस्टाने पाठवली तर पाठवणाऱ्याला शोधणं अशक्य होतं, पण तरीही त्यात एक जोखीम होतीच. जर त्यांनी त्या पत्रकार बाईला तिच्या आवाजावरून शोधलं असतं, तर ते माझ्यापर्यंत येऊन पोहोचले असते. कठीण होतं, पण अशक्य नव्हतं.

आता उरलेले पर्याय म्हणजे एकतर ती टेप नष्ट करणं किंवा लपवून ठेवणं. यातलं काय निवडावं? जरी मी ती नष्ट केली असती, तरी मी ते कसं सिद्ध करणार होतो? समजा, ती माणसं माझ्यापर्यंत येऊन पोहोचली असती तरी त्यांनी माझ्यावर विश्वास ठेवला असता का? मी त्यांची खातरी पटवू शकलो असतो का? जोपर्यंत ती पत्रकार बाई तोंड उघडणार नव्हती तोपर्यंत माझ्याकडे त्या टेपची एक कॉपी आहे ही गोष्ट कोणालाही कळणार नव्हती. मी ती टेप ठेवायचं ठरवलं.

...आणि आता आणखी एक बोनस प्रश्न. याला कोणतंही रोख बक्षीस नव्हतं. टेप कुठे लपवता येईल? आणि एकदा लपवल्यावर मला त्याचा काय फायदा होणार होता? पण ते एक दुसरंच कोडं होतं.

एकवीस

टेपचा विचार करण्याचं थांबवून रात्रीची तयारी करण्याची गरज होती. नाहीतर मला क्लबमध्ये जायला उशीर झाला असता. नेहमीप्रमाणे आठवडाअखेरीस खूप गर्दी असते. अगदी जत्रेत असते तशी! ज्यांना दरवाजातच अडवायला हवं, अशा लोकांची नावं मी आठवायला लागलो.

त्या पत्रकार बाईला, तिचं जे काही नाव असेल ते असो, आत प्रवेश देऊन चालणार नव्हतं. माझ्याकडे एक आयतं कारण तयार होतं. आठवडाअखेरीस आम्ही बायकांना प्रवेश देत नाही.

बिल्कीसचा नवरा फेरूह जर एकटा आला असता, तर त्यालाही प्रवेश द्यायचा नव्हता. मी आदल्या रात्री ती चूक करून बसलो होतो. जर तो एखाद्या मुलीला बरोबर घेऊन गेला असता, तर बिल्कीसने घर डोक्यावर घेतलं असतं. त्याची माझ्याकडे बघून जी नेत्रपल्लवी चालत असे, ती मला मुळीच आवडायची नाही.

आणखी काही गे मंडळी होती. त्यांच्या नेहमीच्या बारमध्ये त्यांना कोणी गिऱ्हाईक मिळालं नाही की, ते क्लबमध्ये येत आणि चार पैसे गाठीला लागतील का याची उशिरा पहाटेपर्यंत वाट बघत. याही मंडळींना मी दरवाजाच्या आत येऊ देणार नव्हतो. ही मंडळी त्यांना हवं असेल, तेव्हा दोस्ती करत आणि इतर वेळी ठेंगा दाखवत. मला असला दुटप्पीपणा आवडत नाही.

...आणि जे अख्खी रात्र फक्त एका बिअरवर काढतात असल्या दलिंदर लोकांनासुद्धा प्रवेश दिला जाणार नाही. इतर दिवशी मी अशा लोकांना चालवून घेतो, पण शुक्रवारी आणि शनिवारी क्लबमध्ये खूपच गर्दी असते. कुनेतला असल्या लोकांना शोधून काढणं चांगलं जमतं.

ती छळवाद मांडणारी सोफिया, बहुधा ती आपली पायरी सोडून खाली येणार नाही ही आशा; पण जर आलीच तर तिला अतिशय नम्रतेने प्रवेश बंद झाला आहे असं सांगावं लागेल.

तो थेरडा नट अहमेत कुयु ज्या मुलींना घेऊन जायचा त्यांना इतकी मारपीट

करत असे की, त्यांना आठवडाभर तरी काम करणे शक्य होत नसे. त्यालासुद्धा दरवाजे बंद केले पाहिजेत. त्याला बाहेर ठेवणं अगदी सोपं होतं. कारण तो येई तेव्हा नेहमी दारू पिऊन झिंगलेल्या अवस्थेत असे.

नलन आणि मेहताब अलीकडे मादक द्रव्यांच्या आहारी गेल्या होत्या, त्यामुळे त्यांनाही प्रवेश नाही. मला कोणतेही प्रश्न निर्माण व्हायला नको होते.

गेल्या आठवड्यात सिर्माची बाउन्सर बेयझाबरोबर कशावरून तरी हाथापायी झाली होती. त्यामुळे सिर्मा येण्याचा प्रश्नच नव्हता. तिच्याबरोबर येणाऱ्या लोकांची संख्या एवढी नगण्य होती की, त्याने फारसा फरक पडणार नव्हता.

सेरपच्या त्या लुकड्या प्रेमीवरही बंदी घालावी लागेल. कुनेत काहीतरी कारण शोधून काढेल. मला माझ्या सगळ्याच निर्णयांचं प्रत्येक वेळी समर्थन करता येईल असं गृहीत धरून कसं चालेल?

मी यादी तयार करण्यात गुंतलो असलो, तरी दुसराच एक प्रश्न माझ्या डोक्यामध्ये घुमत होता. ब्युजने मुलाखत देताना त्या पत्रकार बाईसमोर एवढी माहिती का बरे उघड केली असेल? ब्युजने जे मला सांगितलं होतं की, 'मी माझ्या माजी प्रियकराशी कधीही प्रतारणा केली नाही आणि करणार नाही.' त्याचा अर्थ काय होता? असं दिसत होतं की, पहिली संधी मिळताच तिने सुरैय्या एरोनॅतच्या आपल्या संबंधाविषयी सगळं काही घडघडा सांगून टाकलं होतं. तेसुद्धा कोणाला, तर एका पत्रकाराला!

हे कसं शक्य होईल? माझ्या डोक्यात विचारचक्र चालू होतं. एक कारण मुलाखतीच्या दरम्यान तिने चरसचे झुरके मारले होते आणि दोन-तीन पेग दारू प्याली होती. पण हेही कारण मला पटण्यासारखं नव्हतं. पटलं तरी फारसं नाही. ब्युजला मादक द्रव्य नवी नव्हती. इतकी वर्षं जपलेलं गुपित तिने पोपटासारखं सांगून टाकावं? चरसच्या दोन-तीन झुरक्यांनी एवढा परिणाम होत नाही.

तिची जीभ अचानक सैल का पडली असावी, याचं खूप ताणून अगदी अशक्य कोटीतलं असलं तरी चालेल, पण काही कारण मिळतं का ते मी शोधू लागलो. कदाचित त्या वार्ताहर बाईने – काय बरं तिचं नाव होतं? सोडियम पेंटॉथल किंवा तसलंच काहीतरी सत्यशोधक रसायन टोचलं असेल. नाही. हे कारण अगदीच हास्यापद होतं. एका मध्यमवयीन ट्रान्सव्हस्टाइटकडे एवढी स्फोटक बातमी असेल याचा तिला अगोदरच कसा संशय येईल?

आणखीही एक शक्यता होती. ब्युज त्या पत्रकार बाईच्या प्रेमात पडली असेल आणि त्यातून झालेल्या जवळिकीमुळे तिने ते नि:शंक मनाने तिला सांगितलं असेल. पण हेही अशक्य होतं. कारण स्त्रियांशी लैंगिक संबंध ठेवण्याच्या बाबतीत ब्युज अतिशय चोखंदळ होती. शिवाय त्या वार्ताहर बाईमध्ये लेस्बियन असल्याची

कोणतीही लक्षणं दिसत नव्हती. ती माझ्यावर फिदा झाली होती, पण त्यात काही अर्थ नव्हता. कारण ती माझ्यातल्या पुरुषाच्या प्रेमात पडली होती. इथे एक लक्षात घ्या. ब्युजप्रमाणे मला स्तन नाहीत. आणखी एक गोष्ट. त्या वार्ताहर बाईला ब्युजच्या मृत्यूचं मुळीच दुःख झालेलं दिसत नव्हतं. ती तिच्या परिचयाची होती तरीही!

जुन्या दुःखावरची खपली निघाल्याची आणखी एक शक्यता होती. मुलाखतीपूर्वी सुरैय्या एरोनॅतने तिला काही त्रास दिला असेल. मित्र म्हणून आमचे अजून संबंध आहेत आणि मी त्याचा कधीही विश्वासघात करणार नाही, असं ती म्हणायचीसुद्धा. पण 'स्त्रीच्या संतापाच्या धगीसमोर नरकातल्या आगीची काय कथा', असं म्हणतात. ते ब्युजच्या बाबतीत खरंच आहे. काहीतरी बिनसलं असेल आणि इतके दिवस खोलवर दबलेली सुडाची भावना उफाळत वर आली असेल आणि एक-दोन पेग दारू पिऊन वर चरसचे झुरके मारल्यानंतर जीभ सैल झाली असेल. ही शक्यता धुडकावून लावण्यासारखी नव्हती. पण नंतर मला आठवलं की, त्या रात्री जेव्हा ती माझ्या ऑफिसमध्ये आली होती, तेव्हा किती शांत होती.

अगदी शेवटी ब्युजला कोणीतरी संमोहित केलं असण्याची शक्यता अजमावून पाहिली. या विषयावर मी अलीकडे थोडं वाचलं होतं. संमोहित केलेल्या व्यक्तीकडून तिच्या मनात लपलेल्या गोष्टी बाहेर काढता येतात, हे सैद्धांतिकदृष्ट्या तरी शक्य कोटीतलं आहे. मी ज्या गुन्हेगारीवरच्या कादंबऱ्या वाचतो, त्यांच्या कथानकात या तंत्राचा बऱ्याच वेळा वापर केलेला असतो. तर मग प्रत्यक्ष आयुष्यात असं का घडू नये? पण इथे एक प्रश्न होता. ब्युजला संमोहित कोणी केलं? त्या पत्रकार बाईला मोहिनीविद्या अवगत असण्याची शक्यता मी नाकारू शकत नव्हतो. पण तरीही ती आपल्या विद्येचा उपयोग ब्युजवर का करेल?

माझ्या डायरीत ज्या एका संमोहनकाराचा फोन नंबर होता त्याला फोन करण्याचं मी ठरवलं. हा इसम स्वतःला या विषयातला सर्वांत मोठा तज्ज्ञ म्हणवत असे. म्हणजे तसं त्याने लिहिलेल्या तीन पुस्तकांच्या मुख आणि मलपृष्ठांवर छापलेलं होतं. आमची मागे जेव्हा भेट झाली होती, तेव्हा त्याने ती तिन्ही पुस्तकं मला सही करून दिली होती. संमोहनशास्त्रावरची एक वेबसाइट चालू करण्यासाठी त्याला माझी मदत हवी होती आणि मी त्याच्याबरोबर काही आठवडे कामही केलं होतं. जेव्हा आमचं काम चालू होतं; तेव्हा त्याचा व्यवसाय कसा चालला आहे त्याची मी वारंवार विचारपूस करायचो. अशिलांशी मैत्रीचे संबंध प्रस्थापित करण्याची माझी सवय होती. किमानपक्षी माझी फी वसूल होईपर्यंत तरी तसे संबंध असत. याचा अर्थ असा नाही की, माझी फी वसूल झाल्यावर मी त्याचे फोन घेतले नाहीत.

मी त्या संमोहनकाराला दोनदा फोन केला. दोन्ही वेळा उत्तर आलं नाही. तो

घरी नसावा. आन्सरिंग मशीनवर निरोप ठेवावा की नाही, या विचारात मी होतो. पण जेव्हा माझ्या मशीनवर लोकांनी निरोप ठेवला नाहीतर मला किती राग येतो, हे आठवल्यावर मी निरोप ठेवला आणि त्याने फोनला उत्तर दिलं नाहीतर पुन्हा फोन करायचं हेही ठरवलं.

कपडे करण्यावर लक्ष केंद्रित करण्यासाठी माझ्या मनातून ब्युजचे विचार काढून टाकणं आवश्यक होतं. तसं करायला मला खूप प्रयास पडले. दर रात्री मी निवडक आणि अगदी खास कपडे करतो असं नाही. पण त्यातल्या त्यात आभूषणं मी अशी निवडतो की, ती चारचौघांत उठून दिसतील. मालक म्हणून इतर मुलींसाठी उदाहरण घालून देणं हे माझं कर्तव्य आहे, असं मला वाटतं. मी नेहमी अतिशय झकपक पोशाख करतो आणि माझ्या कर्मचाऱ्यांनीही तसंच राहावं, अशी माझी अपेक्षा असते.

गेल्या जमान्यातील सिनेतारकांपासून मी स्फूर्ती घेतो. शेर आणि मॅडोना सोडली तर ज्यांची नक्कल करावी असं आजकाल कोणीही नाही. शेर स्वतःच ट्रान्सव्हस्टाइट आहे. तिची काय नक्कल करणार? आता राहिली मॅडोना. पण तिने अलीकडे आपली प्रतिमा बदलून रहाणी अगदी साधी ठेवलेली आहे. मला ते काही चाललं नसतं. पण पूर्वी कशी ती अगदी उन्मादक कपडे करायची. तेव्हा आम्ही सर्व तिच्या कपड्यांची नक्कल करायचो. पण सध्या फक्त तिच्या संगीतावरच समाधान मानतो. खरंच! आमच्या एखाद्या मुलीने ढगळ डुंगरी आणि भलीमोठी काऊबॉय हॅट घातलेली आहे, अशी फक्त कल्पना करून बघा.

मी ऑड्रे हेपबर्नसारखे कपडे करायचे ठरवले. अभिजात आणि सौम्य. मला ठाऊक आहे की, आमच्यात खूप फरक आहे; पण योग्य कपडे आणि मेकअपने चांगला आभास निर्माण करता येतो. खऱ्या ऑड्रेशी कोणीही माझी तुलना करू नये. ती माझी स्फूर्तिदेवता आहे. दुसऱ्या व्यक्तीचा मेकअप करण्याच्या कलेतील बारकावे मी सोफियाकडून शिकलो. त्यानंतर मी त्यात बऱ्याच सुधारणा केल्या. आता माझं तंत्र सोफियापेक्षा खूपच वरच्या दर्जाचं झालं आहे.

ऑड्रेने फनी फेस या सिनेमात पॅरिसमधल्या नाइट क्लबमध्ये नाचतानाच्या दृश्यात घातलेले कपडे मी हिवाळ्यात वापरतो. निमुळत्या ट्राउझरवर घातलेला तंग काळा स्वेटर आणि साधे काळ्या रंगाचे शूज. त्या वेळी मी माझे केस उलटे फिरवून घट्ट पॉनीटेल बांधतो. हे जे विविध प्रकारचे केसांचे टोप आणि गंगावनं बाजारात मिळतात त्याचे यासाठी आभारच मानले पाहिजेत. पण आता उन्हाळ्यात अशा प्रकारची वेषभूषा विचित्रच दिसली असती. शिवाय त्रास झाला असता तो वेगळाच. त्याऐवजी मी तिने गॅरी कूपर बरोबर 'लव्ह इन आफ्टरनून'मध्ये काम करताना घातलेला ड्रेस घातला. फिकट निळ्या रंगाचा गुडघ्याच्या किंचित खाली येणारा

कॉलरलेस, स्लीव्हलेस फ्रॉक, त्याच्यावर मॅचिंग पट्टा बांधला. ऑड्रे हेपबर्नच्या सपाट छातीचा मान राखण्यासाठी मी माझी पॅड लावलेली ब्रेसियर घालण्याचा बेत सोडून दिला. मी भरपूर जेल लावून अगदी कपड्यांना योग्य दिसेल, अशी हेअरस्टाइल केली. मानेभोवती पांढरा फडफडणारा शिफॉनचा स्कार्फ गुंडाळला. पांढरे हातमोजे आणि पांढरे शूज घातल्यावर वेषभूषा पूर्ण झाली. पण हातमोजे म्हणजे जरा फारच झालं. आमच्या मुलींना वाटलं असतं की, मला हात लपवायचे आहेत. माझ्या हाताला इसब वगैरे काहीतरी झालंय. अशा अफवांना मला तोंड द्यावं लागलं असतं. मी हातमोजे काढले आणि पट्ट्यात अडकवले. मी आरशात पाहिलं. दहापैकी नऊ गुण मिळाले असते. एक नि:पक्षपाती जज्ज म्हणून दिवसा घालायचे कपडे रात्री घातले म्हणून मला एक गुण कापावा लागला होता.

मी टॅक्सीसाठी फोन केला आणि हुसेयीनला पाठवू नका असं सांगितलं. तो आलाच नव्हता. तो कुठे बरं गेला असेल? मी त्याला पाठवू नका म्हणून सांगतोय हे जर त्याला कळणारंच नसेल, तर त्याला पाठवू नका असं सांगण्यात काय मजा आहे?

मी घरातून बाहेर जाताना माझ्या लक्षात आलं की, भिंतीवरील एक फ्रेम थोडी वाकडी झाली आहे. तो रूपॉलबरोबर 'गे प्राइड डे'ला लंडनमध्ये घेतलेला फोटो होता. रूपॉलकडे आम्ही आमचा आश्रयदाता पॅट्रन सेंट म्हणून पाहात असू. जे त्याला तसं मानत नव्हते, त्यांना मी तसं मानायला लावी.

मी ती फ्रेम सारखी करायला घेतली आणि माझ्या डोळ्यांसमोर एकदम दुसरंच दृश्य तरळू लागलं. मी अगदी अलीकडे अशीच गोष्ट केली होती. पण कुठे आणि केव्हा?

मला एकदम आठवलं. त्या गोबऱ्या गालांच्या बाईच्या घरातील तो कौटुंबिक फोटो! त्यात तिचा नवरा एका राजकीय नेत्याशी हस्तांदोलन करत होता, तो फोटो... म्हणजे तो सुरैय्या एरोनॅत होता.

बावीस

आठवडाअखेरीस क्लब गर्दीने हमखास ओसंडून जातो. दरवाजातील गर्दी पाहून माझा ऊर अभिमानाने भरून आला, पण गर्दीतून वाट काढत पुढे जाताना मला जे चिमटे आणि चापट्या मिळाल्या त्याने मी काही हुरळून जाणार नव्हतो. एक गोरागोमटा तरुण अंगचटीला येण्याच्या प्रयत्नात असताना मी त्याचा हात पकडला आणि उलटा पिरगळला. जरा जास्त जोर लावला असता, तर त्याचा खांदाच निखळला असता. पण एवढी कडक शिक्षा करणं खूप निष्ठूरपणाचं दिसलं असतं, म्हणून मी सोडून दिलं.

त्या तरुणाची किंकाळी ऐकून कुनेत गर्दीतून धावत आला आणि मला दरवाजापर्यंत घेऊन गेला.

''हॅलो बॉस. तुम्ही आज नेहमीसारखेच खूप सुंदर दिसताय.''

''आभारी आहे,'' असं म्हणून मी त्याला एका बाजूला घेतलं आणि आजच्या नको असलेल्या लोकांच्या यादीतील नावं त्याच्या कानात सांगितली. त्याने पुढे वाकून सगळी नावं लक्षपूर्वक ऐकली.

''मेहताब कोण आहे?'' त्याने विचारलं. ''जी उंच आहे ती की, नेहमी लाल केसांचा टोप घालून येते ती?''

''त्याने तुला काय फरक पडतो?'' मी म्हणालो. ''एक नलन आहे, तर दुसरी मेहताब.''

''पण मला कळलं तर बरं होईल, गिऱ्हाइकांना नावाने हाक मारलेली आवडते. ग्राहकांचा संतोष हेच....''

या मुलाच्या भोळेपणाचं मला हसू आलं. हा मुलगा अगदी जीव ओतून काम करतो आणि त्याचे प्रश्न अगदी मनापासून विचारलेले असतात. पण अशा प्रकारच्या गांभीर्याने मला नेहमीच हसू फुटतं. आमचा हा तिय्यम दर्जाचा टिनपाट क्लब आणि तसलीच गिऱ्हाईकं. इथे कसला ग्राहकांचा संतोष आणि कसलं समाधान?

“ए चल, हवा येऊ दे!” मी हसत-हसत म्हणालो. आमच्या मुलांना माहीत आहे की, मी रागावलो तरी ते तेवढ्यापुरतंच असतं.

“बॉस, एक सांगायचं राहिलं. तुमची चौकशी करणाऱ्या दोघांना मी अगोदर आत सोडलंय. ते चांगले व्यवस्थित सभ्य माणसांसारखे दिसत होते. एक मघाशीच आला होता, दुसरा आत्ता दहा मिनिटांपूर्वी आलाय. काय ते ठरवा.”

कुनेतने खट्याळपणे डोळा मिचकावला आणि दरवाजा उघडला. मी आत जाताना त्याने सैन्यातल्यासारखा सॅल्यूट ठोकला. तो खरंच अगदी विनोदी आहे.

मी आत पाऊल टाकताच नाचाचा ठेका माझ्या कानावर पडला. मी नकळत त्या तालावर चालू लागलो. क्लबच्या प्रकाशात मी घातलेला फ्रॉक चमकू लागला. नेहमीप्रमाणे सगळ्यांच्या नजरा माझ्याकडे खेचल्या गेल्या.

माझी गे लेखक रफिक अल्तिनशी गाठ पडली. तो क्लबमध्ये नेहमी येतो, पण उशिरा. ज्या मुलांना मुलींमध्ये रस नाही, अशा मुलांना उचलायला तो पैसे घेत नाही, म्हणून तो खूप लोकप्रिय आहे. पण तो थोडासा उद्धट आणि आक्रमक आहे. इतर मुलींसारखा तो मला माझी टक्केवारी देत नाही, पण दारूवर मात्र तो भरपूर खर्च करतो. शिवाय बक्षीसही सढळ हाताने देतो. ‘मी होमोसेक्सुअल आहे, हे त्यानं नुकतंच जाहीर केलं होतं.’ ज्यांना ते माहीत नव्हतं त्यांच्या दृष्टीने ती एक अतिशय खळबळजनक बातमी होती. टीव्ही, वृत्तपत्रे आणि नियतकालिकांमध्ये त्याने आपल्याला आवडणाऱ्या पुरुषांचं वर्णन केलं होतं. त्यामुळे उडालेल्या खळबळीमुळे त्याला चेवच चढल्यासारखं झालं आणि त्याची मग्रुरी वाढली होती.

“*अयोल,* काय हे तुमचे कपडे! यात तुम्ही अगदी मोठ्या बहिणीचं बोट पकडून जाणाऱ्या लग्नातल्या करवलीसारखे दिसता आहात.”

संभाषणाची सुरुवातच अशी झाली म्हटल्यावर ते आणखी पुढे सरकेल, याची अपेक्षा नव्हती. मी एवढा ऑड्रे हेपबर्नचा उत्कृष्ट मेकअप करून आलो असताना त्याने मला करवली म्हणावं, हे माझ्या उत्साहावर पाणी ओतल्यासारखं होतं. त्यावर उलट उत्तर देण्याचा पर्याय माझ्याकडे होता, पण मला त्याची आवश्यकता वाटली नाही.

“मला तसंच दिसायला हवं होतं.” मी खोटं-खोटं हसत म्हणालो. त्यानेसुद्धा तसंच हसून प्रतिसाद दिला.

“तुम्ही विनोद करताय का?” तो म्हणाला. मी तसाच पुढे गेलो, तर त्याने माझा हात पकडला.

“तुम्ही ज्याच्या पाठी होता, ते तुम्हाला मिळालं का?” त्याने विचारलं.

मला पहिल्यांदा कळलंच नाही. तो हसत नव्हता. तो गंभीरपणे विचारत होता.

“ब्युजचे फोटो.” त्याने स्पष्ट केलं.

त्याने माझा हात सोडला नव्हता.

"तुम्हाला काय म्हणायचंय?"

"कम ऑन. माझ्यापासून काय लपवता? मला सगळं माहितीय." तो म्हणाला.

अरे, हे काय चाललंय. ब्युजच्या फोटोंचं रहस्य याला कसं काय कळलं?

"मी काहीही शोधत नाही. शोधत असतो तर मी शोधून काढलंच असतं."

"हे नाटक सोडून द्या." तो म्हणाला. "तुम्हाला ते शोभत नाही. तुम्हाला जर काही मिळालं, तर मला सांगा. मी तुम्हाला चांगली किंमत मिळवून देईन. बाजारभाव काय चाललाय ते मला चांगलं माहीत आहे. माझ्या खूप ओळखी आहेत."

नीच भडवा कुठला! म्हणजे रफिक अल्तिनसुद्धा, जरी त्याची कारणं वेगळी असली, तरी तोही त्याच फोटोंच्या मागे होता म्हणायचा. ते फोटो कोणाचे आहेत हे त्याला माहीत असेल की नाही, याची मला शंका होती. पण मी सुरैय्या एरोनॅतचं नाव सांगणार नव्हतो.

आजपासून या रफिक अल्तिनवरसुद्धा मला नजर ठेवायला हवी.

"*अबला*, शुभेच्छा." तो जाता-जाता म्हणाला.

मला ताई म्हटलेलं आवडत नाही आणि गे लोकांच्या तोंडी तर हा शब्द जास्तच भयानक वाटतो. मुलींनी आपली एकजूट दाखवण्यासाठी म्हणून आपापसात हा शब्द वापरलेला एक वेळ चालू शकतो, पण याच्यासारख्या गे लोकांनी मुळीच नाही.

जो एका फोटोमध्ये सुरैय्या एरोनॅतबरोबर हस्तांदोलन करत होता, त्या गोबऱ्या गालांच्या बाईच्या नवऱ्याचं नाव मी संशयितांच्या यादीत अगोदरच टाकलं होतं. त्यात या भडव्या रफिक अल्तिनच्या नावाची भर पडली.

त्याच्याशी जास्त पंगा घ्यायचा नाही, असं मी ठरवलं आणि ओळखीच्या लोकांना अभिवादन करीत सरळ बारच्या दिशेने गेलो. सुक्रु कामात व्यग्र होता. तो वर न बघता स्वत:शीच पुटपुटत ड्रिंक बनवत होता.

एका थंडगार हाताचा मला स्पर्श झाला. मी वळून पाहिलं तो काळसर रंगाचा सूट घातलेला एक तरुण पुरुष होता.

"गुड इव्हिनिंग," तो कोरड्या आवाजात म्हणाला.

"गुड इव्हिनिंग." मी म्हणालो. मी त्याच्यावरून नजर फिरवली. ती जी दोन माणसं माझी चौकशी करत होती, त्यांच्यापैकी हा एक असावा. मी त्याच्या चेहऱ्याकडे पाहिलं. ओळखीचा नव्हता. दिसायला तो बरा वाटत होता. त्याचे ते थंडगार हात सोडले, तर खटकण्यासारखं दुसरं काही नव्हतं. त्याचा हात माझ्या हातावरच होता. हे चांगलं लक्षण होतं.

त्याचा सूट त्याला अगदी व्यवस्थित बसला होता; त्याने गुळगुळीत दाढी केली होती. त्याच्या पांढऱ्या चमकत्या शर्टावर गडद रंगाच्या टायची गाठ नीट बांधलेली

होती. स्वारी अतिशय रूबाबदार आणि माझ्यापेक्षाही उंच होती. त्याचे निळसर हिरवे डोळे त्याच्या चेहऱ्याच्या मानाने लहान वाटले, तरी ते त्याच्या भुऱ्या केसांना शोभून दिसत होते. त्याची हनुवटी रुंद आणि मान भक्कम होती. तो अगदी जॉन प्र्युट नसला, तरी त्याची गणना नक्कीच देखण्या पुरुषांत झाली असती.

मी ज्यांच्याबरोबर शय्यासोबत केली आहे, अशा पुरुषांची यादी मी आठवून पाहिली. जरी त्यातल्या काहींना बघितल्याबरोबर मला ओळखता आलं नसतं, तरीही थोडं जवळून पाहिल्यावर किंवा बोलताना आवाज ऐकल्यावर मला ओळख पटते, पण तो त्या यादीतला नव्हता. तो पूर्वी कधीतरी रात्री क्लबमध्ये आला असेल अन् मला त्यानं पाहिलं असेल. त्यामुळे आज मला भेटायला आला असेल. पण मी त्याला पाहिलं नाही असं कसं होईल? त्याचा चेहरा असा होता की, माझं लक्ष गेलंच असतं.

मी बार काउंटरवर थोडंसं खाली झुकून सुक्रुला हळूच हाक मारली. बऱ्याच वेळापासून तयार असलेली माझी व्हर्जिन मेरी काढायला तोही खाली वाकला. अन् त्याने त्याचं तोंड माझ्या कानाजवळ आणलं. कोणाला ऐकायला जाणार नाही अशा रीतीने तो मला म्हणाला, "क्लब उघडल्यापासून तो तुमची वाट बघतोय. त्याचं दुसरीकडे कुठेच लक्ष नाही. वुल्सॅट तर त्याच्यावर लट्टू झाली होती. पण त्याने प्रतिसाद दिला नाही. आयलीनलाही त्याने फुटवलं. तो सारखी तुमची चौकशी करतोय."

मी मागे वळून त्या सुटामधल्या माणसाकडे पाहिलं. त्याच्या एका हातात लिंबू-सोडा होता, तर दुसऱ्या हातात सेलफोन. तो माझ्याकडे पाहून चोरून हसला.

तो इतका वेळ वाट पाहत होता की, मला वाटलं की, तो पुढाकार घेईल. मलाही कोणीतरी डिवचायला हवं होतंच. त्या बुजऱ्या हास्यानंतर गॅरी कूपरची जागा त्याने घेतली होती!

'लव्ह इन द आफ्टरनून'मध्ये ऑड्रे हेपबर्न गॅरी कूपरच्या त्या हास्याच्या प्रेमात पडली होती, हे जरी खरं असलं तरी मी ऑड्रे हेपबर्न नव्हतो आणि तो गॅरी कूपर नव्हता. मला त्याच्याहून काहीतरी जास्त हवं होतं. पण त्याच्या वयाच्या तरुणांना गॅरी कूपर कोण हेसुद्धा माहीत असण्याची शक्यता नव्हती.

मी त्याच्या हसण्याला प्रतिसाद दिला. मला मोठ्या हॉलमध्ये जायचं होतं. तेथे तो दुसरा सद्गृहस्थ माझी वाट बघत असला पाहिजे. पण हा सूट घातलेला तरुण सरळ माझ्या रस्त्यात उभा होता. तो बाजूला झाल्याशिवाय पुढे जाणं शक्य नव्हतं. मी नजर वर करून सरळ त्याच्याकडे पाहिलं.

"एक्स्युज मी, प्लीज."

"आपण जरा बसून बोलू या का?" त्याने विचारलं.

"ही जागा बोलता येण्यासारखी नाही.''

त्याच्या डोळ्यांत थोडी चिंता दिसली. त्याला सुरुवातीपासूनच घाबरवून चालण्यासारखं नव्हतं.

"आपण जरा नंतर बोललो तर चालेल का? मला काही लोकांना भेटायचं आहे.'' मी त्याला सांगितलं.

"आपल्याला बोललंच पाहिजे. मी रात्रभर तुमची वाट बघतोय.''

हे ठीक होतं. पण माझ्यासाठी नाही. आणखी कोणीतरी मला शोधत होता. तो कोण आहे, ते मला बघायचं होतं. स्पर्धेत नेहमी मजा येते. अशी निवड करण्यातच तर आपलं आयुष्य गेलेलं असतं. गेम शोपासून युनिव्हर्सिटीपर्यंत टीव्ही चॅनेल्स आणि मॉलमधल्या फळ्यांवर मांडून ठेवलेल्या निरनिराळ्या वस्तू. तेच तत्त्व प्रेमिकांनासुद्धा लावलं पाहिजे.

"कृपा करून जाऊ नका,'' त्याने आग्रह केला. मी त्याच्याकडे अशा नजरेने पाहिलं की, तो जे समजायचं ते समजला. तो बाजूला सरकला.

माझ्या पाठीमागून मी आवाज ऐकला, "परत या. मी वाट बघतोय.''

तो माझ्याकडे टक लावून बघत होता, हे माझ्या पाठीला जाणवलं. वाटेत आलेल्या मुलींच्या गालांची चुंबनं घेत-घेत मी गर्दीत मिसळलो.

डान्स फ्लोअरवर खूप गर्दी होती. काही तरुण मुलं घरी तालीम करून बसवलेला नाच करत होते. कोणाचंही त्यांच्याकडे लक्ष नव्हतं. तरी अट्टहासाने त्यांचा नाच रात्रभर चालू होता. उन्हाळा असल्यामुळे त्यांनी नाचता-नाचता कपडे काढायला सुरुवात केली. घामाने भिजलेला टीशर्ट काढल्यावर त्यांच्या फासळ्या दिसत. मधेच कोणीतरी पिळदार शरीरयष्टीचा तरुण नाचण्यात सामील होई आणि आम्ही सर्व टाळ्या वाजवून त्याला प्रोत्साहन देत असू. ज्यांना नाचता येतंय अशा दणकट देहयष्टीच्या तरुणांना आम्ही घवघवीत सवलत देत असू.

त्यांच्यापैकी 'यावुझ' नावाचा एक तरुण शर्ट काढत डान्स फ्लोअरवर आला. त्याचे स्नायू व्यायामशाळेत जाऊन फुगवलेले नव्हते, पण त्याचं शरीर सडपातळ होतं. विशेषत: पोटाचे स्नायू. शरीरावर कुठेही तोळाभरसुद्धा अनावश्यक चरबी नव्हती. त्याची ताम्रवर्णी त्वचा अतिशय नितळ होती. घामाने निथळणारं त्याचं शरीर डान्स फ्लोअरच्या प्रकाशात चमकत होतं. ते शरीर बघणाऱ्याला आव्हान देत होतं. यावुझला प्रेक्षक आपल्याकडे बेभान होऊन पाहतायत याची पूर्ण कल्पना होती. तो इकडे-तिकडे कोठेही न बघता तल्लीन होऊन एकटाच नाचत होता. त्याने घातलेली जीन त्याच्या निरुंद कंबरेवरून खाली घसरत होती. नाभीपासून खाली सरकणारी केसांची रेषा अंतर्वस्त्रात अदृश्य होत होती. मधूनच त्याच्या बॉक्सरची पट्टी बाहेर डोकावत होती. त्याची बॉक्सर पाहून बऱ्याच मुलींच्या छातीत धडधडू

लागलं, तर काही जणी त्याच्या पांढऱ्या पायमोज्यांवर फिदा झाल्या. "ए, काय चिकना पोरगा आहे!" मुली किंचाळत होत्या.

गॅरी कूपर माझ्या मागेच उभा आहे, असं मला जाणवलं. मी मागे वळून पाहण्याचा मोह कटाक्षाने टाळला. मी माझ्या बाजूला उभ्या असलेल्या एका मुलीशी बोललो.

डान्स फ्लोअरच्या दुसऱ्या बाजूला असलेल्या टेबलांकडे मी पाहिलं. मध्यमवयीन आणि वयस्कर ग्राहक नाचत नाहीत. ते नुसतं बघतात. जुन्या धर्तीच्या नृत्यगृहात मुली नाचत आणि बघत बसलेले ग्राहक त्यातल्या एखाद्या मुलीची त्या रात्रीसाठी निवड करत. ते नट्स आणि फळं मागवत. ते स्वत:वर भरपूर खर्च करत. त्या दृष्टीने ते क्लबचे मोठे ग्राहक होते. मला हुसेयीन त्यात बसलेला दिसला. आमची नजरानजर झाली. तो दात विचकून हसला. मी त्याच्याकडे दुर्लक्ष केलं. तो जेथे बसला होता, त्या दिशेने मी अंतराळात शून्य नजरेने रोखून पाहिलं. त्याने हात हलवला. त्याच्या शेजारी 'मुज्दे' नावाची आमची मुलगी बसली होती. जेव्हा 'मुज्दे अर'ची चलती होती त्या वेळी तिने ते नाव घेतलं होतं. तेव्हापासून तिने तिचे लांब काळे केस लाल केले होते. तिचं वजन जास्त होतं आणि ती नेहमी डाएटवर असायची. तुम्ही कधी जाड्या ट्रान्सव्हस्टाइटविषयी ऐकलंय का? ही मुज्दे तशी आहे. अर्थात ती गोलमटोल आहे, हे स्वत: कधीच कबूल करत नाही.

म्हणजे हुसेयीन क्लबमध्ये आलेला दिसतोय. आपली टॅक्सी स्टँडवरची जागा सोडून तो इथे आलाय. मला संताप नाही, पण त्याच्यासारखंच काहीतरी वाटत होतं. यापूर्वी त्या टॅक्सी स्टँडवरून किंवा त्या आसपासच्या वस्तीतून कोणीही क्लबमध्ये आलेलं नव्हतं. आता तो तेथे ग्राहक म्हणून बसला होता. मला हरकत घेण्यासारखं काही कारण नव्हतं. पण मला ते मुळीच आवडलं नाही. तो इथे माझ्यासाठी आला असता तर ते मला आवडलं असतं, पण माझ्या पाठीमागं एवढं लागून नंतर तो जाऊन बसला, ते मात्र त्या डुकरिणीच्या बाजूला. याला क्षमा नव्हती. ज्याला मी आवडतो, त्याला ती मुज्दे आवडायला लागली. केवढी ही घसरण! माझा केवढा अपमान! बदमाश कुठला!

माझी चौकशी करणारा तो दुसरा माणूस म्हणजे हुसेयीन तर नसेल? तसं असेल तर संपलंच. पण ते अशक्य होतं. कुनेत हुसेयीनला ओळखत होता. त्याने मला दरवाजातच सांगितलं असतं. हुसेयीन बऱ्याच वेळा मला क्लबमध्ये सोडायला आलेला कुनेतने पाहिलं होतं. अधूनमधून ते एकमेकांना शुभेच्छाही देत. याचा अर्थ असा की, या गर्दीमध्ये कुठेतरी माझा आणखी एक चाहता असला पाहिजे.

मी माझा स्कार्फ थोडा सैल सोडला. मुज्देच्या शेजारी बसून तो जर मला जळवायचा प्रयत्न करत असेल, तर मी त्याला चांगलाच हिसका दाखवला असता. दुसरे चांगले पर्याय हाताशी असताना मला वेळ फुकट घालवायचा नव्हता. मी जर

ताबडतोब काही केलं नसतं, तर त्याचा उपयोग नव्हता. माझा तो दुसरा चाहता थोडा वेळ थांबला असता. आता मला यावुझ आणि गॅरी कूपर यांच्यातून एकाची निवड करायची होती.

यावुझकडून प्रतिसाद मिळण्याची शक्यता नव्हती. तसं असतं तर तो क्लबमध्ये आला तेव्हा सुरुवातीलाच त्याने मला विचारलं असतं. मी क्लबच्या ग्राहकांना इतर मुलींसारखा फुकटात काहीच देत नाही. आपखुशीने बाहेर खासगीरीत्या कोणाला भेटायला माझी हरकत नसते. तो प्रश्न वेगळा. इथे मी बॉस आहे आणि कोणताही वाईट पायंडा मला पाडायचा नाही. हा तत्त्वाचा प्रश्न आहे.

गॅरी कूपर माझ्या मागेच उभा होता. मी ऐटीत त्याचा हात धरून त्याला डान्स फ्लोअरवरून टेबलावर घेऊन गेलो असतो. तो उंच आणि देखणा होता आणि तरुण मुलांपैकी तो एकटाच सूटमध्ये होता. सगळ्यांचं लक्ष वेधलं गेलं असतं. दुसरं म्हणजे तो जो कोणी माझी वाट पाहत होता, त्याला भेटणं राहून गेलं असतं. पण ठीक आहे, तो अगोदरपासूनच वाट पाहतोय.

मी त्याच्यामागे जायचं ठरवलं. मला वाटलं होतं तसंच तो माझ्यामागेच उभा होता.

''तुम्हाला नाचायचं आहे का?'' मी विचारलं.

तो थोडा घुटमळला. मला नकार ऐकून घ्यायला आवडत नाही. विशेषत: माझ्या क्लबमध्ये तर नाहीच नाही.

''आपण त्यापेक्षा टेबलावर बसू,'' तो म्हणाला.

मला डान्स फ्लोअरला वळसा घालून टेबलाकडे घेऊन जाण्याच्या उद्देशाने त्याने माझा हात धरला. पण सगळ्यांना दिसावं म्हणून मला डान्स फ्लोअरवरूनच जायचं होतं.

''तुमचं नाव काय?'' मी विचारलं.

''सुलेमान.''

''तुम्हाला भेटून आनंद झाला.''

मी त्याला डान्स फ्लोअरवर ओढून नेलं. तो थोडा घाबरल्यासारखा वाटला. असं वाटत होतं की, तो पहिल्यांदाच क्लबमध्ये आला असावा आणि त्याला मी हवा असेन, तर असं करणं साहजिक आहे. सुलेमानने माझ्या कंबरेभोवती हात घातला असताना आम्ही डान्स फ्लोअरवरून ऐटीत चालत गेलो. माझ्या कपड्यांप्रमाणेच त्याचा पांढरा शर्ट फ्लोअरवरच्या प्रकाशझोतात उजळून निघाला होता. हुसेयीन आमच्याकडे बघत असेल, याची मला खातरी होती. मी त्याच्या दिशेने न पाहता माझं सगळं लक्ष सुलेमानवर केंद्रित केलं. आम्ही एका कोपऱ्यातल्या टेबलावर जाऊन बसलो.

कोपऱ्यातली ही टेबलं फारशी लोकप्रिय नसतात. कारण तेथून डान्स फ्लोअर

आणि डान्स फ्लोअरवरून ती टेबलं नीट दिसत नाहीत. त्यामुळे तेथे थोडी शांतता असते. या टेबलांचा वापर बहुधा सौदा पटवण्यासाठी किंवा माल तपासण्यासाठी, नाहीतर चाचपणी करण्यासाठी केला जातो. डान्स फ्लोअरवर गर्दी होती, म्हणून आम्हाला जागा मिळाली.

सुलेमानने माझ्यासाठी खुर्ची ओढून धरली. मी खूप भारावून गेलो. हल्ली बहुतेक पुरुष ही रीत विसरून गेले आहेत. गाडीचा दरवाजासुद्धा कोणी उघडत नाही. याचा सगळा दोष या स्त्रीमुक्तीवाद्यांना आणि लेस्बियनना दिला पाहिजे.

सुलेमान माझ्या समोर बसला. मला संशय आला. *अयोल,* अशा प्रकारच्या गोष्टी शेजारीशेजारी बसून करायच्या असतात? खुर्चीत बसताना जॅकेटचं बटण काढून तो अगदी ताठ बसला. तो गप्पच होता. फक्त माझ्याकडे टक लावून बघत होता. मीही मग त्याच्यासारखा ताठ बसलो. आम्ही असेच आणखी थोडा वेळ बसलो असतो तर बघणाऱ्याला वाटलं असतं की, आम्ही एखादी व्यावसायिक बोलणी करायला बसलो आहोत. नाहीतर माझ्याकडे करखात्यातून कोणीतरी आलेलं दिसतंय. मी हुसेयीनकडे पाहिलं. तो मुज्देमध्ये खूप रस घेत असावा, असं वाटलं. आमची नजरानजर झाली. मी माझ्या पेयाचा एक घुटका घेतला आणि सुलेमानशी नेत्रपल्लवी करायला सुरुवात केली.

"तुम्ही आज पहिल्यांदाच इथे आलाय का?" मी सुरुवात केली.

"होय."

मी थांबलो. त्याने मला पहिल्यांदाच कुठे पाहिलं, मी त्याला का आवडतो, असं काहीतरी तो सांगेल म्हणून मी वाट पाहिली, पण काही नाही. आम्ही नुसतेच एकमेकाला पाहत होतो. माझ्या नजरेतील प्रश्नांच्या उत्तराच्या कोणत्याही खुणा त्याच्या डोळ्यांत दिसत नव्हत्या. खंबीर आणि शांत पुरुष ही खरंच माझी खूप मोठी कमजोरी आहे.

"तुम्ही फारसे बोलके नाही आहात."

"म्हणजे?"

"तुम्हाला पूर्वी कोणी सांगितलंय की नाही ते माहीत नाही, पण तुम्ही बरेचसे गॅरी कूपरसारखे दिसता." मी म्हणालो. मी कोणाबद्दल बोलतोय ते जर त्याला कळलं नसेल; तर ते त्याच्या लक्षात यावं म्हणून मी पुढे म्हणालो, "हॉलिवूडचा जुना फिल्म स्टार."

"मला माहीत आहे," तो म्हणाला. "माझी आजीसुद्धा नेहमी हेच म्हणायची."

आई नाही. चक्क आजी!

"माझे आजोबासुद्धा त्याच्यासारखेच दिसायचे."

पुन्हा ते लाजरं हसू त्याच्या चेहऱ्यावर पसरलं. एकतर ही खरंच त्याची पहिली

खेप होती, नाहीतर तो बायकात लाडावलेला मुलगा असावा. स्वारी स्वत:वरच खूश दिसत होती.

"आता पुढे काय विचार आहे?" मी विचारले.

उत्तर न देता त्याने हाताने डोकं खाजवलं आणि तो हसला. त्याची मोत्यासारखी शुभ्र दंतपंक्ती चमकली.

"आपण इथून दुसरीकडे जाऊ या."

एवढं बोलून तो संकोचला. तिथल्या अंधारातसुद्धा तो लाजला, हे मला स्पष्ट दिसलं. तो माझी नजर टाळत होता. त्याचं दुसरं हास्य पहिल्यापेक्षा जास्त दिलखेचक होतं.

त्याला घाई झाली होती. पण माझी खिचडी शिजायला अजून वेळ होता. जेव्हा मला क्लबच्या बाहेरचं आमंत्रण मिळतं, तेव्हा मी ते तब्येतीत घेतो.

"हे खूपच लवकर होतंय. मी तर आत्ताच येतोय."

"मी दोन तास तुमची वाट बघतोय."

त्याचा मुद्दा बरोबर होता. तो फक्त माझीच वाट बघत होता. इतक्या मुली इकडे असूनही!

"आत्ता कुठे जरा मजा यायला सुरुवात झालीय. मला आत्ता जावंसं वाटत नाहीये." मी म्हणालो.

"पण मला जायचंय." तो आपल्या म्हणण्यावर ठाम होता.

सरतेशेवटी त्याने त्याचा हात उचलून निर्जीवपणे माझ्या गुडघ्यावर ठेवला. त्याच्या बोलण्यात 'प्लीज' हा शब्द नव्हता. ही चूक एरवी मला खटकली असती, पण आज मला त्याची मजा वाटली.

त्याने मला बाहेर घेऊन जाण्याचा निश्चय करून दोन तास माझी वाट पाहिली होती. त्या थंडपणाचं मला कौतुक वाटलं. कुठे अंगचटीला येणं नाही की, अश्लील चाळे नाहीत. मासिकांत वर्णन करतात त्याप्रमाणे ही एक सुंदर मैत्रीची सुरुवात होती.

मी लाजाळू होतो अशातला भाग नाही. माझा तो स्वभाव नाही. पण हुसेयीन बघत होता म्हणून मला स्फुरण चढलं.

"तुम्हाला जर खरंच मी हवा असेन तर तुम्हाला थोडं दमानं घ्यायला हवं. मला इकडे थोडी मजा करायची आहे."

"मी तुम्हाला परत आणून सोडीन." तो म्हणाला.

"पण आपल्याला जायचंय कुठे?"

"घरी."

"माझ्या घरी नको. मी जास्त लांब येणार नाही आणि हॉटेलमध्ये जायचं

असेल, तर तुम्हाला खर्च करावा लागेल.''

तो हसत म्हणाला, ''फार लांब नाही.''

'फार' या शब्दाची व्याख्या कितीही ताणता येऊ शकते, हे माझ्या लक्षात यायला हवं होतं. पण हुसेयीनवरच्या रागाने मी विचार न करताच होकार देऊन बसलो. मलाही त्याला दाखवून द्यायचं होतं. जेवढ्या लवकर तेवढं चांगलं आणि दुसरं म्हणजे हा माणूस एवढा वाईट नव्हता.

नेहमीप्रमाणे यातून हसनने सुटका केली. त्याने त्याची नेहमीची लो कट जीन्स घातली होती. एखादा वेटर जितका देखणा असू शकतो, तेवढा हसन देखणा होता. पण ट्रान्सव्हस्टाइट बारमध्ये कारकिर्दीला सुरुवात केल्यामुळे तो चेष्टेचा विषय झाला होता. सुलेमानची क्षमा मागून मी हसनकडे वळालो. असं करताना मी माझ्या मांडीवर माझे हात एकावर एक असे ठेवले. माझे पाय बाजू बाजूला होते. मी अगदी जवळपास ऑड्रे हेपबर्नची पोज घेऊन बसले होते. मी जर हातमोजे घातले असते तर अगदी हुबेहूब म्हणता आलं असतं. पण हुबेहूबपणा कित्येक वेळा फसवा असतो. मी माझ्या खोट्या पापण्यांची किंचित उघडमीट केली, भुवया उंचावून डोळे मोठे करत हसनकडे प्रश्नार्थक मुद्रेने पाहत किंचित हसलो.

''तुम्ही आलेले मी पाहिलं नाही,'' तो म्हणाला. ''सोफियाने तुम्हाला दोन वेळा फोन केला होता. ती म्हणाली, महत्त्वाचं काम आहे.''

मी त्याचे आभार मानले.

हसनने हळूच माझ्या खांद्यावर हात ठेवला आणि पुटपुटला, ''फोन करायला विसरू नका.'' आणि तो निघून गेला. नंतर मला रफिक अल्तिनची आठवण झाली. मी सुलेमानची क्षमा मागून उठलो. मी हसनला गाठलं आणि त्याच्या घसरणाऱ्या जीनचा पट्टा पकडून त्याला ओढलं.

''रफिक ब्युजला कसा काय ओळखतो?'' मी विचारलं.

''मला कसं काय माहीत असणार?'' त्याने उत्तर दिलं.

त्याचं म्हणणं मला मुळीच पटलं नाही. मी त्याला सोडलं. त्याने त्याची जीन वर ओढली.

''हे बघ,'' मी म्हणालो. ''माझ्याशी गाठ आहे. तुझी ही लावालावी चालू असते ते मला माहीत नाही, असं वाटलं की काय. काही गोष्टी परत-परत सांगायच्या नसतात. नीट लक्षात ठेव. दुपारच्या जेवणात काय होतं, ही गोष्टसुद्धा रफिकला सांगणं धोकादायक आहे. तो एक नंबरचा बदमाश आहे.''

हसनने माझ्याकडे आश्चर्याने पाहिलं. ''पण मी तर त्याला काहीच सांगितलं नाही.''

मला गॅरी कूपरला फार वेळ ताटकळत ठेवायचं नसल्यामुळे मी हसनबरोबर फार वेळ फुकट घालवला नसता, हे त्याला पक्कं ठाऊक होतं आणि म्हणूनच

त्याने ते नाकारलं. त्याची तशी पद्धतच होती. नंतर त्याने योग्य वेळी माफी मागितली असती.

"मी तुला सांगून ठेवतोय. सांभाळून राहा." मी एवढंच म्हटलं.

"त्याचे कुल्ले दिसत होते." मी टेबलावर परत आलो तेव्हा सुलेमान म्हणाला.

"सध्या ती फॅशन आहे." मी म्हणालो.

"मला ही फॅशन आवडत नाही."

"काय हरकत आहे? तुम्हाला तुमच्या नितंबांचा अभिमान वाटत नाही का?" मी गमतीने टोचलं.

माझा हा विनोद उपड्या घड्यावर ओतलेल्या पाण्यासारखा होता. तो मुळीच हसला नाही.

"तुम्हाला काय म्हणायचंय?" त्याने विचारलं. "मला ज्याचा-ज्याचा अभिमान वाटतो त्या सगळ्याचं मी प्रदर्शन मांडून बसायचं का?"

"मग मला सांगा, तुम्हाला सगळ्यात जास्त अभिमान कशाचा वाटतो?" मी त्याला आणखीन छेडले असते, पण अशा प्रकारची छेडछाड इतर मुली नेहमीच काढतात. ती माझी शैली नव्हे.

माझ्या गुडघ्यावर असलेल्या सुलेमानच्या हातात थोडा जीव आला. हुसेयीन लांबून आमच्याकडे बघत होता. जेव्हा त्याच्या लक्षात आलं की, मी त्याला पाह्यलंय तेव्हा तो पटकन मुज्देकडे वळला. त्याला असं वाटत होतं की, तो मला भडकवतोय. मूर्ख कुठला!

"हे बघा स्वीटी," मी म्हणालो. "ही खूपच घाई होत आहे. मला जास्त वेळ बसता येणार नाही. पण तुम्ही इतका वेळ माझी वाट पाहत होता म्हणून...."

सुलेमान उठून उभा राहिला. तो जास्तच उंच वाटत होता.

"मी गाडी घेऊन येतो. मला पार्किंगला जागा मिळाली नाही. मी पंधरा मिनिटांत दरवाजाकडे येऊन तुम्हाला घेईन."

"हे बघा." मी पुन्हा म्हटलं. "तुमच्या डोक्यात काही योजना असेल, तर विसरून जा."

माझ्या खांद्यावर हात ठेवून त्याने म्हटलं, "माझ्या डोक्यात काहीही नाही."

ज्यांच्या डोक्यात योजना असते, ते बहुधा तसं सरळ सांगतात. 'मला हे पाहिजेय, मी असं करणार आहे' वगैरे. पण हा त्यातला नसावा.

"मी दरवाजात थांबणार नाही. तुम्ही आल्यावर मला निरोप पाठवा. दरवानाचं नाव कुनेत असं आहे."

"ठीक आहे." असं म्हणून त्याने माझ्या गालाचं एक अर्धवट चुंबन घेतलं. मी बसूनच राहिलो.

मी वाट पाहत असताना सोफियाला फोन करायचं ठरवलं. मला सांगण्यासारखं तिच्याकडे काय असेल कोण जाणे? मी हसनला शोधून तिचा नंबर घेतला. त्याने तो पाठ करून ठेवला होता. मला ते थोडंसं खटकलं. कालपर्यंत हा म्हणत होता की, ती नक्की कुठे राहते ते मला माहीत नाही आणि या लेकाला आता टेलिफोन नंबर तोंडपाठ आहे. मी वरच्या मजल्यावरच्या माझ्या ऑफिसमध्ये गेलो आणि प्रवेशद्वार आणि डान्स फ्लोअरवर लक्ष ठेवण्यासाठी केलेली खिडकी बंद केली. नाहीतर त्या कानठळ्या बसवणाऱ्या संगीतात मी काय बोलतोय, ते माझं मलाच ऐकायला आलं नसतं.

मी फोन लावला. सोफियाने फोन घेतला.

"*मरहबा*, सोफिया, मी आहे," मी म्हटलं. "तुम्ही फोन केलात?"

"तू काय करत आहेस, ते मला चांगलं माहीत आहे." ती रागाने फणफणली होती. "मी तुला बजावलं होतं की, तू यात पडू नकोस म्हणून. तरीही तू स्वत:हून यात उडी घेतलीस." ती प्रत्येक शब्द ठासून बोलत होती.

"कशात उडी मारली म्हणताय? तुम्हाला काय माहीत आहे?"

"तू ब्युजच्या घरी जाऊन सगळीकडे नाक खुपसून चौकशी केलीस. तुला तिकडे काय सापडलं?"

मी काय करतो; याबद्दलची बित्तंबातमी तिला कशी काय मिळत होती, याचं मला आश्चर्य वाटलं. पण त्याने काय फरक पडणार होता? त्या शेजारच्या जाड्याने सांगितलं असेल किंवा त्या अपार्टमेंटवर कोणीतरी पाळत ठेवून असेल. सोफियाने स्वत:च पाळत ठेवली असेल, ही शक्यता मी सोडून देणार नव्हतो. प्रत्येक पर्यायाला सारखेच गुण मिळाले असते. नाहीतर मला काय सापडलं, हे तिला कसं समजणार होतं?

"मला काय सापडलं असं तुम्हाला वाटतंय?" आमच्या मधल्या अंतराने माझा आत्मविश्वास शाबूत होता. सोफियाचा आवाज कापायला लागला. मला घाबरवायला सोफियाला प्रत्यक्ष समोर यावं लागलं असतं.

टेलिफोनमधून फुरफुरल्याचा आवाज ऐकायला आला.

"तुला चांगलं माहितीय. शोधत तूच होता." नंतर तिचा आवाज गंभीर झाला. "तू जे शोधत होतास ते मिळालं की, ताबडतोब माझ्या हवाली कर आणि जर तू तसं केलं नाहीस, तर तुझा सर्वनाश ठरलेलाच आहे. माझ्या हवाली केलंस तरच मी तुला यातून वाचवू शकेन. हा एकच रस्ता आहे."

"मला काहीच मिळालं नाही." मी म्हणालो.

"यात शेवटी तुझा नाश होणार आहे आणि तुझ्याबरोबर माझाही. मूर्खासारखं वागू नकोस. हे खूप गंभीर प्रकरण आहे. जे काही मिळालं असेल, ते माझ्या हवाली

कर. ती कागदपत्रं तुझ्याकडे आहेत हे त्यांना माहीत आहे.''

"मी एकदा तुम्हाला सांगितलंय की, मला काहीही मिळालं नाही.'' मी म्हणालो. "मी तेथे जाण्याआधीच कोणीतरी त्या फ्लॅटचा कानाकोपरा धुंडाळून काढला होता.''

"तुझ्या त्या सुपीक मेंदूतून नवीन कल्पना काढून मला खेळवू नकोस.'' ह्या वाक्याच्या शेवटी तिचा पुरुषी आवाज बाहेर आला. मी कित्येक वर्षांत तिला असं बोलताना ऐकलं नव्हतं. तिने ताबडतोब स्वत:ला सावरून घेतलं आणि तिचा सम्राज्ञीसारखा आवाज परत आला.

"तू काल रात्री कुठे गेला होतास; ते त्यांना ठाऊक आहे.''

"ते म्हणजे कोण?''

"तू जास्तच प्रश्न विचारतो आहेस? मला प्रश्न विचारलेले आवडत नाहीत. एकही!''

"पण ते कोण आहेत?'' मी आग्रह सोडला नाही.

"जर तू असेच प्रश्न विचारत राहिलास, तर मी काहीही करू शकणार नाही.'' तिने इशारा दिला.

"तुमची मर्जी!'' असं बोलून मी फोन ठेवला.

स्व-संरक्षणाच्या बाबतीत मी काही अगदीच अनभिज्ञ आहे, अशातला भाग नाही. माझ्याकडे ती पत्रं किंवा फोटो यापैकी काहीच नव्हतं. माझ्या हातात जे होतं ते म्हणजे ती मुलाखतीची टेप. ज्यात मुलाखत घेणारा आणि देणारा या दोन्ही व्यक्ती मद्य आणि मादक पदार्थांच्या अमलाखाली होत्या. त्याचा न्यायालयात काहीही उपयोग झाला नसता. आजकाल कोणाच्याही आवाजाची खोटी नक्कल करण्याइतपत तंत्रज्ञान पुढे गेलेलं आहे. अगदीच नाहीतरी रेकॉर्डिंगचे तुकडे पाडून त्याचं हवं तसं एडिटिंगही करता येतं.

सोफियाने मला पुन्हा एकदा हादरवलं होतं. तिच्याकडे असं काही होतं की, त्याने मी चक्रावलो होतो.

मी खाली क्लबमध्ये गेलो. शेवटच्या पायरीवर मला हसन भेटला.

"तू सोफियाशी बोललास का?'' त्याने विचारलं.

"बोललो, पण त्याचं तुला काय?''

"तिचा पुन्हा फोन आला होता. ती म्हणतेय की, लाइन कट झाली. ती फोनवर आहे. तिला काय सांगू?''

"माझ्याकडे बोलण्यासारखं काही नाही.''

"तू फोन घेणार आहेस का?''

"तिला सांग की, मी गेलो म्हणून.''

“तिचा विश्वास बसणार नाही.” असं बोलताना हसनने मुलींसारखा गाल फुगवून ओठांचा चंबू केला. त्याला ते शोभत नव्हतं. इच्छित परिणाम साधण्यासाठी मुली तसा चेहरा करतात, पण पुरुषांनी तसं करणं अयोग्य असतं.

“ते नखरे बंद कर हसन,” मी खेकसलो. “काहीतरी सांग तिला. मला तिच्याशी बोलायचं नाही.”

“ठीक आहे. पण हे सगळं तू माझ्यावर का टाकतोयस?”

तो ट्राउझर वर सरकवत निघून गेला.

एकदा या सुलेमानचं काम संपवून क्लबमध्ये परत आल्यावर मला सोफियाच्या प्रश्नावर खूप विचार करावा लागणार होता. या हसनच्या भूमिकेनेसुद्धा काही प्रश्न उपस्थित होत होते. त्याला काय झालं होतं? मी एका विषारी सापाला तर माझ्या ढुंगणाशी आणून ठेवला नव्हता? तो सोफियाची बाजू का घेतोय? ब्युजमध्ये त्याला एवढा रस का आहे?

सोफियाला कोणीतरी घाबरवलं असेल, तर प्रकरणाचं गांभीर्य जास्तच होतं. मी आपल्या पायाने सापळ्यात जाऊन स्वत:वर संकट ओढवून घेणार होतो.

प्रवेशद्वाराजवळ चाललेल्या गडबडीवर मी एक नजर टाकली. पाच-सहा जणांचं एक टोळकं क्लबमध्ये येत होतं. सगळ्यांच्या पुढ्यात सुआत तिच्या नव्या मैत्रिणीला – फॅशन मॉडेलला – घेऊन आली होती. ती दोघं लॉरेल आणि हार्डीसारखी दिसत होती. पाठोपाठ मेहमूत गुर्सेल हा विकृत पियानोगायक होता. त्यानेच एकदा क्रुझच्या डेकवर सगळ्यांसमोर ब्युजवर जबरदस्ती केली होती. हे खूपच झालं. टेपमध्ये ज्या-ज्या लोकांचा उल्लेख होता, ती सर्व मंडळी आज माझ्या क्लबमध्ये येत होती.

मेहमूत पूर्वी कधीही क्लबमध्ये आलेला नव्हता. त्यामुळे आज त्याच्या येण्यामागे खास कारण असलं पाहिजे. सुआत काही त्याला उगाच घेऊन आली नसणार. पण मी ती कॅसेट ऐकलीय; हे त्यांना कळलं तर नसेल आणि कळलं असेल तर केव्हा आणि कसं?

मेहमूत थोडा घाबरलेला दिसत होता. टिनपाट क्लबमध्ये पहिल्यांदा येताना एखादा माणूस बावरून जावा त्यापेक्षा जास्त. हसनने त्यांना दरवाजात गाठलं. त्याने ज्या अगत्याने त्यांच्याशी हस्तांदोलन केलं आणि मेहमूत आणि सुआतची चुंबनं घेतली, ते थोडं जास्तच वाटत होते. नक्कीच काहीतरी शिजत असलं पाहिजे. नक्की काय ते मला समजत नव्हतं. पण ते मी शोधून काढलंच असतं. ती जी कोणी मॉडेल होती, ती भयंकर सुंदर होती आणि अति थंड होती.

त्या टोळक्यातल्या उरलेल्या दोघांना मी ओळखत नव्हतो. मला नक्की सांगता आलं नसतं, पण ती अशा प्रकारची माणसं होती की, ती क्लबमध्ये आलेली मला

आवडली नसती.

आता मोकळ्या झालेल्या प्रवेशद्वारातून कुनेतने माझ्याकडे बघून हात केला. बहुतेक सुलेमान आला असावा. मला मेहमूत आणि सुआतला टाळायचं होतं. त्यांचे प्रश्न आणि त्यांच्या सहेतुक नजरेला तोंड देण्याच्या मन:स्थितीत मी नव्हतो. जो क्लब एवढा प्रशस्त होता, तो एखाद्या खुराड्यासारखा वाटायला लागला. त्यातून सुटका नव्हती.

मी सरळ त्यांच्या बाजूला गेलो. मी पहिल्यांदा सुआतला आलिंगन व चुंबन दिलं. तिने मी घातलेल्या वेषाबद्दल माझी स्तुती केली. काही जणांना त्यामागच्या प्रयत्नांची जाणीव असते. माझी आणि मेहमूतची तशी ओळख नव्हती. पण क्लबचा मॅनेजर म्हणून मी त्याच्याकडे दुर्लक्ष करू शकत नव्हतो. तो एवढा प्रसिद्ध होता की, मी ओळखत नाही असा बहाणा करणं कठीण होतं.

"सुस्वागतम," मी त्याचं स्वागत केलं. "तुम्ही इथे आलात हा आमचा केवढा बहुमान आहे."

त्याने माझा हात हातात धरला आणि मला त्याच्याकडे खेचलं. मला वाटलं की, आता हा मला खातोय की काय!

"हा माझाही बहुमान आहे."

त्याने श्वास घेताना असं वाटत होतं की, तो माझा गंध त्याच्या उरात साठवून ठेवत आहे. त्याने माझा हात सोडला नाही. थोडक्या शब्दांत म्हणजे तो एक जनावर होता. किळसवाणा!

"मला खरंच माफ करा. मला जरा जायचंय," माझा हात सोडवून घेत मी म्हणालो. "मला एकाला भेटायचंय. त्याला उशीर होतोय. आपण पुन्हा कधीतरी भेटू."

सुआतने हरकत घेण्याचा अयशस्वी प्रयत्न केला. पण मेहमूत खूप भडकला. लहान मुलाच्या हातून एखादं नवं खेळणं हिसकावून घ्यावं तसा! त्याची संधी हुकली होती.

मी तेथून गेल्यामुळे सुआत काय म्हणाली ते मी ऐकू शकलो नाही, पण मी त्यातील तात्पर्याची चांगलीच कल्पना करू शकत होतो. मी गर्दीतून अलगद रस्ता काढत दरवाजाकडे गेलो.

तेवीस

एक काळ्या काचांच्या खिडकीची फोक्सवॅगन पसाट क्लबच्या प्रवेशद्वारासमोर उभी राहिली. कुनेतने दरवाजा उघडून धरला. मी ऑड्रे हेपबर्नसारखा गाडीत जाऊन बसलो. मी ऐटीत आत शिरलो आणि नंतर एकाच वेळी दोन्ही पाय आत ओढून घेतले. कुनेतने दरवाजा बंद करताना माझ्याकडे बघून डोळा मिचकावला. तो नेहमीच तसं करतो. त्याचा अर्थ असा की, त्याने गाडीचा नंबर लक्षात ठेवलाय. मुलींनी घेण्याची एक सोपी खबरदारी. सध्या इतक्या मुली आहेत की, त्याला ते नंबर डायरीत लिहून ठेवावे लागतात. ही एक लहानशी गोष्ट सावधगिरी म्हणून मी सुरू केली होती.

सुलेमानने गाडी चालू केली आणि आम्ही निघालो.

"तुम्हाला उशीर झाला.'' तो सरळ म्हणाला.

"काही महत्त्वाचे पाहुणे अचानक आले. मला त्यांच्याशी थोडं बोलणं भाग होतं.'' मी क्षमा मागितली. "मला माफ करा. जास्त वेळ वाट पाहावी लागली नाही ना?''

"तेवढी नाही. आतमध्ये दोन तास वाट पाहिल्यावर आणखी दहा-पंधरा मिनिटांनी काय फरक पडतो?''

त्याची नजर रस्त्यावर होती. त्याने बटण दाबून गाडीचे दरवाजे लॉक केले.

"तुम्ही दरवाजे का बंद केलेत?'' मी विचारलं.

"ते सुरक्षित असतं.''

सुरक्षा कोणापासून आणि कसली ते मला कळलं नाही, पण मी गप्प बसलो. त्याला बोलायला आवडत नाही, हे पाहून मी शांत बसलो आणि विचार करू लागलो. त्याचा हात गीअरवर होता. मी माझा हात त्याच्या हातावर ठेवला. तो माझ्याकडे वळून हसला. त्याचं व्यक्तिमत्त्व आकर्षक होतं आणि आज मी त्याच्याबरोबर माझ्या इच्छेने गुप्त जागी भेटायला जात होतो. तो बदमाश टॅक्सीचालक हुसेयीन पैसे देईल की नाही, हा प्रश्न होताच. मी सहसा या वेळेला क्लबच्या बाहेर जात नाही हे मुलींना आणि माझ्या कर्मचाऱ्यांना ठाऊक असतं.

त्याने कोणतंही संगीत लावलं नव्हतं. स्टीरियो भारी किमतीचा दिसत होता. एसी शांतपणे चालू होता. दिवसभर त्या टॅक्सीची उकडहंडी सहन केल्यानंतर या थंडाव्यात चैन करायला मिळत होती. मी हेपबर्नसारखा ताठ पाठीने बसलो होतो, ते सोडून मी सीटवर शरीर सैल सोडलं.

मी त्याच्या हातावरचा हात उचलला आणि त्याच्या मांडीवर ठेवला. तो सुरुवातीला थोडा गोंधळल्यासारखा वाटला. पण नंतर तो त्याच्या त्या नजरेने माझ्याकडे रोखून पाहायला लागला.

"आत्ता नको," तो म्हणाला.

मी त्याचा मान राखला. आजकाल रस्त्यावरच्या अपघातांचं प्रमाण एवढं वाढलंय की, सगळं लक्ष गाडी चालवण्यावर केंद्रित केलेलं बरं. मी माझा हात उचलला.

"आपण कुठे चाललोय?" मी विचारलं.

"एका माणसाला तुमच्याशी बोलायचंय."

ज्याला 'बॉम्बगोळा' म्हणतात तो असा असतो.

"काय म्हणालात?"

"तुमच्याशी एका माणसाला बोलायचंय. आपण तिकडेच चाललोय." सुलेमानची नजर रस्त्यावर होती, तर हात स्टीअरिंग व्हिलवर होते.

"ताबडतोब गाडी थांबवा!" मी ओरडलो. "हा माणूस कोण आहे? तो स्वत: का नाही मला भेटायला आला?"

"ते अशक्य होतं आणि ते बरं दिसलं नसतं. म्हणून मला पाठवलं."

हा रहस्यमय माणूस कोण असावा, याचा अंदाज करणं कठीण नव्हतं. दोन शक्यता होत्या. स्वत: सुरैय्या एरोनॅत किंवा ब्लॅकमेलिंग माफिया गँगमधला सोफियाचा मित्र. गाडीत बसून कोणाचंही नाव मला घ्यायचं नव्हतं. पण तो कोणीही असला तरी ती वाईट बातमी होती. दोन्ही शक्यतांचा अर्थ एकच होता. तो म्हणजे माझा खेळ खल्लास!

"मला कोणाकडे घेऊन चालला आहात?" मी विचारलं. "मला कोण भेटणार आहे?"

"माझा बॉस!"

मला तेवढं समजलं होतं. पण त्याचा बॉस कोण ते कळत नव्हतं. आम्ही रिंग रोड सोडून कमरबुर्गाझच्या दिशेने चाललो होतो.

"ते मला कळलंय. तुमचा बॉस कोण आहे?"

"आपण तेथे जाऊ तेव्हा तुम्हाला कळेलच. मी तुम्हाला सांगू शकत नाही."

"ते ठीक आहे, पण त्यांना माझ्याशी काय बोलायचंय?"

"मी तुम्हाला सांगितलंय की, मी तुम्हाला काहीच सांगू शकत नाही. तुम्हाला

तेथे घेऊन जायचं एवढंच माझं काम आहे. शक्य तितक्या लवकर आणि शक्यतो कसलीही इजा न करता!''

मी विजेच्या वेगाने विचार केला आणि गरजलो.

''मी कुठेही येणार नाही. गाडी थांबव.''

त्याने गाडी थांबवली नाही. सिनेमातसुद्धा सहसा असंच दाखवतात. तो किंचित हसत होता. अशा टिनपाट माणसाची दादागिरी मी सहन करणार नाही, असंच तो मनाशी म्हणत असला पाहिजे. जरी तो थांबला असता तरी मला बाहेर पडणं कठीण होतं. मिट्ट काळोख होता. नागरी वस्ती केव्हाच मागे पडली होती.

''थांब!'' मी पुन्हा ओरडलो. ''मला सरळ क्लबवर परत घेऊन जा.''

''शांत व्हा!'' तो म्हणाला.

तो तशीच गाडी चालवत राहिला. गाडी थांबवण्याऐवजी त्याने खाली वाकून पिस्तूल बाहेर काढलं. आता तत्काळ कृती करण्याखेरीज दुसरा पर्याय माझ्याकडे नव्हता. आम्ही हायवेवरून कोणत्या वेगात जातोय तिकडे लक्ष न देता मी त्याचा उजवा हात पकडला आणि जोरात पिरगळला.

त्याला आश्चर्य वाटलं, पण त्याने तोंडातून अवाक्षरही काढलं नाही. काय घडतंय ते त्याला कळायच्या आतच मी उलट्या हाताने त्याच्या दोन भुवयांच्यामध्ये एक तडाखा हाणला. त्याच्या तोंडातून एक अस्फुट आवाज आला आणि त्याने ॲक्सिलरेटरवरचा पाय उचलला. आमची गाडी उतारावरून वेगात चालली होती. मी दुसरा तडाखा त्याच्या कानाखाली लगावला आणि ते पिस्तूल पकडण्याचा प्रयत्न केला. त्याने माझं मनगट पकडलं. तो खूप ताकदवान होता. दुसरा कोणी एवढ्यात वेदनेने काकुळता झाला असता. मी मोकळ्या हाताने दरवाजा उघडायचा प्रयत्न केला. पण दरवाजा बंद होता. मला त्या पॅनेलवरचं एखादं बटण दाबायला हवं होतं. पण कोणतं आणि कसं दाबणार?

जरा फुरसत मिळावी म्हणून मी त्याच्या उजव्या डोळ्यात बोट खुपसलं. त्याने जरी तो आंधळा झाला नसता, तरी त्याचा डोळा पूर्ववत व्हायला बरेच दिवस लागले असते. त्याने बोंब ठोकली. ते साहजिक होतं. असं कोणी डोळ्यात बोट घातलं तर दुखणारच. त्याने झटक्यात उजवा डोळा उजव्या हाताने झाकून घेतला. माझ्या हातावरची त्याची पकड सुटली.

''ए छक्क्या!'' तो धुसफुसला.

मी कंट्रोल पॅनेलवरची सगळी बटणं एकामागोमाग एक दाबायला सुरुवात केली. खरं बघायला गेलं, तर मी डाव्या हाताने कंट्रोल पॅनेलवर बुक्के मारत होतो आणि उजव्या हाताने दरवाजा उघडण्याचा प्रयत्न करत होतो.

त्याने मला पुन्हा पकडलं. या खेपेला त्याने माझा डावा हात त्याच्या डाव्या

हाताने पकडला. त्याची पकड पोलादी होती. शेवटी दरवाजा उघडला. मी त्याच्या मानेवर एक जबरदस्त फटका मारला. त्याचं डोकं स्टीअरिंग व्हिलवर आपटलं. माझा हात सुटला.

गाडी अजून चालूच होती. गोरिलाच्या ताकदीचा माझा सुलेमान बे डोक्यावरच्या दणक्यातून अजून सावरला नव्हता. मला इथे एक कबूल करायला हवं की, त्याची प्रतिकारशक्ती असामान्य होती. पण असले विचार करायला वेळ नव्हता. मी गाडीतून बाहेर उडी मारली. मी मार्शल आर्टसच्या वर्गात अशा प्रकारच्या उड्यांचा खूप सराव केला होता. तंत्र मला नवीन नव्हतं. पण प्रत्यक्षात परिस्थिती खूप वेगळी असते. त्यात दुखापत होते. स्पोर्ट सूट आणि शूज घालून नीट विचारपूर्वक मारलेली उडी आणि उघड्या पायांनी अंगात पातळ कपडे घालून मारलेली उडी यात प्रचंड फरक असतो.

रस्त्याच्या कडेला खडी होती. मी आपटलो तो खडीवर आणि तेथून उतारावरून गडगडत मी एका काटेरी झुडपाला आपटून धडकलो. त्याने गाडीचा ब्रेक करकचून दाबला आणि ती तीसएक फुटांवर जाऊन थांबली.

तो माझ्या मागे लागला होता. सारं काही विसरून आनंदाने तो तसाच निघून जाईल, अशी अपेक्षा करणं वास्तवाला धरून नव्हतंच. चंद्रप्रकाशात माझा निळसर फ्रॉक झगमगत होता. लपण्याचा प्रयत्न करण्यात अर्थ नव्हता. गाडीत मी त्याला तोडीस तोड उत्तर दिलं होतं. तसंच उघड्या जागेतसुद्धा झालं असतं, अर्थात त्याने जर त्याचं पिस्तूल काढलं नसतं तर!

तो गाडीतून बाहेर आला. हातात पिस्तूल घेऊन, लंगडत तो सरळ माझ्या दिशेने येऊ लागला.

रस्त्यावर एकही गाडी नव्हती. जेव्हा ट्रॅफिकची आवश्यकता होती नेमक्या त्याच वेळी इस्तंबूलमधल्या या सगळ्या गाड्या कुठे गेल्या होत्या देव जाणे? नेहमी हायवे आणि आसपासच्या रस्त्यांवर गर्दी करणारे हे सगळे ड्रायव्हर्स कुठे दडी मारून बसले होते? एखादी गाडी, मिनी बस, बस, अगदी ट्रक दिसला असता तरी मला चाललं असतं. आता परिस्थिती अधिक बिघडली असती, तर मला कोणाचीही मदत मिळाली नसती. सगळं मला एकट्यालाच निभावून न्यावं लागणार होतं.

"गोळी मारू नकोस," असं ओरडत मी उठलो आणि हात वर केले.

"ए वेडझव्या," तो ओरडला. "माझा डोळा फुटला असता की!"

"सॉरी, मी तसं करायला नको होतं." मी म्हणालो. त्याला धोबीपछाड मारण्याची संधी मिळेपर्यंत मला त्याच्याशी गोड बोलणं भाग होतं.

"इकडे ये!" त्याने फर्मावलं.

दुखापत झाल्याचा बहाणा करून मदतीसाठी त्याला झुडपात बोलावता आलं

असतं. पण या काटेरी झुडपात एवढ्या जवळून केलेली मारामारी करणं दोघांनाही कठीण होतं. त्यापेक्षा सपाट डांबरी रस्त्यावरचा मुकाबला दोघांनाही बरोबरीचा गेला असता. माझ्या मनात तेच होतं. मी फ्रॉक झटकत दोन पावलांत रस्ता गाठला. त्याने बंदुकीने मला गाडीत बसण्याचा इशारा केला.

''आता नाटक पुरे. पुरुषासारखा आत जाऊन निमूटपणे बस.''

माझ्या मनात दुसरा विचार येऊ नये म्हणून त्याने त्याचं पिस्तूल माझ्यावर रोखलं होतं. मला जे काही करायचं होतं, ते फार काळजीपूर्वक करावं लागणार होतं. माझा घोटा दुखावल्याचा बहाणा करून मी हळूहळू त्याच्याकडे झुकलो. त्याच्या दुसऱ्या हाताने तो अजूनही डोळा चोळत होता.

''दुखतंय का?'' मी विचारलं.

''आमच्यासारख्या खऱ्या मर्दांना दुखत नसतं.'' तो गुरगुरला.

आमच्या दोघांतलं अंतर एका उडत्या लाथेत गाठण्याएवढं नव्हतं. त्याचा नेम कसा आहे, ते अजमावण्याचा मार्ग माझ्याकडे नव्हता. तो धोका पत्करून परवडण्यासारखंही नव्हतं. मी पाय उचलताक्षणी त्याने गोळी झाडली असती, तर सगळा खेळ तिथेच संपला असता. मला त्याच्या हातातलं पिस्तूल पहिल्यांदा उडवायला हवं. त्याकरता मला माझ्या उंचीइतकं तरी त्याच्या जवळ जायला हवं होतं. मी त्याच्या दिशेने लंगडत दोन पावलं टाकली. तेवढ्या जवळ चाललं असतं.

''माझा पाय मुरगळलाय,'' असं म्हणत मी खाली वाकलो. खाली वाकून जास्त लांब उडी मारता आली असती. त्याला कसलाही संशय आला नाही.

''तूच चालत्या गाडीतून उडी मारलीस,'' तो म्हणाला.

त्याच्या तोंडातून ते शब्द बाहेर पडायच्या आतच माझ्या उजव्या पायाची लाथ त्याच्या थोबाडात बसली. मी एकापाठोपाठ अशा आणखी दोन लाथा हाणल्या. तो चक्रावून गेला.

हवेतल्या हवेत पवित्रा बदलून मी त्याच्या डाव्या गुडघ्यावर एक जोरदार लाथ मारली आणि दुसरी लाथ त्याच्या दोन पायांमध्ये. तो खाली कोलमडला. मी दोन्ही हातांच्या मुठीने त्याच्या कवटीखाली एक प्रहार केला. नंतर त्याचा पिस्तूल पकडलेला हात पकडला. त्याच्या पिरगळलेल्या हाताखाली माझ्या गुडघ्याचा जोर लावून त्याला त्याचं पिस्तूल खाली टाकायला लावलं. तो पाय फाकवून जमिनीवर पडला.

मी पिस्तूल उचलायला वाकलो. ही माझी चूक झाली. तो जमिनीवर पडला होता, तरी त्याची शुद्ध हरपली नव्हती. त्याने हाताने माझा पाय पकडला आणि माझा तोल गेला. पण त्याने काही मोठा फरक पडत नव्हता. माझ्या हातात पिस्तूल होतं. ते मी त्याच्या नाकात खुपसलं. जमिनीवरून डोकं थोडंसं वर उचलून त्याने

त्याच्या डोळ्याने त्या पिस्तुलाकडे पाहिलं आणि त्याची शुद्ध हरपली.

सुलेमान बेशुद्ध झाल्याचे काही फायदे, काही तोटे होते. माझी त्याच्या तावडीतून सुटका तर झाली होती, पण त्याच वेळी आता मी त्याला बोलता करू शकणार नव्हतो. मी बंदुकीच्या धाकाने त्याच्याकडून सगळं वदवून घेण्याचं मनात योजलं होतं.

मी त्याच्या डोक्यावर पिस्तूल ठेवून तो शुद्धीवर येण्याची वाट बघू शकलो असतो. तो एखाद्या बैलासारखा मजबूत माणूस होता. तो लवकरच शुद्धीवर आला असता आणि नंतर मला आमचा प्रश्नोत्तरांचा कार्यक्रम चालू करता आला असता.

...किंवा मी त्याला तिथेच सोडून दिलं असतं. पण त्याचा परिणाम माझ्या पाठीवर जास्त गुंड सोडण्यात झाला असता. आज एकच होता, उद्या गुंडांची फौज मागे लागली असती.

रात्रीच्या काळ्याकुट्ट अंधारात मी डांबरी रस्त्यावर उभा होतो. विचार करत बसण्यासाठी ही काही फारशी योग्य जागा नव्हती. शिवाय त्या गाडीचा एक्झॉस्ट सरळ माझ्या चेहऱ्यावर येत होता. मला मळमळून आलं.

आणखी गॅस खाण्याची आवश्यकता नव्हती. सुलेमान आणखी थोडा वेळ तसाच झोपून राहावा म्हणून मी त्याच्या मानेच्या खाली हळूच एक लाथ मारली. तो अगदी निर्जीव झाल्यासारखा वाटला. बऱ्याच दिवसांच्या काबाडकष्टानंतर झोपलेल्या मजुरासारखा!

मी पिस्तूल माझ्या पट्ट्यात खोचलं आणि त्याची तपासणी केली. त्याच्याकडे आणखी कोणतेही शस्त्र नव्हतं. पण त्याच्या जॅकेटमध्ये एक सेलफोन सापडला. त्याच्या फोन बुकमधून त्याने कोणाकोणाला फोन केला आहे, ते शोधता आलं असतं. मी फोन बाहेर काढला. तो बंद केलेला होता. चालू करण्यासाठी लागणारा संकेत क्रमांक ठाऊक नसल्यामुळे आता या घटकेला त्याचा उपयोग नव्हता. मी घरी असतो, तर तो संकेत क्रमांक चुटकीसरशी शोधून काढला असता. मी तो फोनसुद्धा माझ्या पट्ट्यात खोचून ठेवला.

नंतर मी त्याचं पाकीट काढलं. त्याचं नाव सुलेमान बहातीन अयदिन असं होतं. त्याला त्याच्या दोन्ही आजोबांची नावं ठेवली असावीत. वय सत्तावीस वर्षे, जन्मगाव इस्तंबूल. त्याच्या वाहनचालकाच्या परवान्यात ही माहिती होती. फोटोत तो अगदी मोठ्या मुलाचा आव आणणाऱ्या लहान मुलासारखा दिसत होता. पाकिटात भरपूर पैसे आणि दोन बँकांची क्रेडिट कार्ड होती. त्यातलं एक गोल्ड होतं. माझ्या या महागड्या इटालियन ड्रेसचं झालेलं नुकसान भरून येण्यासाठी त्या पैशांवर माझाच हक्क होता.

त्याने किंचित हालचाल करताच मी आणखी एक तडाखा हाणला. साहजिकच

तो पहिल्यासारखा गाढ झोपी गेला. संपूर्ण आराम मिळण्यासाठी शरीराचे सगळे स्नायू आणि सांधे सैल सोडण्याची आवश्यकता असते. त्यामुळे एका लहानशा डुलकीनंतर अगदी ताजंतवानं वाटतं. बऱ्याच वेळा अंगदुखी आणि थोड्या प्रमाणात आजारपणामागचं खरं कारण योग्य विश्रांतीचा अभाव हेच असतं. तो क्लबमध्ये आला तेव्हा किती तणावाखाली दिसत होता. माझ्या मते, मी त्याला शवासनात असं झोपवून त्याच्यावर एक प्रकारचे उपकारच केले आहेत. या विचाराने माझा अपराध गंड थोडा कमी झाला.

अधिक खबरदारी म्हणून मी त्याचा पट्टा काढला आणि त्याचे हात पट्ट्याने बांधले. मानेवर मारलेल्या फटक्यामुळे साधारणतः वीस-एक मिनिटं तरी कोणी शुद्धीवर येत नाही. पण हा खूपच तगडा गडी होता. त्याच्या सुस्थितीत असलेल्या एका डोळ्याची पापणी आताच फडफडत होती. त्याने किंचित आचका दिला. एवढा कणखरपणा आणि चटकन शुद्धीवर येण्याची विलक्षण क्षमता अंगी बाणण्यासाठी कित्येक वर्षांचं कठोर प्रशिक्षणच कारणीभूत असावं. मी मनातल्या मनात त्याला सलाम केला.

त्याला गाडीमागे रस्त्यावर तसंच सोडून मी गाडीतील ग्लोव्ह कंपार्टमेंट धुंडाळलं. गाडीची नोंदणी आणि विम्याची कागदपत्रं ठीक होती. गाडी त्याच्याच नावावर होती. थोडक्यात त्याच्या मालकाच्या नावाचा काहीही पुरावा मिळाला नाही. पण एक कंडोमचं पाकीट पाहून मला हसू फुटलं. सुलेमानवर नजर ठेवत मी गाडीत जाऊन बसलो. दरवाजा उघडा होता. हातात पिस्तूल. माझ्या नुकसानीची मी पाहणी केली. माझा स्कर्ट फाटला होता. उघड्या हाता-पायांवर ओरखडे उमटले होते. ते बघितल्यावर झोंबायला लागलं. मी धुळीने आणि घाणीने माखलो होतो. या सगळ्याला मी बराच वेळ शिव्यांची लाखोली वाहत होतो.

वाट बघत थांबण्यात काही अर्थ नव्हता. सुलेमान तोंड उघडणाऱ्यांतला दिसत नव्हता. मग मी कितीही वेळ त्याच्या डोक्याला घोडा चिकटवून बसेना. मी त्याला ठार मारणार नव्हतो, हे मलाही तसंच त्यालाही माहीत होतं. फार तर मी त्याला घाबरवायला त्याच्या हातावर, नाहीतर पायावर गोळी मारली असती.

मी माझ्या हातातल्या पिस्तुलाकडे पाहिलं. त्यावर आता माझ्या बोटांचे ठसे उमटले असणार. मी ते माझ्या स्कर्टने व्यवस्थित पुसले आणि पिस्तूल ग्लोव्ह कंपार्टमेंटमध्ये ठेवून दिलं.

मी इंजीन बंद करून सावधगिरी म्हणून किल्ली माझ्याकडे ठेवली. मी ग्लोव्ह कंपार्टमेंट, स्टीअरिंग व्हील, हँडल, दरवाजा जेथे जेथे म्हणून माझ्या बोटांचे ठसे मिळण्याची शक्यता होती त्या सगळ्या जागा व्यवस्थित पुसल्या.

नंतर मी सुलेमानकडे परत आलो. तो अजूनही रस्त्यावर पालथा पडून गाढ

झोपला होता. त्याच्या तोंडातून आलेल्या रक्त आणि थुंकीचा ओघळ वाहत रस्त्याच्या कडेपर्यंत गेला होता. मी पायाने त्याच्या बरगडीत ढोसलं. त्याचा प्रतिसाद थंड होता. तो माझ्या हातून मेल्याची शक्यता मुळीच नव्हती. पण तरीही खातरी असावी म्हणून त्याच्या गळ्याजवळची नाडी तपासण्यासाठी मी खाली वाकलो. तिचे ठोके सुरळीतपणे पडत होते. एक-दोन दिवसांत खडखडीत बरा होण्याइतपत तो नक्कीच दणकट होता.

माझ्यासमोर असलेल्या पर्यायांवर मी विचार करू लागलो – (अ) तो शुद्धीवर येण्याची वाट बघणे की, जेणेकरून मला त्याची उलटतपासणी घेता येईल. पण मी अगोदरच असं करण्याच्या विरुद्ध निर्णय घेतला होता. (ब) त्याला तसंच सोडून देऊन गाडी घेऊन निघून जावं. (क) गाडी आणि त्याला दोघांनाही मागे सोडून घरी जाण्यासाठी स्वत:च मार्ग शोधून काढावा. चौथा (ड) हा पर्याय शोधण्याचा मी प्रयत्न केला, पण त्यात मला यश आलं नाही.

मला गाडी घेऊन जायला काहीच हरकत नव्हती. पण त्या गाडीचं मी पुढे काय करणार होतो? शिवाय माझा वाहनचालकाचा परवाना तूर्तास माझ्याजवळ नव्हता. पोलीस तपास आणि नाकाबंदी रात्रीच्या वेळी नेहमीच जारी असते. विशेषत: आठवड्याच्या अखेरीस. जर मी गाडी वाटेत कुठेतरी सोडून दिली असती, तर कोणीतरी मला पाहण्याची शक्यता होती.

हा सगळा गुंता तसाच मागे ठेवून रात्रीच्या अंधारात पसार होणं, हा पर्याय प्रथमदर्शनी विचार करता तसा आकर्षक वाटत होता. विशेषत: सिनेमाच्या अंगानं. म्हणजे माझ्या ऑड्रे हेपबर्नच्या चिंध्या झालेल्या वेषात मी गाडीच्या किल्ल्या त्याने पाठलाग करू नये म्हणून मोठ्या तोऱ्याने जवळच्या झुडपात भिरकावून दिल्या असत्या आणि सरळ हायवेवरून चालू लागलो असतो. पण त्यात फार श्रम होते. इस्तंबूलपासून फार लांब नसला, तरी तो भाग जवळजवळ 'ओसाड' म्हणावा असा होता आणि त्या निर्जन भागातून वाट काढणं सोपं नव्हतं. जवळच्या मोटार-वेपर्यंत पोहोचायला खूप वेळ लागला असता. माझी अवस्था फारशी चांगली नव्हती. चालत्या गाडीतून बाहेर उडी मारताना नीट किरण साधता न आल्यामुळे मला बरंच लागलं होतं.

जरी मी मोटारवेपर्यंत पोहोचलो असतो, तरी रात्रीच्या प्रहरी लिफ्ट मागताना काहीतरी गैरप्रसंग निर्माण होण्याची शक्यता होती. ड्रायव्हरने मी त्याच्या उपकाराची परतफेड करेपर्यंत मला जाऊ दिलं नसतं आणि आता आणखी मारामारी करण्याच्या मन:स्थितीत मी नव्हतो.

मी परत सुलेमानला ढोसलं. त्याने त्याचं डोकं थोडं हलवलं. म्हणजे तो शुद्धीवर येत होता. मी त्याचा सल्ला विचारायचं ठरवलं.

"मी काय करावं असं तुला वाटतं?" मी विचारलं. "मी गाडी घेऊन पुढे जाऊ की, गाडी मागे ठेवून पुढे जाऊ?"

त्याचा सुस्थितीतील डोळा उघडला. "अ‍ॅऽह?"

मी माझा प्रश्न पुन्हा विचारला.

"तुझ्या आयला जाऊन...!" त्याने त्याचा सल्ला दिला किंवा त्याने अशाच अर्थाचे काही शब्द बोलण्याचा प्रयत्न केला. त्याचे ओठ रस्त्याच्या डांबराला घट्ट चिकटले होते आणि माझा उजवा पाय त्याच्या नरड्यावर होता. मला माझ्या आईला उद्देशून काही बोललेलं आवडत नाही. विशेषतः असभ्यपणे आणि माझ्या आईच्या लैंगिक बाबतीत तर कोणीही नाक खुपसण्याचं कारण नाही. मी पाय जोरात दाबला. त्याचं फुटलेलं थोबाड पाहून मला माकडाची आठवण झाली.

"सभ्यपणा कशाशी खातात ते तुला माहीत नाही." मी त्याच्यावर ओरडलो. "तुला आणखीन थोडा खाऊ हवायसं दिसतंय." मी त्याच्या डोक्यावर एक सणसणीत लाथ हाणली. तो पुन्हा बेशुद्ध झाला.

मी माझ्या पट्ट्यातून पांढरे हातमोजे ओढले. ते हातात घातले आणि डोक्याभोवती स्कार्फ गुंडाळला. मी गाडीत बसलो आणि इंजीन चालू करून निघालो.

चोवीस

मी क्लबमध्ये परत जाण्याच्या स्थितीत नव्हतो. मला गाडी वाटेत कुठेतरी सोडून घरी जायला हवंय. रस्ता रिकामा होता. मी सरळ तक्सीम स्क्वेअरला गेलो. तेथे अतातुर्क कल्चरल सेंटरच्या पार्किंग लॉटमध्ये मला गाडी ठेवता आली असती. तेथे ती कित्येक दिवस पडून राहिली असती, तरी कोणाला कळलं नसतं. शिवाय आठवडाअखेरीस तेथे इतकी गर्दी असते की, गाडी कोणी पार्क केली आहे, ते तेथल्या कर्मचाऱ्याच्या लक्षातही राहिलं नसतं.

खिडकीच्या काचा किंचित खाली करून मी पार्किंगचं तिकीट घेतलं आणि गाडी अगदी मध्यभागी कोणाच्या सहजासहजी लक्षात येणार नाही, अशी लावली. किल्ली घ्यावी की घेऊ नये? मी गाडी लॉक न करता तशीच सोडून दिली असती तर दुसरा कोणीतरी ती घेऊन गेला असता. ते बरंच झालं असतं. चोरीची गाडी सुलेमानच्या टोळक्याने नंतर शोधून काढलीच असती. त्यांच्याकडे दुसरी किल्ली असावी, हे गृहीत धरून मी किल्ली माझ्याबरोबर घेतली, पण गाडी लॉक केली नाही.

मी पार्किंग लॉटमधून बाहेर आलो आणि कोणी पाहू नये म्हणून कल्चरल सेंटरच्या भिंतीच्या कडेकडेने बाहेर पडलो. दिसलेल्या पहिल्या टॅक्सीला मी हाक मारली.

ड्रायव्हर तरुण होता. मी आत बसताना तो माझ्या कपड्यांकडे बघत राहिला.

"गेस्मीस ओस्लन, बाईसाहेब." तो कळवळ्याने म्हणाला.

अर्थात त्याने उल्लेखलेल्या 'बाईसाहेब' म्हणजे मीच होतो.

"मी आभारी आहे." मी म्हणालो. "फार लागलं नाही. जरा घसरून पडले."

"खूप जोरात पडला असणार. तुम्ही खरंच ठीक आहात ना?"

"ठीक आहे. फक्त कपडे फाटलेयत."

"पडलात तेव्हा सावरायला कोणी नव्हतं वाटतं?" त्याने विनोद करण्याचा प्रयत्न केला.

तो स्वतःच्या विनोदावर हसलासुद्धा. मी प्रतिसाद न देता गप्प राहिलो. मग त्या शांततेने अस्वस्थ होऊन त्याने रेडिओ चालू केला. कोणतं स्टेशन लावायचं त्यावर

वाद घालण्याच्या मन:स्थितीत मी नव्हतो. परिणामी कानठळ्या बसणारं संगीत आणि त्या आवाजावर मात करणारं सेलफोनवरचं ओरडून बोलणं मला घरी जाईपर्यंत सहन करावं लागलं.

सुलेमानकडच्या नोटांच्या गड्ड्यातून मी ड्रायव्हरचे पैसे चुकवले. धावत-धावत घरी पोहोचताच दिवे न लावताच मी कपडे काढायला सुरुवात केली. माझा बाथरूमपर्यंतचा मार्ग वाटेत काढून टाकलेल्या कपड्यांनी कळत होता.

शॉवर घेतल्यावर बरं वाटलं. माझ्या पायांवरचे ओरखडे मला वाटलं होतं त्यापेक्षा जास्तच होते, पण फार तीव्र नसल्यामुळे काळजीचं कारण नव्हतं. जेथे जास्त खरचटलं होतं, तेथे पट्टी बांधावी लागणार होती. सुलेमानच्या पोलादी पकडीत सापडलेल्या माझ्या डाव्या हाताची मात्र जास्त काळजी घ्यायला लागणार होती.

मी तो हात बर्फाने शेकला आणि नंतर त्यावर मलमपट्टी केली. नशिबाने माझा चेहरा या सगळ्यातून बचावला होता. ते सगळ्यात महत्त्वाचं होतं. योग्य ते कपडे घातल्यावर बाकीचं सर्व झाकता आलं असतं.

माझा उजवा खांदा गाडीतून उडी घेताना किंवा नंतर मारामारी करताना दुखावला होता. मी त्याच्यावर अतिपूर्वेच्या देशातून घेतलेला बाम लावला.

एकूण काय तर मी ठीक होतो. भुकेची जाणीव होण्याइतपत तर नक्कीच! मला फ्रीजमध्ये ठेवलेलं बिटर चॉकलेट मिळालं. मी नेहमीच चॉकलेटं फ्रीजमध्ये ठेवतो. मी मोठ्या उत्साहाने ते चघळायला सुरुवात केली.

मला क्लबमध्ये फोन करायला हवा होता. ते काळजीत पडले असतील. विशेषत: कुनेत. त्याने माझा पत्ता कोणालाच दिला नसता. अगदी माझ्या बापालासुद्धा! मी टेप ऐकताना फोनचं कॉर्ड आन्सरिंग मशीनमधून काढलं होतं. त्यामुळे मी नसताना आलेले फोन मला कळले नसते. मी कॉर्ड परत जोडला. मी अजूनही न ऐकलेले पाच निरोप होते. ते ठीक होतं. टेप ऐकण्याच्या उत्साहात मी ते ऐकले नव्हते. पण पहिल्यांदा क्लबमध्ये फोन करणं गरजेचं होतं.

फोन हसनने उचलला. मी काही बोलायच्या आत त्याने तोंड उघडलं. मूर्ख कुठला!

''सोफिया दर पाच मिनिटांनी फोन करतेय. सारखं तू परत आलास की नाही ते विचारतेय. तुझा घरचा फोन कोणी उचलत नाही. आता अति झालंय. काय बाई आहे ती. तिने माझी काय वाट लावलीय म्हणून सांगू तुला.''

''तुझी तीच लायकी आहे,'' मी म्हणालो. ''तुझ्यामुळेच ही पाळी तू स्वत:वर ओढवून घेतलीयस. आता भोग.''

सोफिया आणि हसनचे संबंध कसे का असेनात, पण हसनने मर्यादा ओलांडली होती. तपशिलांच्या फंदात न पडता जे झालं, ते मी त्याला थोडक्यात सांगितलं.

हसनला चांगला दम भरल्याशिवाय त्याला फार काही सांगायचं नाही, असं मी ठरवलं होतं. मला त्याची उलटतपासणीसुद्धा घ्यायची होती. पण आज मी त्याला तयार नव्हतो.

मी क्लबमध्ये रात्री उशिरा एक फेरी टाकीन, असं मी त्याला शेवटी सांगितलं. पण ते शक्य होईलसं दिसत नव्हतं.

"गेस्मीस ओस्लन, तुला काही हवंय का? मी आज रात्री स्वत: तिकडे येऊ की, काय हवं असेल, ते एखाद्या मुलीबरोबर पाठवून देऊ?"

ज्यात त्यात नाक खुपसणाऱ्या हसनला मी नाइलाज झाला तरच येऊ दिलं असतं. मी फोन ठेवला.

मी आन्सरिंग मशीनवरचे निरोप घ्यायला सुरुवात केली. पहिला निरोप नि:शब्दच होता. नाव, फोन करण्याचे कारण, तपशील काहीच नाही. त्यासाठीच तर हे मशीन असते. माझी चिडचिड झाली.

दुसरा निरोप हसनचा होता. ब्युजच्या मृतदेहाचा ताबा ज्यांनी मागितला होता, त्यांची माहिती त्याने काढली होती. ते सर्व तिचे नातेवाईक होते. मृतदेहाचा ताबा मागण्यासाठी कागदपत्रांची जरुरी नसते. म्हणून ते नक्की कोण आहेत, ते त्याला समजलं नाही. दुसऱ्या शब्दांत नवीन आणखी काहीही नव्हतं.

तिसरा निरोप अलीचा होता. त्याने माझ्यावर प्रश्नांचा भडिमार केला होता. मला पॉज बटन दाबून लिहून घ्यावं लागलं असतं आणि मी तेच केलं. निरोपासाठी ठेवलेल्या वेळात अलीचा निरोप संपला नव्हता म्हणून चौथा निरोपसुद्धा त्याचाच होता. मी ते सर्व लिहून घेतलं. एक पान पूर्ण भरलं. शेवटी त्याने मला रात्रीसाठी कडक शुभेच्छा देऊन फोन ठेवला.

पाचवा आणि शेवटचा निरोप आणखी एका अबोल माणसाचा होता. मी पाचही निरोप पुसून टाकले.

मी टक्क जागा होतो. मला त्या रहस्यमय पत्रांच्या प्रकरणाचा वीट आला होता. माझा आणि त्यांचा संबंधच काय? त्या पत्रांमध्ये जे काय असेल, ते ती पत्रं ज्यांच्या हाती लागतील त्यांना मिळू दे. जर त्यातून काही लफडं होणार असेल, तर होऊ दे. ते ताबडतोब पसरेल. काही जण आयुष्यातून उठतील. उरलेल्यांचं आयुष्य पुढे चालू राहील. वर्षभरात सर्व जण सर्वकाही विसरून जातील.

त्या आंधळ्या आईच्या प्रकरणाशी माझं काय देणंघेणं लागतं? कसलाही मागमूस न ठेवता ती अदृश्य झाली. तिची ती गोबऱ्या गालांची शेजारीण. तिच्या म्हणण्याप्रमाणे तिला तिच्या शेजारणीने घराच्या बाहेर एक पाऊल जरी टाकलं, तरी तिला ते समजत असे. तिला कुठे खुट्ट झालं, तरी ऐकू येत असे. आपल्या शेजारीच नव्हे, तर सबंध इमारतीत घडलेली प्रत्येक गोष्ट समजल्याशिवाय जिला झोप येत

नसे, अशा त्या अष्टौप्रहर सजग राहणाऱ्या शेजारणीलासुद्धा काहीच कळलं नव्हतं. असो! तिचा सजगपणा तिलाच लखलाभ होवो! सगळ्यावर कडी म्हणजे ती आंधळी ती पत्रं आणि फोटोसुद्धा स्वत:बरोबर घेऊन गेली होती. तिची असहायता लक्षात घेता तिला सलामच करायला हवा.

ती स्वत: पळून गेली नसेल व तिला पळवून नेलं असेल, तर तिला पळवून नेणाऱ्याचं कौतुक करायला हवं. त्या लुडबुड्या शेजारणीच्या पापणीखालून तिच्या नकळत म्हातारीला पळवून नेण्याच्या कामगिरीबद्दल ते बक्षिसाला पात्र होते. त्यांनी पत्रं आणि फोटोसुद्धा बरोबर नेले असतील, हे सरळ आहे. ब्लॅकमेल करणारे माफिया असोत की, सुरैय्या एरोनॅतचे गुंड; त्याने मला काय फरक पडणार होता?

विचार करता-करता असं लक्षात आलं की, माझा त्या गोबऱ्या गालांच्या बाईवरचा विश्वास क्षणोक्षणी उडत चाललाय. तिच्या नवऱ्याचा सुरैय्या एरोनॅतबरोबर हस्तांदोलन करताना काढलेला फोटो तिच्या बैठकीच्या खोलीत लटकत होता. वरच्या मजल्यावर झालेला खून तिला कळला नाही. शेजारची आंधळी म्हातारी गायब झालेली तिला कळली नाही. ती प्रामाणिक असावी असं वाटत होतं. पण ते तिचं नाटकही असू शकत होतं. एकतर तसं असेल, नाहीतर तिचा नवरा आपल्या बायकोच्या नकळत यात गुंतला असेल.

दोन खून झाले होते. ब्युजचा आणि तिच्या वरच्या मजल्यावरच्या शेजारणीचा. संभावित संशयितांच्या यादीत ब्लॅकमेल करणाऱ्यांची टोळी, ज्याच्या नावाने लोकांचा थरकाप उडायचा असा सुरैय्या एरोनॅत, स्वयंघोषित पत्रकार आणि काही छोट्यामोठ्या प्रसिद्ध व्यक्तींचा समोवश होता. हे पुरेसं नव्हतं म्हणून की काय माझी सोफियाशीसुद्धा गाठ होती. ती तिच्या परीने मला धाकदपटशा दाखवित होती. माझी पुरती वाट लागली होती.

हसन हा आणखीन एक अस्तनीतला निखारा होता. त्याने प्रत्येक गोष्टीत नाक खुपसण्याचा जणू निश्चयच केला असावा, असं दिसत होतं. उच्चभ्रू लोकांच्या गप्पा ऐकत बसण्यात त्याला खूप रस होता. तसा तो बऱ्याच जणांना असतोही, पण तो एका मर्यादेत. हसनने ती मर्यादा केव्हाच ओलांडली होती. त्याने बऱ्याच जणांना इतक्या गोष्टी सांगितल्या होत्या आणि त्याही मधल्या मोकळ्या जागी स्वत:च्या पदरच्या गोष्टी घुसडून की त्याला क्षमा नव्हती. त्याच्या सैल जिभेमुळेच रफिक मध्ये उपटला होता आणि तो सोफियाला मदत करायला बघत होता. ते तर जास्तच अयोग्य होतं.

रफिक अल्तीनला विसरणं शक्य होतं. त्याची गोष्ट खरंच कीव करण्यासारखी होती. पण त्याचा अर्थ असा नाही की, त्याची वेळ कधीच येणार नाही आणि तशी वेळ आली की मला त्याची परतफेड करावी लागली असतीच.

यानंतर काहीही केलं तरी ते स्वत:हून संकटाला निमंत्रण देण्यासारखं होतं. तसं केलं असतं, तर मीच मूर्ख ठरलो असतो. यात कोणीतरी डिवचलं गेलं होतं हे स्पष्ट होतं आणि त्या डिवचलेल्या व्यक्तीने त्या सुलेमान नावाच्या टोणग्याला माझ्या पाठीवर सोडलं होतं. त्या व्यक्तीला मला भेटायचं होतं. या सगळ्या गोष्टींचा मला वीट आला होता. कुठूनही पाहिलं तरी या कोड्याच्या गुंत्यातून सुटण्याचा मार्ग दिसत नव्हता.

सुलेमानच्या सेलफोनच्या संकेत क्रमांकाची उकल किंवा तसलंच दुसरं काही करण्याची माझी इच्छाच मरून गेली. सारं शरीरच वेदनेनं ठणकायला लागल्यानंतर तो सिनेमा माझ्यापुरता तरी संपला. माझ्याबरोबर जॉन प्र्युट असता तरीही! माझं अंग खरंच दुखत होतं.

मी माझ्या हातापायांचा विचार करू लागलो. मी त्याच दिवशी त्या ब्युटी सॅलोंमध्ये किती पैसे आणि वेळ खर्च केला होता. नशिबावरचा माझा विश्वास पक्का झाला. मी थोडंसं लोशन वगैरे लावून नंतर कॉम्प्युटरशी खेळ करायचं ठरवलं. मी शेल्फवरची BWV 1060 कॉन्सेर्टोची सीडी उचलण्यासाठी हात लांब केला, पण खूप उशीर झाल्यामुळे काहीतरी जबरदस्त ऐकावं असं वाटू लागलं. मी ऑर्केस्ट्राच्या सीडींमध्ये ब्रॅन्डेनबर्गची सीडी शोधत होतो. तेवढ्यात मला हँडेलची वॉटर म्युझिक दिसली. अरे, ही तर मस्तच आहे. मी बरोक संगीताची आवड चांगली जोपासली होती आणि बऱ्यापैकी गोळा केलं होतं. कॉम्प्युटरवर काम करताना किंवा संभोगसुखानंतरच्या विश्रांतीच्या वेळी ऐकायला ते अगदी योग्य संगीत आहे. अव्वल दर्जाची वाद्यं हळुवार हातांनी छेडल्यावर जे संगीत त्यातून निर्माण होतं, त्याने मन हलकं होतं. प्रत्येक सूर स्वच्छ आणि दुसऱ्या सुरात न मिसळता अलग असा ऐकू येतो. त्यामुळे मला झोप लागायला मदत झाली असती. हल्लीच्या ऑकेस्ट्रातील संगीताचे सूर पारदर्शकता हरवून बसलेले असतात. त्यामुळे आधुनिक ऑर्केस्ट्रा; कंडक्टरने लावलेल्या अर्थावर अवलंबून असतो.

मी त्यामानाने अलीकडचा प्रयोगशील संगीतकार पोर बोलेझची कॉन्सर्ट निवडली. तो समकालीन संगीताचा खरा प्रणेता होता. माझ्या माहितीप्रमाणे त्याचे हे एकच बरोक शैलीतील रेकॉर्डिंग होतं. सुरुवातीच्या विलंबित लयीतील सुरावटीत मी न्हाऊन निघालो. मी कॉम्प्युटरसमोर जाऊन बसलो.

माझ्या कंपनीची दोन-तीन किरकोळ कामं मला करायची होती. मी कामाला सुरुवात केली. जेव्हा सीडी संपली तेव्हा माझं अर्धं काम झालं होतं. आज रात्रीच सगळं संपवलं म्हणजे सकाळी अलीला पाठवून देता आलं असतं. सोमवार ते शुक्रवार अशिलांना भेटण्यात त्याचा एवढा वेळ जातो की, दुसऱ्या कोणत्याही कामाकडे त्याला लक्षच देता येत नाही. अली रविवारी सकाळी व्यायाम करून

झाल्यानंतर नेहमीच ऑफिसमध्ये जाऊन काम करतो. मी ज्या प्रोग्रॅम्सवर काम करत होतो, ते त्याला बघता आले असते.

अशा प्रकारचं काम मी इंटरनेटवरून कधीच पाठवत नाही. मी सीडी काढली आणि सतीची जिनोसिस लावली. ती चांगलीच होती. मी पुन्हा कामाला लागलो. पारदर्शक सुरांनी घर भरून गेलं. मला कॉफी प्यावीशी वाटली. मी कॉफी घेऊन माझ्या टेबलावर बसलो. ती संपल्यावर मी सीडीवर सगळं काही लोड केलं. अलीच्या करमणुकीसाठी मी जॉन प्र्युटचा फोटो टाकला. माझं अगदी ठाम मत आहे की, अगदी अक्कडबाज पुरुषांनासुद्धा कधीकधी अशा देखण्या पुरुषाचा फोटो पाहून काहीतरी फायदा होतो. मला जरी आवडलं तरी फोटो नग्न असायला हवा असं काही नाही. मी सीडी अशा प्रकारे लोड केली की, सुरुवातीलाच जॉन प्र्युटचा फोटो येईल. नंतर प्रत्येक फाइल ओपन करताना तोच फोटो पुन्हा पॉप-अप होईल.

अलीला सुरुवातीला राग येईल, पण नंतर त्याला मी केलेली गंमत आवडेलच आणि त्याला तो फोटो कसा काढून टाकायचा ते माहीत नसल्याने त्याला ती सीडी दुसऱ्या कोणाला देता आली नसती. हे लक्षात आल्यावर मी दुष्टपणाने हसलो.

मी सीडी काढून बबल इन्व्हलपमध्ये घातली आणि लेबल लावून एका बाजूला ठेवली. सकाळी मी टॅक्सी स्टँडवरच्या ड्रायव्हरला पोहोचवायला दिली असती. स्वत: जाऊन देण्यासारखी माझी अवस्था नव्हती. अली कामाला वाघ होता. तो दुपारपर्यंत तरी ऑफिसमधून गेला नसता.

मला झोप यायला लागली. काम व्यवस्थित झाल्याच्या समाधानात मी कॉम्प्युटर बंद केला आणि बिछान्यावर पडलो. उशीला अजूनही त्या पोलिसाचा केनानचा वास येत होता. कदाचित मला भासही होत असावा. तो खऱ्या पुरुषी सौंदर्याचा नमुना म्हणावा इतका दिसायला चांगला होता. पण इतक्या लवकर संपलं की, त्यामुळे खूप निराशा झाली. त्याची पहिलीच खेप असल्यामुळे तो जास्तच उत्तेजित झाला असेल. मीसुद्धा शक्यतो त्याच्याच कलाने घेतलं होतं. त्याने तसंच केलं आणि सगळं संपलं. जर तो परत आला, तर मीच सगळं ताब्यात घेऊन माझ्या पद्धतीने करीन.

मी कुठेतरी वाचलं होतं की, झोपताना कामविचार मनात आणले की, लैंगिक क्षमता आणि कामप्रेरणेत वाढ होते. मी त्याच तंत्राचा वापर करीत झोपलो.

पंचवीस

मला जेव्हा पहाटे झोप लागते, तेव्हा मी अगदी दुपारपर्यंत झोपून राहतो किंवा मी तसा किमान प्रयत्न तरी करतो. त्या वेळी मला सलग झोप मिळावी म्हणून मी झोपण्याच्या खोलीतील फोन काढून आलेले फोन घेण्याचं काम आन्सरिंग मशीनवर सोपवतो. शिवाय मी खिडक्यांवरील जाड पडदे ओढून घेतो.

मी फार वेळ झोपलो नसेन. कदाचित मला गाढ झोप लागली नसेल. नुसताच डोळा लागला असेल. नाही. मी झोपलोच नव्हतो. दरवाजावरची बेल वाजत होती.

माझ्याकडे कोणीही येणार नव्हतं. जो कोणी असेल, तो वाट बघेल आणि निघून जाईल. पण तो गेला नाही. जो बटन दाबत होता, त्याचा दरवाजा उघडेपर्यंत बेल वाजवत राहण्याचा उद्देश स्पष्ट होता.

माझ्या डोळ्यांवर झोपेने झापड आली होती. हा आगंतुक पाहुणा कोण असावा या शक्यतांवर मी विचार करू लागलो. (अ) जॉन प्र्युट – माझी पहिली पसंती – हे मुळात शक्य नव्हतं. स्वप्नसुद्धा रंगवण्यात अर्थ नव्हता.

(ब) चाहता – उदाहरणार्थ केनान. मी त्याला मिठीत घेऊन परत झोपलो असतो. जर तो हुसेयीन असेल आणि तो पिऊन आला असेल, तर त्याला चांगला चोप मिळेल. पहिल्यांदा माझ्या पाठी लागलास, नेत्रपल्लवी केलीस, सगळे प्रयत्न करून पाहिलेस, मला भुलवण्याचा प्रयत्न केलास... आणि नंतर क्लबमध्ये दिसलेल्या पहिल्या मुलीचा हात धरून पळालास! माझा स्वाभिमान आणि त्या ट्रान्सव्हस्टाइटचा लठ्ठपणा या दोघांचा प्रश्न असल्यामुळे हुसेयीनला बदडून काढण्याशिवाय दुसरा पर्याय माझ्यासमोर नव्हता.

(क) माफियाचा माणूस – या शक्यतेचा विचार डोक्यात येताच माझे डोळे खाडकन उघडले. काल रात्री सुलेमानला माझ्यामागे सोडल्यावर आज सकाळी गुंडांची टोळीच माझ्या दारात आली असेल. मी जर दरवाजा उघडला नाहीतर ते दरवाजा फोडून आत घुसतील.

(ड) सुरैय्या एरोनॅतचे निष्ठावंत अनुयायी – माझा पत्ता शोधणं तसं सोपं होतं.

ते माफियाच्या माणसांपेक्षा फारसे चांगले नसणार. म्हणजे फक्त दैवी हस्तक्षेप झाला तरच मी वाचण्याची शक्यता होती.

'क' आणि 'ड' या शक्यतांच्या विचाराने मला धडकी भरली. मी ताबडतोब 'अ' आणि 'ब' हे पर्याय काढून टाकले.

मी बुद्धी गहाण ठेवून विचार करत असलो पाहिजे. एखाद्या गेम शोप्रमाणे माझ्यासमोर असलेल्या विविध पर्यायांवर विचार करत बसण्याची ही काय वेळ होती? बेल सतत वाजत होती. यावेळेपर्यंत माझे सगळे शेजारी कोण आलंय, ते बघायला कान टवकारून बसले असतील.

"मी येतोय." मी ओरडलो. मी आवाज खाली ठेवण्याचा प्रयत्न केला. अशा इमारतींमधील लोक एक प्रकारचं सामुदायिक जीवन जगत असतात. एवढ्या पहाटे कोणी किंकाळ्या मारायला लागलेलं त्यांना आवडलं नसतं.

दरवाजापर्यंत आल्यावर मी म्हणालो, "मी आलोय." मी पीपहोलमधून बाहेर पाहिलं. समोर अस्ताव्यस्त अवतारातील सोफिया होती. शक्यतांच्या यादीत मी तिचा विचारच केला नव्हता. दरवाजा उघडावा की नाही, या संभ्रमात मी पडलो. मी जर दरवाजा उघडला नसता, तर इमारतीतील सर्व रहिवाशांना जाग येईपर्यंत ती बेल वाजवतच राहिली असती. मी 'ओ' दिली होती. तिला माहीत होतं की, मी घरी आहे आणि जागाही आहे. मला तिच्या संतापाची भीती वाटत होती. पण सोफिया डिवचली गेल्यावर काय करेल, ते मला कळत नव्हतं.

सुरक्षेची साखळी काढल्याशिवाय मी दरवाजा किंचित किलकिला केला. माझे झोपाळलेले डोळे मी मोठ्या कष्टाने उघडे ठेवण्याचा प्रयत्न करत होतो.

"इफेंदीम –"

"आता तरी दरवाजा उघड!" ती कुत्र्यासारखी वसकन भुंकली.

तिच्या आवाजातल्या हुकमतीपुढे मी वरमलो.

मी दरवाजा उघडला. ती मला ढकलून आत आली. ती माझ्या घरी पहिल्यांदाच येत होती हे लक्षात घेतलं, तर ती अगदी उद्धटासारखी आत शिरली होती. तिचा मेकअप उतरला होता. तिने काळजीपूर्वक केलेली केशभूषा डोक्याला चिकटल्यासारखी वाटत होती. अगदी पार वाट लागली नसली तरी जवळपास तसंच झालं होतं. सोफिया सहसा कधीच पूर्णपणे गळपटून जात नाही. कोणत्याही प्रसंगात तिचा खानदानी रूबाब कायम असतो. पण या क्षणी ती तशी दिसत नव्हती. तिची ट्राउझर आणि टी शर्ट पोतेऱ्याच्या लायकीचा दिसत होता. मला असे कपडे तिच्या कपड्यांच्या कपाटात पाहूनसुद्धा धक्का बसला असता, तर तिने ते स्वत: घातलेले कुठेच गेलं होतं.

"तुम्हाला इतक्या सकाळी काय हवंय?"

माझी जागा तिला आवडली नसावी अशा नजरेने ती बघत होती. साहजिकच

माझ्या अवताराबद्दलसुद्धा तिला तसंच वाटलं असेल.

"आत जाऊन तोंड धुऊन ये."

सोफियाला विरोध करायचा म्हणजे वेळ फुकट घालवण्यासारखं होतं. तिने एखादी गोष्ट डोक्यात घेतली की, मग ती तसंच करत असे. समुद्राची लाट जशी बांध फुटेपर्यंत धडका मारत राहते तशी. ती गप्प राहत नाही की, थकत नाही. आपण वेगवेगळ्या कौशल्यांचा अभिमान बाळगतो. तिच्याकडे ते कौशल्य होतं. मी आज्ञाधारकपणे बाथरूमच्या दिशेने दुडदुडत गेलो. तोंडं धुताना मला विचार करायला वेळ मिळाला असता आणि पुढचे डावपेच आखता आले असते. माझ्यापाठनं आवाज ऐकू आला : "आणि अंगावर काहीतरी कपडे घाल!"

सांगितलं होतं, त्याप्रमाणे मी केलं. मला एक चांगली क्लृप्ती सापडली. अगदी शांत राहायचं. आपण याला घाबरवून सोडलंय असं समाधान सोफियाला मिळू द्यायचं नाही. मग प्रत्यक्षात मी कितीही घाबरलेला असू दे किंवा सोफियाने कोणतीही भूमिका घेऊ दे. सगळ्या गोष्टी आपण हसण्यावारी न्यायच्या. त्यात मला झोपही अनावर झाली होती. काहीच जमलं नसतं, तर मी सरळ झोपी गेलो असतो.

तिचा अवतार विस्कटलेला असला तरी मी मात्र अगदी नीट कपडे केले. माझा सडपातळ बांधा उठून दिसण्यासाठी मी एक पांढरा पट्टेरी, बिनबाह्यांचा तंग टी शर्ट घातला आणि मी ॲमस्टरडॅमला घेतलेली लालबुंद रंगाची हाफ पॅंट. ती पॅंट टीचभर असली तरी ती घातल्यावर नितंबांना उठाव मिळतो. मी बैठकीच्या खोलीत गेलो. सोफियाला आरामखुर्ची फारशी आवडली नसावी. ती डायनिंग टेबलावरच्या खुर्चीत बसली होती.

"बस," ती म्हणाली. "आता जागा झालास का?"

"जागा आहे." मी म्हणालो आणि आरामखुर्चीत जाऊन बसलो.

"इकडे ये." तिने फर्मावलं.

तिने टेबलाकडे बोट दाखवलं. तिचा हुकूम डोळे बंद करून पाळणं हा तिच्यापासून बचाव करण्याचा एक मार्ग आहे. तिच्या बोलण्यावर विचार केला की, माझं डोकं दुखतं. माझ्या योजनेप्रमाणं मी उठलो आणि सरळ टेबलाकडे गेलो.

मी तिच्या शेजारच्या खुर्चीवर जाऊन बसलो. ती माझ्याकडे बघत होती. माझी हनुवटी पकडून तिने माझ्या डोळ्यांत रोखून पाहिलं. तिने डोळे बारीक करून माझं निरीक्षण केलं. मी निर्वाज्यपणे गोड हसलो.

"तू अजूनही झोपेतच आहेस. एक कडक कॉफी घेऊन ये जा," ती म्हणाली. हे जरा जास्तच होतं.

"मी आत्ताच एक घेतलीय. कॉफी जास्त घेतली की, मला ॲसिडिटी होते," मी फेकत होतो. माझं वाक्य पुरं होतंय तोच माझ्या गालावर एक जोरदार चापटी

बसली. तिचा हात जड होता. मला भानावर यायला थोडा वेळ लागला. मी ताबडतोब संरक्षक पवित्रा घेतला.

ती खुदकन हसली.

"आता कुठे तुझ्या डोळ्यांत थोडी जाग आलीय," ती म्हणाली.

मला राग आला होता. तिला जाग आल्यासारखं वाटलं. मी तिला एक लगावून दिली आणि तत्काळ फिट्टंफाट केली.

"एय!" तिने माझा गालगुच्चा घेतला. "रांडेच्या, आत्ता जागा झालास तू."

नंतर ती नाटकीपणानं हसली.

मला आश्चर्य वाटलं. मला ठाऊक असलेली सोफिया फटका खाल्ल्यावर हसली नसती. सकाळी लवकर असल्यामुळे असेल, खुनाचं प्रकरण असल्यामुळे किंवा या प्रकरणात होणाऱ्या त्रासामुळे असेल; पण मला माहीत असलेली सोफिया अशी नव्हती. पण ही गोष्ट फार वेळ विचार करण्यासारखी नव्हती म्हणून मी सोडून दिली.

"तुम्हाला काय हवंय?" मी विचारलं.

"तुला जे काही मिळालं असेल ते."

"मी तुम्हाला सांगितलंय, मला काही मिळालेलं नाही."

तिने माझी हनुवटी पकडली आणि माझ्या डोळ्यांत पाहिलं. जवळून आणि जास्त भेदकपणे. तिचा चेहरा इतक्या जवळ आलेला मला आवडलं नाही. मी तिचा हात सोडला. मनात आणलं असतं, तर मी तिचं मनगट पकडून तिचा हात उलटा पिरगळू शकलो असतो. तिने प्रतिकार केला असता, तर तिलाच जास्त दुखलं असतं, कदाचित सांधा निखळला असता. मला तसं करण्याचा मोह झाला. ती एक चांगली कल्पना होती. पण समोर बघायला कोणी नसताना असं करण्यात फारशी मजा नव्हती.

"तू अजून पूर्वी होतास तसाच आपलं ते खरं करणारा हट्टी आहेस. वय वाढल्यावर सर्व जण थोडे निवळतात. त्यांच्या दुराग्रहाची धार बोथट होते, पोरकट कल्पना सोडून देतात. पण तुझ्यात काहीही बदल झालेला दिसत नाही."

सोफिया आता सामान्य लोकांसारखी बोलायला लागली होती. 'आपण जे कपडे घालतो त्याचा आपल्यावर खूप परिणाम होत असतो', असे म्हणतात ते खरंच आहे. आता सामान्य लोकांसारखे कपडे घातल्यावर ती तसंच बोलायला लागली होती.

"मी अजून तरुण असल्यामुळे तसं होत असेल." मी म्हणालो.

माझं बोलणं तिच्या जिव्हारी लागल्यामुळे मला बरं वाटलं.

"तू मूर्ख आहेस," ती म्हणाली. "अजूनही तुझे पोरखेळ चालू आहेत. तू कोणाच्या विरुद्ध खेळतोयस याची तुला कल्पना नाही. ते सगळ्यात नीच लोक आहेत. त्यांच्यावर मात करणं कोणालाही शक्य नाही. त्यांना जे हवंय ते मिळवण्यासाठी ते कोणत्याही थराला जाऊ शकतात. मी निव्वळ एक मध्यस्थ आहे. मी या

सगळ्यात पडले ते केवळ तुला वाचवण्यासाठी म्हणून! नाहीतर तुझीच त्यांच्याशी गाठ पडली असती आणि जे ब्युजचं झालं तेच तुझंही झालं असतं. ती हट्टी आणि मूर्ख होती. ती कोणा-कोणाबरोबर झोपली होती, ते ती चरसच्या नशेत सर्वांना सांगत सुटायची आणि शुद्धीवर आल्यावर सगळ्याचा इन्कार करायची. नंतर कधीतरी तिने त्या फोटोंचा उल्लेख केला. साहजिकच ते तिच्या मागे लागले.''

''आणि जेव्हा तिने तुमच्याकडे मदत मागितली तेव्हा तुम्ही तिला निर्दयपणे ठार केलंत.'' मी म्हणालो.

''माझं नाव त्यांच्यात घेऊ नकोस. मी त्यांच्यातली नाही. मी फक्त एक प्यादं आहे. त्यांची घाणेरडी कामं करणारी एक नोकर. मला त्याचं बऱ्यापैकी इनाम मिळतं, तुझ्यासारखंच. हे फोटो शोधून काढण्याचं काम मी माझ्यावर घेतलं. मी म्हटलं की, मी तुम्हाला आणून देईन.''

असं म्हणताना तिने माझे हात तिच्या हातात घेतले. मला मुलींसारख्या गप्पा मारता येत नाहीत आणि मला वडीलकीचा सल्लाही नको होता.मी माझे हात मागे घेतले.

''तुम्हाला यातून काय मिळणार आहे आणि मी तरी तुम्हाला काय देणार आहे? माझ्याकडे काहीही नाही! माझ्याकडून तुम्हाला काय हवंय तेच मला कळत नाही. मला फक्त अशी काही पत्रं आणि फोटो अस्तित्वात आहेत, एवढंच माहीत आहे. पण मी ती स्वत: कधीच पाहिलेली नाहीत, बस्स एवढंच!''

तिने माझ्याकडे संशयाने पाहिलं आणि एक खोल श्वास घेतला. तिने डोळे बंद केले आणि वाट पाहिली. नंतर तिने तिच्या फुफ्फुसांतील हवेचा उच्छ्वास माझ्या चेहऱ्यावर सोडला. तिने खुर्चीत एखाद्या बटाट्याच्या पोत्यासारखी फतकल मारली. सोफियाचा दिमाख उतरला होता.

मी तिला एवढ्या केविलवाण्या अवस्थेत पूर्वी कधीही पाहिलं नव्हतं. मी तिला ज्या झगमगत्या सौंदर्यासाठी मानत होतो, त्याचा एक अंशही तिच्यात नव्हता. फरशी पुसायला आलेली असावी तशी केविलवाणी दिसणारी कोण ही मध्यमवयीन बाई? तिचा आवाज खाली आला होता.

''मला सुरुवातीपासून सांगू दे,'' ती म्हणाली.

''ठीक आहे. सांगा.''

''आपण ज्यांच्याविषयी बोलतोय ती काही चार-पाच माणसं नाहीत. ती एक फार मोठी संघटना आहे. त्यांचे हेर आणि खबरे सगळीकडे पसरलेले आहेत. ते ब्लॅकमेलसाठी कधी ना कधी उपयोगी पडू शकेल, असं साहित्य गोळा करत असतात आणि योग्य वेळ येताच त्या व्यक्तीला आपल्या इशाऱ्यावर नाचवायला सुरुवात करतात.

''यात खूपच फायदा दिसतोय'' मी माझं मत व्यक्त केलं. माझ्याकडे दुसरं बोलण्यासारखं तरी काय होतं? आणि ते खरंच होतं. ही जी कोणी मंडळी होती

त्यांना एक चांगलं घबाड मिळालं होतं आणि त्यावर त्यांची चैन चालणार होती.

सोफियाची गोष्ट एखाद्या परीकथेसारखी चालली होती आणि मी ती ऐकतोय असं दाखवत होतो. मी लक्ष द्यायचं कधीच थांबवू शकलो असतो, पण मला तिच्या गोष्टीत गंमत वाटत होती आणि मला त्या गोष्टीचा शेवटही ऐकायचा होता. एक गोष्ट, तिने मला जी थप्पड मारली होती, तेथे अजून आग होत होती.

''आपणा सर्वांकडे काहीतरी लपवण्यासारखं एखादं व्यंग असतंच. ज्याच्याकडे नाही असं कोणी आहे का?''

''मला वाटतं अशी बरीच माणसं निघतील की, ज्यांच्याकडे लाज वाटण्यासारखं काही नाही,'' मी म्हणालो.

''माझ्या माहितीप्रमाणे तरी पुष्कळच आहेत.''

''जर त्यांना ब्लॅकमेलसाठी काही साहित्य मिळालं नाहीतर ते तयार करतात. त्यामुळेच मी यात गुंतले. एके दिवशी मला माझ्या एका जुन्या गिऱ्हाइकाने त्याच्या आलिशान घरात बोलावलं. तिथे काही लफडं होईल, असं मला वाटलं नव्हतं. पण त्या रात्री काय झालं त्या सगळ्याचं त्यांनी शूटिंग केलं. नंतर त्यांनी मला गुंगीचं औषध पाजलं आणि त्यांनी माझे काही फोटो घेतले. त्यात मी हेरॉइन ओढत होते. मी आणि मादक द्रव्य. जरा विचार कर. जर पोलिसांना ते फोटो सापडले असते, तर उर्वरित आयुष्य मला तुरुंगात खितपत पडावं लागलं असतं. अशा तऱ्हेने त्यांनी मला यात गोवलं.''

सोफिया पोलिसांना खूप घाबरते. आपल्याला पोलिसांनी पकडून तुरुंगात डांबलंय हे दुःस्वप्न तिला वारंवार पडतं. सगळ्या मध्यमवर्गीयांप्रमाणे तिला लहानपणापासून तुरुंगाची भीती वाटायची. खूप वर्षांपूर्वी ती एकदा पोलिसांच्या धाडीत सापडली होती, तेव्हा तिला दोन दिवस पोलीस चौकीवरच्या लॉकअपमध्ये काढावे लागले होते. त्याविषयी ती नंतर बरीच वर्षं बोलत असे. वास्तविक 'मिडनाइट एक्स्प्रेस' या चित्रपटात दाखवलं होतं. त्याच्यापुढे तिचा अनुभव काहीच नव्हता. पण ती जे काही बोलायची त्यावरून असं वाटायचं की, जणू काही त्या चित्रपटातील पात्रापेक्षा तिला जास्त भोगावं लागलं होतं.

''पुढे काय झालं?''

''जेव्हा त्यांना गरज असायची तेव्हा ते मला बोलवून फोटो आणि फिल्म घ्यायचे. राजकारणी, उद्योगपती, प्रसिद्ध व्यक्ती, सितारे, उच्चपदस्थ नोकरशहा, म्हातारे आणि तरुण, कुरूप... सर्व प्रकारची माणसं. ते अशा व्यक्तींच्या लैंगिक सवयींचा अभ्यास करत. वय, आवडी-निवडी, स्त्री-तरुण मुलगी-ट्रान्सव्हस्टाइट-होमोसेक्युअल-पुरुष. त्यात सर्व काही येतं. नंतर भेटण्याचं ठिकाण ठरवण्यात येई आणि मग मी तेथे जाई. पुरुषांचे फोटो अतिशय लाजिरवाण्या स्थितीत काढले जावेत, याची व्यवस्था करणं हे माझं काम असे. तेथे नेहमीच छुपा कॅमेरा लावून

ठेवलेला असायचा. मोठमोठ्या हॉटेलमधल्या खोल्या राखून ठेवलेल्या असायच्या. आम्ही सगळ्या प्रकारच्या फिल्म बनवल्या होत्या. कोवळ्या मुलांबरोबर हेरॉईन पार्टी, सामुदायिक संबंध, कोणताही विषय बाकी ठेवला नव्हता. नंतर ब्लॅकमेलच्या बळींनाच आणखी इतरांसाठी सापळा लावायला भाग पाडलं जाई.''

''आपण काय करतोय याची त्यांना पूर्ण कल्पना होती?''

''होय.''

''पण कोणीही त्यांना विरोध करण्याचा प्रयत्न केला नाही का? तुम्हाला असं म्हणायचंय की, परिणामांची पर्वा न करता एकही व्यक्ती त्यांच्या विरोधात उभी राहिली नाही?''

''राजा, आपण सर्व पार भित्रे असतो. काहीतरी गमावण्याची आपल्याला भीती वाटत असते. सगळ्यात मोठी भीती म्हणजे आपली पत्नी, कुटुंबीय, मित्र आणि सहकारी यांच्यापुढे होणारी नाचक्की. विरोध करणारे काही लोक होते. सुरुवातीला त्यांनी खूप गर्जना केल्या, विरोध केला. पण एकदा फोटो त्यांच्या निकटवर्तीयांच्या हातात पडल्यावर त्यांचा सूर बदलला. त्या आडमुठ्या व्यक्ती आयुष्यातून उठल्या. त्यांच्या जागी अधिक समजूतदार व्यक्ती आल्या.''

''असं आहे तर!'' मी म्हणालो.

''शाबास, आता सुरैय्या एरोनॅतविषयी तू जे काही गोळा केलं आहेस, ते सारं मला देऊन टाक बरं.''

मला हसू फुटलं. इतक्या वेळच्या संभाषणात पहिल्यांदाच त्याचा उल्लेख होत होता. आतापर्यंत संदिग्धपणे बोलता-बोलता अचानकपणे सोफियाच्या तोंडातून त्याचं नावं निसटून गेलं.

''मी हवं तर अगदी शपथेवर सांगायला तयार आहे की, माझ्याकडे काहीही नाही,'' मी म्हणालो. ''माझ्या अगोदरच त्या फ्लॅटवर कोणीतरी धाड टाकली होती. तिथे जे काही सापडलं असेल ते, ते घेऊन गेले असतील.''

ती ताठ बसली. तिचा आवाज थोडा चढला. ''आता हा खेळ पुरे झाला. समजलं ना? मी तुला वाचवायचा प्रयत्न करतेय.''

''पण का?''

''तू अजून मला आवडतोस. तू मला माझ्या मुलासारखा आहेस. मी आईच्या मायेने तुझ्याकडे बघते.''

एकेकाळी माझ्यावर ती आईसारखं प्रेम करायची हे खरं होतं; पण ते कसं तर छळवादी आईसारखं! तिने माझा नवखेपणा घालवून माझं रूपांतर एका उमद्या ट्रान्सव्हस्टाइटमध्ये केलं होतं. ती माझी सर्वतोपरी काळजी घ्यायची. मी काय कपडे घालावेत, कोणतं क्रीम वापरावं, अशा सगळ्या गोष्टींवर ती मला सल्ले देत असे.

एवढेच नव्हेतर मी कोणाबरोबर मैत्री करावी, हेसुद्धा तीच ठरवत असे.

नंतर आमचे पॅरिसमधील दिवस चालू झाले. आमच्या संबंधात थोडंसं मायलेकीचं नातं होतं हे खरंय. कोणती आई आपल्या पोटच्या मुलीला धंद्याला लावेल? पण सोफियाने मला धंद्याला लावलं.

मी आईच्या नात्याने तुला चांगले मित्र मिळवून देतेय, असं ती मला भासवायची आणि माझा त्याच्यावर विश्वास बसला.

आम्ही एकमेकांकडे पाहत होतो. तिचं वय झालं होतं आणि मेकअपशिवाय ती अगदी भयानक दिसत होती. खोट्या पापण्यांशिवाय तिचे हिरवट डोळे निस्तेज वाटत होते.तिच्या डोळ्यांखालची त्वचा लोंबत होती आणि हनुवटीखाली वळ्या आल्या होत्या.

"म्हणजे तुम्हाला असं म्हणायचंय का की, मी फोटो आणि पत्रं दिली नाहीत तर ते मलासुद्धा ठार मारतील?" मी विचारलं.

"काहीही शक्य आहे. कारण त्यांना असं वाटतंय की, तुझ्याकडे ते फोटो आहेत."

"म्हणून तू सुलेमानला माझ्यामागे सोडलंस वाटतं. त्याने मला पळवून नेण्याचा प्रयत्न केला. तो मला कोणाकडे तरी बोलणी करण्यासाठी घेऊन जात होता. अर्थात मी त्या टोणग्याच्या हातून निसटलो. तुमच्या त्या मित्रांना सांगा की, पुढच्या खेपेला चांगल्या तयारीच्या व्यावसायिक माणसाची मदत घ्या."

तिला जबरदस्त धक्का बसला.

"मला त्याबद्दल काहीच माहीत नाही." ती म्हणाली.

"पण ते अशा चुका सहन करणार नाहीत."

तिने तिच्या गळ्यावरून तर्जनी फिरवली.

"त्यांना एक गोष्ट सांगा, त्या गरीब बिचाऱ्या सुलेमानची मला दया येतेय."

"मला ते काहीही माहीत नाही. एक लक्षात ठेव, जे घडतंय त्यातील बऱ्याच गोष्टी मला ठाऊक नसतात. पण त्यांनी त्या फोटोंची संपूर्ण जबाबदारी माझ्यावर सोपवलीय. तू म्हणतोस त्या गोष्टीचं मला आश्चर्य वाटतंय. त्यांनी मला सांगायला हवं होतं. मला वाटतं त्यांचा संयम संपत चालला असावा. ते हात धुऊन माझ्यामागे लागलेयत... त्यांनी माझासुद्धा छळ केलाय."

तिला एकदम रडू कोसळलं. ते नाटक नव्हतं. रडणं आणि नाक शिंकरण्याचा आवाज आणि डोळ्यांतून वाहणारं पाणी. तिच्या दोन शब्दांमध्ये एक तरी हुंदका होताच आणि मधूनच मोठ्याने गळा काढणं सतत चालू होतं.

"तू जर ते फोटो त्यांना दिले नाहीस तर सगळा दोष माझ्या डोक्यावर येईल. मी ते ब्युजकडून काढून घेईन असं त्यांना वाटलं होतं. पण मला जमलं नाही. मी यात पुरती अडकलेय. पहिल्यांदा त्यांना वाटलं की, मीच ते फोटो माझ्याकडे ठेवून घेतले आहेत.

मग ते माझ्या मागे लागले. त्यांनी माझा केवढा छळ केला म्हणून सांगू तुला.''

''ते फोटो शोधून काढण्याची जबाबदारी तुमच्या एकट्यावर आहे की काय?''

''होय... सुरुवातीपासूनच ती जबाबदारी माझ्यावर सोपवली होती आणि मला तो विषय आता संपवायचाय. पण माझी ताकद ती किती? माझं ऐकणार कोण? त्यांच्या तुलनेत मी कोण आहे? एक कळाहीन, बिचारी, म्हातारी ट्रान्सव्हस्टाइट. बस!''

हे स्वीकारणं कठीण होतं. तिचं वय झालं होतं हे खरं होतं. तिची कारकीर्द संपली होती आणि तिच्या सौंदर्याची जादू आता चालली नसती, हे जरी खरं असलं तरी तिला बिचारी म्हातारी म्हणणं अतिच झालं असतं. जर सोफियाला बिचारी म्हणायचं, तर तिच्या वयाच्या धंदा सोडून निवृत्त झालेल्या इतर मुलींना काय म्हणणार?

''जरा माझ्याकडे बघ.'' ती उठून उभी राहिली आणि तिने तिचा टीशर्ट वर केला. तिच्या अंगावर माराच्या खुणा होत्या.

''मी जर ती पत्रं आणि फोटो शोधून त्यांच्या हवाली करू शकले, तर त्यांची माझ्यावर परत मर्जी बसेल. मग ते मला एखाद्या क्षुल्लक प्याद्यासारखं वागवणार नाहीत. माझा मान वाढेल. मी त्यांच्यातली एक होईन आणि खरंच निवृत्त आयुष्य आरामात जगण्यासाठी बऱ्यापैकी पैसे गाठीला असावे, असं माझं स्वप्न आहे आणि जर ते फोटो मी शोधू शकले नाहीतर ते माझा जीव घेतील.'' आणि पुन्हा एक जोरदार हुंदका देऊन तिने तिच्या शेवटच्या वाक्याला पूर्णविराम दिला.

''त्या वरच्या मजल्यावरच्या म्हाताऱ्या बाईला मारलं तसं?'' मला स्पष्ट विचारणं भाग पडलं.

''हे बघ. त्यात थोडं लफडं झालंय. तुला माहितीय? आमचा माणूस चुकीच्या मजल्यावर गेला. त्या बाईने थोडी गडबड केली. झालं ते वाईट झालं, पण ते आवश्यकच होतं.''

तिने आपल्या हाताची दोन बोटं डोक्याला लावून आपला मुद्दा स्पष्ट केला.

''अर्थात झालं ते खूपच वाईट झालं. पण जेव्हा आपण चुकीच्या फ्लॅटमध्ये शिरलोय, हे त्यांच्या लक्षात आलं तेव्हा खूप उशीर झाला होता. ज्याची चूक होती त्याला नंतर शिक्षा झालीच हे सांगायला नको. पण जेव्हा ते लोक खाली गेले, तेव्हा त्यांना तेथे ती आंधळी म्हातारी आणि ती कागदपत्रं यातलं काहीही सापडलं नाही.

''म्हणजे सबीहा आहे कुठे?'' मी विचारलं.

''आम्ही तिचं काहीही केलं नाही. आम्हीसुद्धा तोच प्रश्न विचारत आहोत.''

''जर तुम्ही तिला कुठे घेऊन गेला नाहीत, तर कोण घेऊन गेलं?''

आता आम्हा दोघांवर चकित होण्याची पाळी आली. मी खाडकन जागा झालो.

सव्वीस

सोफिया आणि मी, दोघं एकमेकांकडे नुसतं बघत बसलो. ती माझ्याकडे संशयाने बघत होती. मीही तेच करत होतो. मिनिटांमागून मिनिटं गेली.

"मी थोडी कॉफी बनवतो," मी शांततेचा भंग केला." आपल्या दोघांना एकेक कपाची गरज आहे."

"फार चांगलं होईल." ती म्हणाली.

"मी थोडा जाड झालो तरी चालेल. अजून बघ मी किती सडसडीत आहे ते." असं म्हणता-म्हणता मी उठून उभा राहिलो आणि हात वर-खाली केले. मुलीला कोणत्याही परिस्थितीत तिचा डौल राखावाच लागतो.

मी स्वयंपाकघरात गेलो. मी मशीनमध्ये कॉफी भरायच्या आतच ती माझ्या बाजूला येऊन उभी राहिली.

"जर ब्युजची आई ते फोटो घेऊन पळाली असेल –" तिने सुरुवात केली.

"आपल्याला वाटलं होतं, त्यापेक्षा ती हुशार दिसतेय," मी कॉफीचा एक जादा चमचा टाकत बोललो.

"पण ते अशक्य आहे." सोफिया म्हणाली. "ती बाई आंधळी आहे. तिला काही दिसत नाही, तर काय चाललंय ते कसं कळणार?"

"मलासुद्धा काही कळत नाही," मी मान्य केलं. "त्यात काय एवढं, ब्युज मला म्हणाली होती की, तिच्या आईला काहीही कळत नसे. म्हणूनच तिला त्या फ्लॅटमध्ये पाहिजे तसा धुडगूस घालता येत होता किंवा हवं ते लपवता येत होतं."

"हे हास्यास्पदच आहे," ती म्हणाली.

सकाळच्या थंडगार वाऱ्यामुळे माझ्या अंगावर शिरशिरी आली.

"मी आत जाऊन अंगात काहीतरी घालून येतो."

"फार बरं होईल," ती म्हणाली. "असं एखाद्या फालतू पॉर्न स्टारसारखं अर्ध ढुंगण उघडं टाकून फिरणं तुला शोभत नाही. सगळं प्रदर्शन करण्यापेक्षा झाकून ठेवलेल्या रहस्यात जास्त मजा असते."

"पण तुम्हीच तर मला आपल्या भांडवलाचं प्रदर्शन करायला शिकवलं होतंत ना?" मी विचारलं. "मी तेच तर करतोय."

आम्हा दोघांचा जीव धोक्यात होता आणि यातून मार्ग कसा काढायचा, ते आम्हाला उमगत नव्हतं. असं असताना आम्ही वायफळ बडबडीत वेळ घालवतोय यावर कोणाचा विश्वास बसला नसता. मी माझी पश्मिना शाल पांघरली. गेल्या दोन दिवसांत ती पांघरण्याचे बरेच योग आले होते. मी स्वयंपाकघरात गेलो.

"सोफिया," मी हाक मारून म्हणालो. "जर तुम्ही सबीहा हनीमचं अपहरण केलं नाही, ज्यात त्यात नाक खुपसणाऱ्या तिच्या शेजारणीला कसलाही पत्ता लागला नाही, तर ती अशी कोणाच्याही नकळत आपोआप अदृश्य कशी झाली? विशेषत: स्वत: ठार आंधळी असताना?"

"चांगला प्रश्न! माझा तुझ्यावरच संशय होता. मी काही काळ तुझ्यावर पाळतसुद्धा ठेवली होती."

"सोफिया, तुम्ही माझ्यावर पाळत ठेवली होती? माझा विश्वास बसत नाही."

"राजा, पाळत ठेवली त्यात एवढं काय आहे? नाहीतर तू काय करतोस ते मला कसं समजणार होतं?"

"म्हणजे तुम्ही माझ्यामागे एक माणूस सोडलात?"

सोफियाने काय केलं असतं त्याचा भरवसा नव्हता. आपण जे काय करतो ते योग्यच असतं, असं एकदा पक्कं ठरवून टाकल्यामुळे तिच्या बाबतीत दुसऱ्या कसल्या विधीनिषेधाचा प्रश्न उद्भवणं संभवत नव्हतं.

तिला जे हवं असेल, ते मिळवण्यासाठी तिने काहीही केलं असतं. त्यामुळे तिने माझ्यावर पाळत ठेवली याचं मला एवढं आश्चर्य वाटायला नको होतं.

"बरोबर सांगायचं झालं, तर या कामासाठी मी बरीच माणसं वापरली होती. मला वाटलं होतं की, तू आम्हाला सबीहाकडे घेऊन जाशील. पण त्या इमारतीत तू मूर्खासारखा बराच वेळ फुकट घालवलास."

"पण ती बेपत्ता झालीय, ते मला तेव्हा माहीत नव्हतं."

कॉफी तयार झाली. मी तिला मग दिला.

तिने स्वत:ची कॉफी ओतून घेतली. आम्ही शांतपणे कॉफीचे घोट घ्यायला सुरुवात केली. सोफियाने सिगारेट शिलगावली. तिच्या लांब आणि निमुळत्या बोटांत ती बारीक आणि लांब मोअर सिगारेट शोभून दिसत होती. आमची कॉफी पिऊन होईपर्यंत सूर्य वर आला होता.

मला असा स्वच्छ सूर्यप्रकाश खूप आवडतो. मी दिवा बंद केला. नैसर्गिक प्रकाशात सोफियाचा मेकअप विरहित चेहरा अधिकच भेसूर दिसत होता. मला झोप येत होती.

"तू जे सांगतोयस त्यावर कितपत विश्वास ठेवावा ते मला कळत नाही," ती

म्हणाली. ती पुन्हा माझ्याकडे रोखून बघत होती.

"तुम्हाला जे हवं ते तुम्ही करा," मी म्हणालो. "पुष्कळ झालं. मी आता थकलोय. जेव्हा तुम्ही पाठवलेल्या या गुंडाच्या तावडीतून सुटण्यासाठी मी चालत्या गाडीतून बाहेर उडी मारली तेव्हाच सगळं संपलं. आता मला कसलीच पर्वा नाही. मला फक्त झोप हवीय. शांत."

"म्हणजे तू मला जायला सांगतोयस."

"याचा अध्याहृत अर्थ 'जा' असा असेल तर बरोबर आहे. अर्थात तुम्हाला हवं असेल तर तुम्ही इथे राहू शकता. ब्युज तिच्या शेवटच्या रात्री जिथे राहिली होती त्या पाहुण्यांच्या खोलीत मी तुमची सोय करीन."

"हातात काहीच न पडता मी येथून बाहेर पडले तर माझं काय होईल, याची तुला कल्पना नसेल. मला तो विचारच सहन होत नाही. तुझ्याकडे ते फोटो नाहीत हे मला पटवायला तुला जेवढं कठीण गेलं त्यापेक्षा ते फोटो तुझ्याकडे नाहीत, हे त्यांना पटवायला मला जास्त कठीण जाणार आहे. मी ते फोटो घेऊनच येईन असं त्यांना वाटतंय."

"तुम्हाला असं म्हणायचंय का की, आपण आत्ता हे बोलत असताना तिकडे दरवाजाच्या बाहेर कोणीतरी वाट बघत उभं आहे?"

"मला माहीत नाही. असायला नको. मी तरी बाहेर कोणाला उभं केलेलं नाही. पण मला खातरी नाही. सर्वच गोष्टी मला माहीत नसतात. आता यात आणखी कोणी माणूस गुंतला असेल, तर ते कळण्याचा मार्ग मला माहीत नाही."

आम्ही स्तब्ध होऊन बराच वेळ एकमेकांकडे बघत बसलो.

"राजा," ती म्हणाली, "त्या आंधळ्या बाईशी कोणालाही काही देणंघेणं नाही. आपल्याला हवे आहेत ते फोटो आणि ती पत्रं. तू जर ते माझ्या हवाली केलेस, तर त्यात आपल्या दोघांचाही फायदा होईल. ते तुला कदाचित भरपूर बक्षीसही देतील. तुला ऐशारामात राहता येईल. रात्रभर क्लबमध्ये जागत बसण्याची गरज पडणार नाही. जर तुझा कोणी लाडका मित्र असेल, तर फक्त त्याचं नाव सांग. तू त्याला आपल्या घरी घेऊन जाऊ शकशील. चोवीस तास तो तुझ्या दिमतीला हजर असेल."

"सोफिया, तुमचा माझ्यावर विश्वास नाही हेच खरंय. होय ना?"

"मला सांगता येणार नाही. मला जास्त काही माहीत नाही. मला तुझ्यावर विश्वास ठेवायचा आहे, पण मला ते जमत नाहीये. माझं मन मला दोन्ही बाजूने सांगतंय. एक मन सांगतंय की, तू अजून काहीतरी हातचं राखून ठेवलंयस. ते काय आहे याची मला कल्पना नाही. फक्त असं वाटतंय हे खरं. म्हणून तुझ्यावर विश्वास ठेवावा की नाही, ते कळत नाही."

"मागे काही वर्षांपूर्वी आपण एकत्र काम करत असताना जे झालं त्यामुळे असेल."

"असू शकेल", तिने कबूल केलं.

"कसं का असेना, या क्षणी मी तुझ्यावर विश्वास ठेवतेय. पण नंतर कदाचित तो बदलूही शकेल. परिस्थितीनुसार बदलल्यामुळेच तगून राहता येतं. त्यांना कसं हाताळावं, ते मला कळत नाही. पण काही ना काही मार्ग निघेलच. मी प्रयत्न करत राहीन. तूसुद्धा तुझं डोकं चालव. डोळे आणि कान उघडे ठेव. काही ऐकलंस तर मला ताबडतोब फोन कर."

ती उभी राहिली आणि दरवाजाकडे गेली. वाटेत आरशासमोर ताठ उभं राहून तिने केसांतून हात फिरवला, कपडे ठीकठाक केले. सोफियाचं पूर्वीचं रूप परत येण्यासाठी खूप मेहनत घ्यावी लागली असती, पण तेवढ्यानेसुद्धा ती जरा बरी दिसायला लागली. तिने दरवाजाजवळच्या खोक्यात ठेवलेला काळा गॉगल उचलून डोळ्यांवर लावला आणि पुन्हा एकदा आरशात पाहिलं. खूपच सुधारणा होती.

"बाहेर खूप ऊन पडलंय. मला असंच बाहेर जाता येणार नाही. मला तुझा गॉगल उसना दे. मी परत करीन."

ती बया लवकरात लवकर जावी म्हणून मी गॉगलच काय, माझा आवडता ड्रेसही द्यायला तयार होतो.

"बेशक घेऊन जा."

एकमेकांच्या गालांचं चुंबन घेत आम्ही निरोप घेतला.

मी एक खोल श्वास घेतला. कालच्या रात्री मी खूप कठीण प्रसंगांतून गेलो, पण शेवट चांगला झाला. सोफियाला मी सुतासारखं सरळ केलं. ते खूप कठीण होतं. मी इतका थकून गेलो होतो की, त्यावर आता जास्त विचार करणं, मला शक्य नव्हतं. सकाळचे सात वाजले होते.

कॉफीचे रिकामे मग किचनमध्ये नेऊन ठेवण्याचा त्रास न घेता मी सरळ झोपण्याच्या खोलीच्या दिशेने गेलो. फ्लॅटमध्ये सगळा पसारा पडला होता. तो नंतर आवरता आला असता. काही जण त्या पत्रकार बाईसारखे नेहमीच पसाऱ्यात असतात. माझ्या घरात दोन मग आणि कॉफी मेकरने काय मोठा फरक पडणार होता?

झोपण्याच्या खोलीकडे जाताना मी अलीसाठी बनवलेल्या इन्व्हलपकडे माझं लक्ष गेलं. मी आता झोपायला गेलो असतो तर दुपारी कधी उठलो असतो, ते सांगता आलं नसतं. त्याच्यापेक्षा आताच टॅक्सी बोलवून ते इन्व्हलप सकाळी दहापर्यंत पोहोचवण्याची व्यवस्था करून ठेवलेली बरी.

माझ्या शरीरात उरलेल्या शक्तीच्या शेवटच्या मात्रेचा उपयोग करून मी टॅक्सी स्टँडला फोन करून मला काय हवंय ते सांगितलं. मी ताबडतोब कोणाला तरी पाठवून द्यायला सांगितलं. या जादाच्या कुरिअर सर्व्हिससाठी मी अर्थात थोडी जास्त

बक्षिसी दिली असती. मी फोन ठेवून झोपण्याच्या खोलीत जाऊन पडदे बंद केले. तेवढ्यात इमारतीसमोर टॅक्सीचा भोंगा वाजलेला ऐकला.

मी नेहमी खिडकीतून इन्व्हलप खाली टाकायचो आणि टॅक्सीचालकाला तोंडी सूचना द्यायचो. पण आज तसं करून चाललं नसतं. सोफियाच्या म्हणण्याप्रमाणे माझ्यावर खरंच पाळत असती, तर नक्कीच काहीतरी गैरसमजूत झाली असती. मला तो टॅक्सीचालक फुकट गोत्यात यायला नको होता. झोप येत असूनही माझी निसर्गदत्त कार्यक्षमता शाबूत असावी. मी चालकाला वर यायला सांगितलं नव्हतं. मी खिडकीत जाईपर्यंत तो भोंगा वाजवत राहिला असता.

माझा फोन टॅप केला नसावा, अशी प्रार्थना करत मी टॅक्सी स्टँडवर पुन्हा फोन करणार होतो, तेवढ्यात मला दरवाजात कोणाची तरी चाहूल लागली. तो कोपऱ्यावरच्या दुकानातला वर्तमानपत्र टाकणारा पोऱ्या होता. मी धावत जाऊन दरवाजा उघडला. तो मला बघून घाबरला आणि एक पाऊल मागे सरला.

त्याचं बरोबर होतं. माझा अवतारच तसा होता. त्या बिचाऱ्याने यापूर्वी मला अशा कपड्यांत कधीच पाहिलं नसावं. मलाच काय अशा कपड्यांत त्याने दुसऱ्या कोणालाही पाहिलं असण्याची मुळीच शक्यता नव्हती.

तो खूप लहान होता. त्याने जे पाहिलं ते त्याला आवडलं असतं, तर एक-दोन रात्री त्याला स्वप्नं पडली असती आणि नंतर विसरून गेला असता. जुन्या पठडीतले मानसशास्त्रज्ञ असं मानायचे की, 'एखाद्या मुलाने पुरुषाला स्त्रीवेषात पाहिलं तर पुढे जाऊन तो होमोसेक्सुअल होण्याची शक्यता असते.' पण ते काही खरं नाही. माझ्या पाहण्यात तरी अशी एकही घटना अजून आलेली नाही.

मी त्याच्या हातात थोडे पैसे ठेवले आणि काय करायचं ते सांगितलं. ऐकताना त्याची भांबावलेली नजर माझ्यावर खिळलेलीच होती. मी त्याला काय सांगितलं, ते त्याच्याकडून एकदा वदवून घेतल्यावर मी त्याला जाऊ दिलं. माझ्यावर पाळत ठेवली असेल, या विचाराने मी खिडकीतून बाहेर बघण्याचं टाळलं आणि टॅक्सी जाण्याचा आवाज ऐकू येईपर्यंत मी शांतपणे वाट पाहिली.

मी आणखी थोडा वेळ जाऊ दिला आणि नंतर पुन्हा टॅक्सी स्टँडला फोन केला. नशीब त्यांना इन्व्हलप मिळालं होतं. त्या मुलाने त्यांना ते कोणत्याही परिस्थितीत दहा वाजण्यापूर्वी पोहोचवू नका, असा निरोप दिला होता. पूर्वीसुद्धा तेथे इन्व्हलप पोहोचवल्यामुळे त्यांना पत्ता ठाऊक होता.

मी माझी कंबरेला चावणारी शॉर्ट काढली, पण टी-शर्ट तसाच अंगात ठेवला. आता मला शांतपणे झोपता आलं असतं. दिवसभराच्या दगदगीचं एवढं फळ तरी माझ्या वाट्याला यायला हवं, अशी अपेक्षा करणं चूक नव्हतं.

सत्तावीस

मी उठलो तोपर्यंत दुपार केव्हाच टळून गेली होती. मला जी काही थोडीशीच झोप लागली तीसुद्धा शांत नव्हती. मला फारशा विश्रांतीची गरज लागत नाही, हे जरी खरं असलं तरी आता मला थोड्या जास्त झोपेची गरज होती. जेम्स बाँडच्या सिनेमात असावी तशी दृश्यमालिका स्वप्नात दिसली होती. कोणाचाही चेहरा माझ्या स्वप्नात आला नाही. पण माफिया बॉसचा धमकी देणारा आवाज माझ्या कानात घुमत होता.

माझ्या स्वप्नात आलेली सोफिया, 'फ्रॉम रशिया वुईथ लव्ह' या चित्रपटात लो लेन्याने केलेल्या भूमिकेतील सैतानी स्त्रीसारखी दिसत होती. लो लेन्या प्रत्यक्षात कुर्तवेल या संगीतकाराची पत्नी होती. तिने चित्रपटात स्पेक्टर या घातकी संघटनेसाठी काम करणाऱ्या रशियन हस्तकाचं पात्र रंगवलं होतं. तिच्या बुटाच्या टाचेमधून धारदार पाते बाहेर येत असे. बाँडबरोबरच्या मारामारीत तिचा मृत्यू होतो. लेन्या एखाद्या गृहिणीसारखी दिसायची. तिच्याकडे सोफियाचं सौंदर्य नव्हतं. ते एक स्वप्न होतं. सोफिया गोल्डफिंगरमधली पुसी गॅलोर म्हणून किंवा थंडरबॉलमधली ल्युसियाना पालुझी म्हणून जास्त शोभली असती.

ते जाऊ दे. माझ्या स्वप्नातील लो लेन्या ऊर्फ सोफिया आणि सुलेमान – जो कोणी त्याच्या भूमिकेत असेल तो – दोघंही फोटो आणून देण्याच्या कामगिरीत असफल झाल्यामुळे त्यांच्या बॉससमोर थरथर कापत उभे होते. त्यांचा चोखंदळ बॉस पांढऱ्या मांजराला कुरवाळत त्यांचं म्हणणं ऐकत होता. खुलासा करण्याच्या प्रयत्नात त्यांचा गडबडगुंडा उडाला आणि ते एकमेकांवर आरोप करू लागले. त्यांनी माफी मागून आणखी एका संधीची मागणी केली.

सुलेमान गुडघ्यांवर बसून गयावया करत जिवाची भीक मागू लागला. जीव वाचवण्यासाठी चाललेली त्याची धडपड केविलवाणी दिसत होती. त्याच्या वागण्यात आत्मसन्मान आणि मर्दानीचा लवलेशही नव्हता. ते दृश्य करुणास्पद असलं तरी मला त्याची मुळीच दया आली नाही. बॉसने त्याच्या पायाखालचं एक बटण दाबलं

आणि सोफियाच्या डोळ्यांदेखत तो कापरासारखा भुर्रकन जळून नष्ट झाला.

बोबडी वळलेल्या सोफियाला नवा हुकूम मिळाला. तो हुकूम काय आहे, ते मला नीट ऐकू आलं नाही. माझं स्वप्न संपलं होतं.

मी कॉफी बनवताना माझ्या डोक्यातील स्वप्नप्रतिमांचा अर्थ लावण्याचा प्रयत्न करत होतो. मी काढलेले निष्कर्ष भयंकर होते. कोणाला तरी असं वाटत होतं की, ती ब्लॅकमेलची कागदपत्रं माझ्याकडे आहेत. ते चुकीचं असलं तरी ते चुकीचं आहे, हे त्यांना माहीत नव्हतं. माझा खुलासा त्यांना पटत नव्हता आणि आता ते हात धुऊन माझ्या पाठी लागले होते.

मी वर्तमानपत्रं चाळताना माझं आन्सरिंग मशीन ऐकायला सुरुवात केली. अंत्ययात्रा दुपारच्या नमाजनंतर निघेल, असा हसनचा निरोप होता. ती समात्यामधल्या एका मशिदीमधून निघणार होती. मी त्या मशिदीचं नाव पूर्वी कधीच ऐकलेलं नव्हतं. ज्या कोणा कुटुंबीयांनी मृतदेहाचा ताबा घेतला होता, त्यांनी अंत्ययात्रेची सोय केली होती. उद्या दुपारपर्यंत जर हे सगळं कोडं सुटलं नसतं, तर अंत्ययात्रेला हजेरी लावावी लागलीच असती. त्यामुळे अंत्ययात्रेला कोण-कोण आले आहेत ते बघता आलं असतं किंवा कमीत कमी मृतदेह ताब्यात घेणाऱ्या नातेवाइकांना तरी भेटता आलं असतं.

आणखी दोन फोन होते. त्यात फोन करणारा काहीच बोलला नव्हता. त्याने माझ्या तळपायाची आग मस्तकात गेली. या दुःस्वप्नांनी मनावर आलेल्या ताणात भर टाकणारी ती शेवटची काडी होती.

जर एवढं उकडत नसतं, तर माझा व्यायामशाळेत जाऊन थोडा व्यायाम करण्याचा विचार होता. त्यामुळे शरीरात साचलेली दूषित द्रव्यं आणि मनावरच्या ताणाचा निचरा झाला असता. मला वाटतं मला वातानुकूलित व्यायामशाळा सुरू करायला हवी. व्यायाम करताना आजूबाजूच्या सभासदांवर नजर टाकता आली असती.

शॉवर घेताना नेहमीच खूप मजा येते. मला बघून बरेच जण सुरुवातीला नाक वर करतात. पण जेव्हा त्यांच्या लक्षात येतं की, मी त्यांच्यापेक्षा अधिक नसलो, तरी त्यांच्या बरोबरीने सुदृढ आहे, तेव्हा त्यांची माझ्याकडे बघण्याची दृष्टी बदलते आणि मग ते एक-एक करून माझ्याजवळ येण्याचा प्रयत्न करतात. माझ्याकडे फक्त निवड करण्याचंच काम उरतं. जर मी शॉवररूममध्ये योग्य वेळी गेलो तर माझ्या पाठीला साबण लावून देण्यासाठी गर्दी होते. त्यानंतर जे होणार असतं, त्याच्यावर फक्त त्यांच्या कल्पनाशक्तीची आणि माझ्या इच्छाशक्तीचीच मर्यादा असते.

त्या दिवशी खरंच खूप उकडत होतं. वातानुकूलित असो वा नसो, मला व्यायामशाळेत जावंसंच वाटत नव्हतं. शरीर कमावणं किंवा शॉवर घेताना मस्करी करणं, यातील कोणत्याही गोष्टींचा मोह मला घरातून बाहेर पडायला भाग पाडायला

अपुरा होता.

जिथे आहे तिथेच लोळत पडून आराम करण्याचं मी ठरवलं. मी टीव्ही पाहिला असता, नाहीतर एखादी डीव्हीडी लावली असती.

संपूर्ण जाग येण्यासाठी मी शॉवर घेतला. पाण्याच्या तुषारांच्या थंडगार स्पर्शाने माझी झोप पूर्ण उडाली. मी बाहेर आलो तोच फोन वाजला. मी पाण्याने निथळत होतो आणि फोन उचलायला जाताना मला सगळीकडे पाणी सांडून ठेवायचं नव्हतं. मी अंग पुसता-पुसता आन्सरिंग मशीनवरचा निरोप ऐकला.

तो फोन तुर्कस्तानमधल्या पहिल्या आणि एकमेव परवानाधारक संमोहनकाराचा होता. सेम येगेनोग्लू. त्याने त्याच्या स्पष्ट आवाजात मला रविवारच्या शुभेच्छा दिल्या. ते ऐकताच त्याला वेळेत गाठण्यासाठी मी फोन करायला धावलो. सुरुवातीचं औपचारिक बोलणं संपल्यावर मी त्याला त्याचं व्यावसायिक मत विचारलं. एखाद्याला त्याच्या नकळत संमोहित करणं शक्य आहे का? संमोहित व्यक्ती आपलं मन कितपत उघडं करील? संमोहित व्यक्तीने सांगितलेल्या गोष्टी कितपत विश्वासार्ह असतात?

मला न थांबवता त्याने सगळं लक्षपूर्वक ऐकून घेतलं.

''तुम्ही विचारलेल्या सगळ्या प्रश्नांचं उत्तर होय असं आहे,'' त्याने सांगितलं. ''ज्या प्रकारच्या संमोहनाविषयी तुम्ही विचारलंत तसं आम्ही करत नसलो, तरी ते शक्य आहे. एखाद्याला संमोहित करण्यासाठी नुसतं त्याच्या डोळ्यांत रोखून पाहिलेलं पुरे असतं. खरं सांगायचं तर फक्त 'माझ्या डोळ्यांत बघ' असं फर्मावून हाताची तर्जनी भ्रूमध्याच्या दिशेने रोखून त्या व्यक्तीच्या डोळ्यांत पाहिलं की, तो संमोहन निद्रेखाली जातो. पण आम्ही सहसा असं करत नाही.''

तो जे तृतीयपुरुषी बहुवचन 'आम्ही' वापरत होता, त्याचा अर्थ त्याच्यासारखी आणखी काही माणसं असा असेल. तो स्वत:ला तुर्कस्तानातील एकमेव 'संमोहनकार' असं जे म्हणवत होता, त्याचा विचार करता हे दुसरे कोण असावेत, याचं मला आश्चर्य वाटलं. जर ते असतील तर मी त्यांच्याविषयी कधीच ऐकलं नव्हतं. मला वाटतं, हा राजघराण्यातल्या व्यक्तींनी स्वत:चा उल्लेख 'आम्ही' या बहुवचनाने करावा त्यातला प्रकार दिसतोय.

''संमोहनाच्या प्रभावाखालील व्यक्तीने केलेलं विधान बहुधा खरं असतं. म्हणजे असं की, जर त्या व्यक्तीला खोटं सांगण्यासाठी उद्युक्त केलं नसेल तरच. शिवाय त्या व्यक्तीची इच्छासुद्धा महत्त्वाची ठरते. कोणत्याही व्यक्तीला तिची परवानगी घेतल्याशिवाय आणि पूर्ण कल्पना दिल्याशिवाय संमोहित करणं, हे आमच्या तत्त्वात बसत नाही.''

त्याने माझ्या सर्व प्रश्नांची उत्तरं दिली होती. ब्युज संमोहनाच्या प्रभावाखाली बोलली असेल. पण तिला कोणी आणि कोणत्या परिस्थितीत संमोहित केलं असेल

या प्रश्नाचं उत्तर माझ्याकडे नव्हतं.

"म्हणजे कोणीही कोणाला संमोहित करू शकतो असंच ना?" मी विचारलं.

"ते एवढं सरळ नाही," डॉक्टरने उत्तर दिलं. "तांत्रिकदृष्ट्या सांगायचं तर होय, कोणालाही करता येतं. थोडीशी माहिती, एखादा लहान अभ्यासक्रम पुरेसा असतो. काही जण हौस म्हणूनही करतात, पण त्या व्यक्तीची स्वत:ला संमोहित करून घेण्याची तयारी असेल, तरच ते शक्य होतं. पण जर त्याची तयारी नसेल तर ते शक्य होत नाही. चांगला संमोहनकार होण्यासाठी कित्येक वर्षांची तयारी आणि अनुभवाची गरज असते."

"मला ते माहितीय. तुम्ही अगोदर सांगितलं होतं. आता मला एक सांगा, एखाद्या व्यक्तीला केवळ गंमत म्हणून दुसऱ्या कोणाला संमोहित करता येईल का? समजा, त्याच्याकडे परवाना, पदविका वगैरे काही नाही.

"अर्थातच करता येतं. आजकाल बरेच लोक करतात. एक पोर्तुगीज बाई आहे. ती शिकवते. ती फटाफट संमोहनकारांना शिकवून तयार करते. माझ्या वेबसाइटवर आणि मला स्वत:ला रोज एवढ्या प्रश्नांची उत्तरं द्यावी लागतात की, विचारता सोय नाही. ते जाऊ दे. माझी वेबसाइट थोडी अपडेट करायची आहे. दोन-तीन जागी लिंक टाकायची आहे. काही फोटो अपलोड करायचे आहेत. यासाठी तुम्ही थोडी मदत कराल ना?"

त्याला नकार द्यायची किंवा त्याच्याकडून पैसे मागण्याची ही वेळ नव्हती. त्याचा वेळ मी घेतला होता आणि त्याने ताबडतोब त्याची या ना त्या स्वरूपात किंमत मागितली होती. तो त्याची देणी वेळच्या वेळी देत असे. आन्सरिंग मशीन अजून चालूच होतं. ते भरल्याचा आवाज आला आणि ते खरखर आवाज करून बंद पडलं.

त्या आवाजाच्या समेवर मी म्हटलं, "अर्थातच!"

"आज तुम्हाला वेळ असेल तर या. मी मोकळाच आहे. उन्हाळा असल्यामुळे बहुतेक जण सुट्टीवर गेले आहेत. माझ्याकडे खूप कमी केसेस आहेत."

आता हे मात्र अगदीच ताबडतोब झालं. त्याला वेळ होता म्हणजे मलाही वेळ असेल असं नाही. अशी तत्काळ परतफेड करण्याची गरज आहे, असं मला वाटलं नाही.

"आज मला वेळ नाही," मी म्हणालो. "मला वेळ मिळाला की, मी तुम्हाला फोन करीन. मग आपण तुमचं काम करून टाकू. सध्या मी खूप कामात आहे."

"माझं काम तसं घाईचं नाही. मी पुढच्या शनिवारपासून सुट्टीवर जाणार आहे. तोपर्यंत माझं काम झालं तर बरं होईल."

माझा लगाम त्याच्या हातात होता. जणू काही माझ्या पुढ्यात काहीच कामं

नव्हती आणि त्यात याची वेबसाइट अपडेट करा.

"मला वाटत नाही मला जमेल," मी म्हणालो. "माझ्याकडे इतकी कामं आहेत आणि पुढच्या आठवड्यात तर मी खूप कामात असणार आहे. आपण नंतर करू. माझं हातातलं काम संपलं की, मी आपण होऊन तुम्हाला फोन करीन."

मला वाटल होतं, त्यापेक्षा त्याची प्रतिक्रिया खूपच सौम्य होती. त्याने आभार मानून फोन ठेवला.

माझ्या आन्सरिंग मशीनवर रेकॉर्ड झालेलं आमचं संभाषण सांभाळून ठेवण्याची काही गरज नव्हती. मी इरेजचं बटण दाबलं आणि माझ्या शरीराला लोशन लावायला सुरुवात केली. पार्श्वभूमीला सेमचं आणि माझं संभाषण चालू होतं. मी खांद्यापासून सुरुवात करून हळूहळू खाली सरकलो. माझी मुलायम त्वचा चमकू लागली. मीच माझ्या प्रेमात पडलो.

सेमच्या बोलण्यातल्या एका शब्दाने माझं लक्ष वेधलं. "पोर्तुगाल." आमचं संभाषण चालू असताना माझ्या लक्षात आलं नव्हतं. पण आता आठवलं. त्याने पोर्तुगीज संमोहनकार असं स्पष्ट म्हटलं होतं. ती पत्रकारबाई की जिचं नाव माझ्या लक्षात नव्हतं. ती पोर्तुगालमधून आलेली होती. कदाचित हा योगायोगही असेल, पण तो नसण्याचीही शक्यता होतीच.

माझ्या अंगात उत्साह शिरला. सगळं लोशन पायाला फासलं. मला त्या पत्रकार बाईला शक्य तितक्या लवकर गाठायचं होतं. मी पटापट कपडे केले.

मी दरवाजातून बाहेर पडणार एवढ्यात फोन वाजला. पण मी तो न उचलताच दरवाजा बंद करायला ओढला. आन्सरिंग मशीनवर अलीचा आवाज आला. बरं झालं. मी पाठवलेलं पाकीट मिळाल्याची पोच देण्यासाठी त्याने फोन केला असावा, असं मी गृहीत धरून बाहेर पडलो.

अठ्ठावीस

मी उभ्या असलेल्या टॅक्सीचालकाला पत्ता दिला. तो जुन्या चालकांपैकी एक होता. थोडी चावी मारली की, त्याची कोणत्याही विषयावर टकळी चालू होत असे.

आम्ही मुख्य रस्त्याला लागलो तोच त्याने सुरुवातही केली.

"सकाळी मी ते तुमचं पाकीट द्यायला निघणार तेवढ्यात आणखी एक गिऱ्हाईक आलं आणि मग माझ्याऐवजी त्या तुमच्या मित्राने-हुसेयीनने नेलं."

हुसेयीन परत कामाला लागला म्हणायचा. त्याची काय लायकी असेल ती असो, पण अडीअडचणीच्या वेळी तो नेहमी धावून येई हे खरं होतं.

"ठीक आहे." मी म्हणालो.

मला संभाषण पुढे चालू ठेवायचं नाही, हे मला माझ्या आवाजाच्या टोनमधून त्याला दाखवायचं होतं आणि त्याचा अर्थ त्याला बरोबर समजला.

माझ्या डोक्यात एकदम प्रकाश पडला. मी इन्व्हलप सकाळीच दिलं होतं, पण ते न्यायला कोण टॅक्सीचालक आला आहे, ते मी खिडकीतून पाहिलं नव्हतं. ते इन्व्हलप सकाळी दहाच्या आत पोहोचवू नका असंही वर बजावलं होतं. हुसेयीन आदल्या रात्री क्लबमध्ये आला होता आणि त्या जाड्या मुज्देबरोबर त्याचं गुफ्तगू चालू होतं. जर तो सकाळी दहा वाजेपर्यंत कामावर आला असेल, तर त्यांच्यामध्ये फारसं काही झालं असण्याची शक्यता नव्हती. मुज्दे त्याला कितीला पडली असेल? की तो देखणा आणि तरुण असल्यामुळे मुज्दे त्याच्याबरोबर फुकटात गेली असेल?

कारण काही मुली तसं करतात. त्यांना भेटलेला तरुण आवडला किंवा आवडलेला तरुण भेटला, तर त्या फक्त मजा मारण्याच्या उद्देशाने त्याच्याबरोबर जातात. तसं बघायला गेलं तर हुसेयीन खरोखरच दिसायला देखणा होता. मुज्दे त्याच्यावर नक्कीच लट्टू झाली असेल. नाहीतर एरवी कोणताही बऱ्यापैकी पुरुष तिच्या वाट्याला आला नसता. आम्ही तिला काकूबाई म्हणायचो. तिच्या जाडेपणामुळे ज्यांना अशा गलेलठ्ठ बायका आवडतात – म्हणजे खेड्यातून शहरात पहिल्यांदाच येणारे मध्यमवयीन गावंढळ पुरुष तेच तिला निवडायचे. त्यामुळे ती फारशी घासाघीस न करता जे पहिलं

गिऱ्हाईक येईल, त्याच्याबरोबर निमूटपणे जात असे.

उन्हाळा चालू झाल्यामुळे रस्त्यावर जागोजागी दुरुस्तीची कामं सुरू होती आणि रविवार असल्यामुळे समस्त इस्तंबूलकर मंडळी आपला कुटुंबकबिला घेऊन फिरायला बाहेर पडले होते. थोडीशी हिरवळ, झाडाची सावली ही सगळी सहलीची ठिकाणं झाली होती. टॅक्सीच्या उघड्या खिडकीतून चहूबाजूंनी येणाऱ्या भाजलेल्या मांसाच्या दर्पामुळे पोटात ढवळून येत होतं.

"अरे, हे काय चाललंय? कोण कुठेही मनाला येईल, तिथे गाडी पार्क करतोय. कोणाला तातडीने कुठे जायचं असेल तर कसं जाणार? इथनं रस्ता काढणं कठीण आहे." मी तक्रारीच्या आवाजात सांगितलं खरं, पण ते सांगताना मी फारसा विचार केला नव्हता. अन्यथा त्या टॅक्सीचालकाला चावी भरण्याचा माझा मुळीच विचार नव्हता.

"तुम्ही म्हणता ते खरंय सर," संभाषण सुरू करण्याची संधी पकडत तो म्हणाला. "रविवारी तर ट्रॅफिक विचारायलाच नको. दुपारपर्यंत ठीक असतं. पण नंतर वाट लागते. त्यात बॉस्फरसला जायचं असेल, तर अशक्यच असतं. एवढी गर्दी असते म्हणून सांगू. मी मागच्या आठवड्यात गेलो होतो. जाताना लागलेलं ट्रॅफिक कमी होतं असं म्हणायची वेळ येताना आली. दोन तास लागले. आता तुम्हीच बघा. एवढा वेळ धंदा बंद ठेवून होतो. हे सगळं त्या बगदाद कॅंदेसी या समुद्रमार्गे जाणाऱ्या रस्त्यामुळे झालंय. त्या हुसेयीनचं बघा. किती वेळ झालाय. तुमचा फोन येईपर्यंत तो परत आला नव्हता. त्याला येताना परतीचं भाडं मिळालं असेल, पण तरीही...."

म्हणजे हुसेयीन ऑफिसची फेरी आटोपून परत आला नव्हता. मी निघताना अलीचा फोन आला होता. तो काय म्हणाला ते मी ऐकलं नव्हतं. पण त्याने फोन केला म्हणजे त्याला इन्व्हलप मिळालं असलं पाहिजे हेच मी गृहीत धरून चाललो होतो. मस्लॅकच्या दिशेने जाणारं ट्रॅफिक बेलग्रेडच्या रानात आणि किल्योसच्या किनाऱ्यावर सहलीला जाणाऱ्या लोकांच्या गर्दीमुळे जास्त असू शकेल. पण हुसेयीन तर दहा वाजता निघाला होता, त्यामुळे त्याला ट्रॅफिक लागू नये. कदाचित आदल्या रात्रीच्या जागरणामुळे त्याने मधेच गाडी बाजूला घेऊन ताणून दिली असेल.

"मला सरळ सांगा की, ते पाकीट पोहोचवण्यासाठी मला भरपूर पैसे मोजावे लागणार आहेत."

"मला तसं म्हणायचं नव्हतं सर. मीटर दाखवेल तेवढेच पैसे द्या. तुम्ही काय आम्हाला नवीन आहात. मी तुम्हाला फक्त ट्रॅफिकने किती वाट लावलीय, ते सांगत होतो."

"ठीकाय!" मी म्हणालो. माझ्या एकाक्षरी उत्तराचा अर्थ असा होता की, आता गप्पा पुरे झाल्या. त्याला तो अर्थ बरोबर समजला आणि तो गप्प बसला.

आम्ही जवळजवळ जाऊन पोहोचलोच होतो. मी पैसे दिले आणि उतरलो.

मी इमारतीत शिरलो तेव्हा जिन्यावरून कोणीतरी खाली येत होतं. मी आपलं अंतर राखण्यासाठी सहसा अनोळखी व्यक्तींकडे बघत नाही. पण या वेळी मला माझ्या अंतर्मनाने सांगितलं आणि मी वर बघितलं. मला वाटतं, त्याने काळा सूट घातला असल्यामुळे माझं लक्ष वेधून घेतलं होतं. रविवारी दुपारी एवढं उकडत असताना काळा सूट घालून कोण चाललंय? तो माझ्या शेजारून गेला आणि मी त्याला ओळखलं. सबीहा हनीमच्या फ्लॅटमध्ये पिचक्या आवाजाचा जो माणूस होता तोच होता हा! माझे हात-पाय थंडगार पडले. एकतर तो माफियाचा गुंड असेल, नाहीतर सुरैय्या एरोनॅतचा गुंड. त्यानेसुद्धा मला ओळखलं. गर्रकन मागे वळून त्याने माझ्याकडे रोखून पाहिलं. त्याच्या उजव्या गालावर एक मोठी मलमपट्टी चिकटवलेली होती. त्याच्या भुऱ्या डोळ्यांत थंड चमक होती. तो एखाद्या जन्मजात मारेकऱ्यासारखा दिसत होता.

आम्ही एकमेकांकडे अर्धाएक क्षण पाहिलं असेल तेवढ्यात तो इमारतीमधून बाहेर पडला. मी त्याचा पाठलाग करण्याचा विचार केला. त्याच्याकडे शस्त्र नसेल तर त्याला गाठून काही प्रश्न विचारता आले असते. थोडक्यात काल रात्री घेतलेल्या शपथेच्या विरुद्ध आज मी पुन्हा या प्रकरणात उडी घ्यायला तयार झालो होतो.

एकतर तो माझ्या मागे नसावा किंवा मला उडवायला ही जागा आणि वेळ त्याच्या दृष्टीने सोईची नसेल. मग जर तो माझ्या मागे नसेल, तर तो त्या पत्रकार बाईकडेच आला असला पाहिजे. यात एक गोष्ट स्पष्ट होती, ती म्हणजे त्यांना माझा ठावठिकाणा पूर्णपणे माहीत होता.

मी धावतच तिसरा मजला गाठला. मला वाटलं होतं की, दरवाजा उघडा असेल, आत प्रेत असेल; पण दरवाजा बंद होता.

मी बेल वाजवली. थोड्या वेळाने दरवाजा उघडला. जास्त अचूक सांगायचं म्हणजे त्या पत्रकार बाईने दरवाजाच्या फटीतून बाहेर डोकावून पाहिलं. ज्या काही व्यक्तींना निळा रंग मुळीच शोभून दिसत नाही, अशा व्यक्तींपैकी ती होती. त्या रंगाच्या ब्लाउजमध्ये ती एखाद्या प्रेतासारखी दिसत होती.

"मरहबा," मी तिला अभिवादन केलं. "तुम्हाला थोडा वेळ असेल, तर मला तुमच्याशी काही बोलायचंय."

मी आलेलो तिला आवडलं नव्हतं. जी बाई माझ्यावर फिदा झाली होती, जिने मला वश करण्याचा प्रयत्न केला होता, ती आता जणू दूरची नातेवाईक असावी असं वागत होती. ती प्रचंड ताणाखाली असल्यासारखी दिसत होती.

"माझ्याकडे एक पाहुणा आलेला आहे."

तिचे केस विस्कटलेले होते. मी तिला नाजूक परिस्थितीतून तर उठवलं नव्हतं ना? काल ती एवढी वेडीपिशी झाली होती की, आज शुद्धीत आल्यावर

कोणाला तरी पकडून तिने आपला उद्योग पुढे चालू ठेवला असण्याची दाट शक्यता होती.

"मी जास्त वेळ घेणार नाही. प्लीज. खूप महत्त्वाचं आहे." मी विनंती केली.

तिला आश्चर्य वाटल्यासारखं वाटलं. तिचं माझ्या बोलण्याकडे लक्ष नव्हतं, हे माझ्या लक्षात आलं. मी तिच्यासमोर उभा आहे, हे तिला जेमतेम कळलं असावं.

"तुम्ही म्हणता ते ठीक आहे. पण या क्षणी मी खूप व्यग्र आहे. एका मित्राबरोबर माझी महत्त्वाची चर्चा चालू आहे."

मी केलेला पाठपुरावा फळाला आला. तिने बाजूला होऊन मला आत घेतलं.

मी काल ज्या जागेवर बसलो होतो, तेथे ते वार्ताहराचं 'अहमेत' नावाचं पात्र बसलं होतं. दोन दिवसांच्या दाढीचे खुंट, विस्कटलेले केस, सुजलेले डोळे या अवतारात तो चाळिशीच्या पुढचा वाटत होता. त्याच्यासारखा बायकी पुरुष या पत्रकार बाईच्या वासनेला कसा पुरा पडणार होता, ते मला कळेना.

बसल्या जागेवरून न उठता त्याने माझ्याशी हस्तांदोलन केलं. त्याचे हात तेलकट आणि ओलसर होते. तो अतिशय किळसवाणा होता. माझ्या माहितीतल्या कोणाचंही त्याच्याविषयीचं मत बरं नव्हतं. माझ्या उपस्थितीने तो खूप अस्वस्थ झालेला दिसत होता.

मी त्या पत्रकार बाईच्या जवळ जाऊन विचारलं, "आपण जरा खासगीत बोलू या का?"

"ते बरं होईल. आपण स्वयंपाकघरात जाऊ या." तिने मान्यता दिली आणि ती पुढे झाली. दोन पावलं गेली तेवढ्यात तिचा फोन वाजला. तिने क्षमा मागून बैठकीच्या खोलीत जाऊन फोन घेतला.

'हॅलो' म्हणताच तिचे डोळे विस्फारले आणि तिने माझ्याकडे पाह्यलं. सरळ आहे, माझा संशय चाळवला. टेलिफोनवर ती काय बोलतेय, ते मी लक्षपूर्वक ऐकू लागलो.

"होय," तिचे डोळे अजून माझ्याकडेच होते. "ठीक आहे. आम्ही ते बघून घेऊ." फोन करणाऱ्याचं बोलणं बराच वेळ ऐकल्यानंतर ती मधेच म्हणाली.

फोनवरचं हे बोलणं मी ऐकत असताना तिचं माझ्याकडे पूर्ण लक्ष होतं. मधेच आमची नजरानजर व्हायची, तेव्हा ती नजर दुसरीकडे वळवायची. माझी खातरी होती की, ती माझ्याबद्दलच बोलत असणार. बहुतेककरून मला जिन्यात भेटलेल्या ठगाबरोबर बोलत असावी. 'बघून घेणार' म्हणजे मला आणि 'आम्ही' म्हणजे ती आणि अहमेत. "ओंजळीत पडणे" असं म्हणतात ते हेच! याचा अर्थ ही पत्रकार बाई त्यांना सामील होती आणि तो अहमेतसुद्धा! म्हणजे माझ्या ओळखीचे सर्व जण त्यांना सामील होते, असं म्हणायचं की काय?

आम्ही स्वयंपाकघरात गेलो. बाकीच्या घरापेक्षा हे जास्तच घाणेरडं होतं.

वर्तमानपत्राच्या एका पानावर कलिंगडाच्या बऱ्याच दिवसांपूर्वी खाऊन उरलेल्या फोडी पडलेल्या होत्या. ते दृश्य अगदीच शिसारी आणणारं होतं.

"तुम्ही जरा थांबता का? अहमेतला एक गोष्ट सांगायचीय. म्हणजे आपलं बोलणं चालू असता, त्याचं काम चालू राहील." ती म्हणाली.

मला स्वयंपाकघरात एकट्याला सोडून ती निघून गेली. जाताना तिने दरवाजा नीट लावून घेतला. म्हणजे असा बेत होता तर! आता काय करायचं याच्या ती अहमेतला सूचना देत असणार. त्याच्यात फारसा दम दिसत नव्हता, पण खिंडीत सापडल्यावर त्याने काय केलं असतं सांगता आलं नसतं. मी घाबरलो.

कलिंगड कापायला घेतलेला मोठा सुरा टेबलावर पडला होता. त्याचं पोलादी पातं गंजामुळे आणि कलिंगडाच्या सुकलेल्या रसामुळे निस्तेज दिसत होतं. सावधगिरी म्हणून मी तो सुरा घेतला आणि टेबलापाशी बसताना मागे लपवून हातात धरून ठेवला.

दरवाजा उघडून ती आत आली. मी लपवलेल्या सुऱ्यावरील पकड घट्ट केली. ती टेबलाला टेकून उभी राहिली आणि तिने पाकिटातून एक सिगारेट काढली.

"तुम्हाला काय विचारायचंय ते विचारा."

तिने माझ्या तोंडावर सिगारेटचा धूर सोडला. मला एकदा नीट न्याहाळून झाल्यानंतर तिने माझ्याकडे विचित्र नजरेने पाहायला सुरुवात केली. बहुधा ती मला संमोहित करण्याचा प्रयत्न करत असावी.

"तुम्ही मोहिनीविद्या पोर्तुगालमधून शिकलात का?"

"होय," तिने उत्तर दिलं आणि ताबडतोब मला संमोहित करण्याचा खेळ सोडून दिला.

"तुर्कस्तानमध्ये आल्यावर तुम्ही ते चालू ठेवलंत?"

"होय. पत्रकारितेत वाटतो तेवढा पैसा मिळत नाही. म्हणजे काही मोजक्या लोकांना मिळतात चांगले पैसे, पण बहुतेकांना माझ्याइतपत जेमतेमच मिळतात. थोड्या वरकमाईसाठी मला इतर बऱ्याच गोष्टी कराव्या लागतात. पण तुम्ही हे सगळं का विचारताय? तुम्हाला या गोष्टीत रस आहे का?"

"तसं म्हणता येईल," मी म्हणालो. "तुम्ही ब्युजवर संमोहनविद्येचा प्रयोग केला होता का? म्हणजे तिला बोलतं करण्यासाठी?"

आपला मुद्दा सरळ आणि थोडक्यात मांडण्याचा डावपेच मी वापरला. ती हादरली. तिने सिगारेटचा खोल झुरका घेतला. तिने पहिल्यांदा जमिनीकडे पाहिलं, नंतर छताकडे आणि अगदी शेवटी माझ्याकडे. धुराच्या लोटातून "होय" असा अस्फुट आवाज ऐकू आला.

"मलासुद्धा तीच शंका होती," मी म्हणालो. "मला फक्त एवढंच विचारायचं होतं. आभारी आहे. मी तुम्हाला पुन्हा त्रास देणार नाही."

मला जी माहिती हवी होती, ती मिळाली होती. ब्युजने तिचं गुपीत उघडं केलं तेव्हा ती संमोहनाच्या प्रभावाखाली होती. आता या गलिच्छ, घाणेरडा वास मारणाऱ्या घरात एक क्षणभरही जास्त थांबण्याची गरज नव्हती. जितक्या लवकर या घरातून बाहेर पडता येईल तितकं बरं. मी हातातला सुरा हळूच जमिनीवर ठेवला आणि उठलो. तिने मला अडवलं.

"फक्त एवढंच?"

"होय," मी म्हणालो. "तुम्हाला जास्त अपेक्षित होतं का? मला फक्त एवढीच माहिती हवी होती."

पुढे काही प्रश्न आला, तर नाही म्हणायचं असं मी ठरवलं होतं. मला तेथून बाहेर पडायचं होतं. ती मंदपणे हसली.

"हं बोलाऽ बोलाऽ. उगाच आढेवेढे घेऊ नका," ती म्हणाली.

"ठीक आहे."

मी सुरा टाकून द्यायची घाई केली असं मला वाटलं. मी किंचित खाली वाकून सुरा परत उचलला आणि एक पाऊल मागे सरकून भिंतीला टेकून उभा राहिलो.

"तुम्हाला काय हवंय?" मी विचारलं.

"तुम्हाला काय हवंय?" तिने प्रतिप्रश्न केला. "मला यात उगाच गोवू नका हो. मी शपथ घेऊन सांगते की, माझा या प्रकरणाशी काहीही संबंध नाही. त्या अहमेतने नसता गुंता केलाय."

तिच्या या विधानाविषयी मला संशय नव्हता. पण या पत्रकार बाईचा त्यात काहीच हात नसेल हेसुद्धा शक्य नव्हतं. ती काहीतरी लपवत असावी असं वाटत होतं.

"तिकडे काय चाललंय?"

सांगावं की सांगू नये याचा तिचा विचार पक्का होत नव्हता. "गोष्टी माझ्या हाताबाहेर चालल्या आहेत," ती म्हणाली. "तुम्ही थोडी मदत कराल का?"

माझी मदत? इथे मीच मला कोण मदत करेल का ते बघत होतो.

"मी काय सांगते ते ऐका." ती म्हणाली. "ब्युजला मादक द्रव्यांची सवय होती. ती सवय घालवण्यासाठी तिने तिच्यावर संमोहनाचे प्रयोग करण्याची मला विनंती केली. ती माझ्याकडे आली त्याचं ते मुख्य कारण होतं. त्या उपचारादरम्यान तिच्यावर संमोहनाचा प्रभाव खूप चटकन पडतो, हे माझ्या लक्षात आलं. एकदा उपचार संपल्यावर मी परत तिला संमोहित केलं. त्या वेळी तिने तिच्या पूर्वायुष्याची कहाणी सांगितली. माझ्यावर विश्वास ठेवा. मला कसलीच कल्पना नव्हती. त्यामुळे मी काहीही तयारी केली नव्हती. तिने सहज म्हणून जे सांगितलं त्यातून एखादा सनसनाटी लेख किंवा कमीत कमी चार ओळींची बातमी तरी तयार होईल एवढीच माझी अपेक्षा होती."

ज्या खुर्चीतून मी उठलो त्या खुर्चीत ती जाऊन बसली. स्वयंपाकघरात ती एकच खुर्ची होती. तिने सिगारेट एका खरकट्या बशीत विझवली. माझ्याकडे बघत ती पुढे म्हणाली.

"नंतर आमच्या मुख्य संपादकाने माझ्या लेखाला कात्री लावली. मी खूप वैतागले. त्या वेळी इथे अहमेत आला. मला निराश झालेलं पाहून त्याने माझी विचारपूस केली. मी त्याला सगळं सांगितलं."

म्हणजे हे असं होतं तर! अहमेत छक्का असो किंवा नसो, जेव्हा जमेल तेव्हा तो तिला कैचीत पकडायचा. विचारपूस हे नुसतं निमित्त होतं तर!

"ही माहिती विकण्याची कल्पना त्याची. मला त्या वर्तमानपत्राचा राग आला होता. त्याने सुचवलेली योजना मला आकर्षक वाटली म्हणून मी तयार झाले. आम्ही ब्युजच्या घरात शिरण्याचा प्रयत्न केला, पण आम्हाला जमलं नाही. म्हणून अहमेतने ते काम केहानवर सोपवलं."

"मला जिन्यात दिसला तो क्रूर माणूस?" मी विचारलं.

"तोच तो. त्याने तुम्हाला ओळखलं."

"आता त्यानेच फोन केला होता ना?"

"बरोबर," ती म्हणाली आणि अचानक अंगात आल्यासारखं मोठ्याने हसायला लागली. हसू आवरण्यासाठी तिने एक हात तोंडावर धरला आणि दुसऱ्या हाताने ती सिगारेट शोधू लागली.

"तुम्ही आताच एक सिगारेट ओढली आहे." तिने बशीत टाकलेल्या थोटकाकडे बोट दाखवत मी म्हणालो.

तिने तोंड वाकडं केलं आणि दुसरी सिगारेट शिलगावली.

"केहान हा धंदेवाईक चोर आहे. कोणतंही कुलूप तो सहज उघडू शकतो. पण तो ब्युजच्या घरी गेला, तेव्हा दुसरं कोणीतरी आमच्या अगोदरच घरात शिरलं होतं."

"तुमची वेळ चुकली," मी म्हणालो.

"ब्युजच्या मृत्यूची बातमी ऐकून आम्हाला धक्का बसला. जेव्हा तिचा खून झालाय हे आम्हाला समजलं तेव्हा आम्ही घाबरलो. आमच्या मनात फक्त साधं ब्लॅकमेल करण्याचं होतं. फार झालं तर चोरी. फक्त तेवढंच! आम्ही एवढे घाबरलो की, नंतर आम्ही तो नादच सोडला."

"खरं सांगता?" मी विचारलं. "मग तो क्रूरकर्मा केहान सबीहा हनीमच्या घरात काय करत होता?"

"त्यानंतर अहमेतला तो पत्ता शवागृहाच्या प्रवक्त्याकडून मिळाला. त्याला वाटलं की, ती पत्रं आणि फोटो कदाचित तिकडे असतील. शेवटचा प्रयत्न करून पाहायला काय हरकत आहे? त्या वेळी तुम्ही आणि त्या शेजारणीने केहानला

तिच्या घरी पाहिलंत.''

''त्या बिचाऱ्याच्या नशिबात काही नसावं.''

त्याचं नशीबच फुटकं आहे असं मला म्हणायचं होतं, पण मी तोंड आवरलं.

''तुमचं बरोबर आहे. आम्ही चांगलेच दुर्दैवी ठरलो.''

आणखी काहीतरी सांगायचं तिच्या मनात असावं, पण काही कारणाने ती गप्प बसली असं मला वाटलं. हे दोघे जण सुद्धा ती पत्रं आणि फोटोंच्या मागे होते तर!म्हणजे सुरैय्या एरोनॅत आणि त्याची माणसं, सोफिया आणि माफिया आणि हे दोन हौशी वार्ताहर! माझी मती गुंग झाली. ब्युज जिवंत असती, तर तिला मजा वाटली असती.

''आता त्यांना असं वाटतंय की, फोटो आमच्याकडे आहेत. ते आमच्या मागे लागले आहेत. त्यांनी केहानला धरलं आणि त्याला धमकी दिली.''

''म्हणजे त्याच्या चेहऱ्यावरची मलमपट्टी....''

''त्यांनी त्याला चांगलाच धुतला. त्याने अहमेतचं नाव सांगितलं आणि आता अहमेतची पाळी. म्हणजे त्याच्या मागोमाग माझी. आम्ही काय केलं म्हणजे यातून सुटू? आमच्याकडे दुसरं काहीही नाही. फक्त टेप आहे. तिचीसुद्धा मूळ प्रत तुमच्याकडे आहे. माझ्यावर दया करा.''

''पण यात मी काय करणार?''

''म्हणजे? तुम्ही त्यांच्याबरोबर काम करत नाही?''

आम्ही दोघांनी एकमेकांकडे आश्चर्याच्या नजरेने पाहिलं. आता हसण्याची पाळी माझी होती. कोणी एवढा मूर्ख कसा असू शकेल? मी जर त्यांच्याबरोबर काम करत असतो – हेदेफ पक्ष किंवा माफिया तर माझं ह्या पत्रकार बाईच्या फ्लॅटमध्ये या घटकेला काय काम होतं? मी जर त्यांच्यातला असतो, तर सबीहा हनीमच्या फ्लॅटमध्ये प्रवेश करण्यासाठी मला तिच्या त्या गोबऱ्या गालांच्या शेजारणीची मदत घेण्याची काय गरज होती? या पत्रकार बाईला तिच्या नवऱ्याने टाकलं ते योग्यच केलं. एवढ्या अजागळ आणि मूर्ख बाईबरोबर अशा गलिच्छ घरात राहणं, कोणाला शक्य होईल?

अशा बाईचं लग्न झालं हाच मोठा चमत्कार म्हटला पाहिजे.

''माझी परिस्थिती अगदी तुमच्यासारखीच आहे. त्यांना वाटतंय की, ती ब्लॅकमेलची कागदपत्रं माझ्याकडे आहेत.'' मी म्हणालो.

तिचा जीव टांगणीला लागला.

''आपण बाहेर जाऊन हे सगळं अहमेतला सांगू या. आम्ही समजलो की, तुम्ही आम्हाला धमकी द्यायला आला आहात. खाली उभी असलेली माणसं पाहून केहान घाबरला.''

“खाली उभी असलेली माणसं?”

आता जीव टांगणीला लागण्याची पाळी माझी होती.

आम्ही अहमेतला भेटायला बैठकीच्या खोलीत गेलो. ती त्याला आमच्या बोलण्याची माहिती देत होती, तेव्हा मी खिडकीच्या बाहेर डोकावून पाहिलं. खाली रस्त्यावर एका काळ्या गाडीजवळ दोन माणसं वाट पाहत उभी होती. त्यांनी मला पाहिलं. मी त्यांच्याकडे अर्धवट पाहून हात हलवला. खरं म्हणजे तो मूर्खपणाच होता, पण त्याक्षणी माझ्या मनात दुसरं काही आलंच नाही. कमीत कमी मी हसलो तर नव्हतो.

म्हणजे सोफियाचे लहानमोठे हस्तक माझा पाठलाग करत होते! मी सकाळी उठलो तेव्हापासून कोणतीही सावधगिरी बाळगली नव्हती आणि त्यामुळे त्यांनी माझा या फ्लॅटपर्यंत माग काढला होता. छान!

अहमेत हळूबाई वाटण्यापेक्षा झोपाळूबाई वाटत होता.

“खरं सांगतो! हे प्रकरण एवढं वाढणार आहे; याची मला मुळीच कल्पना नव्हती.” तो म्हणाला, “नाहीतर मी यात पडलोच नसतो. विचार करा. मी जर खरोखर अशा गोष्टी करत असतो, तर कॅमेरा गळ्यात अडकवून शहरभर पायपीट करायची मला काय गरज होती?”

तो कदाचित खरं सांगत असेलही, पण त्याने केहान या मूर्ख आणि भुक्कड चोराची मदत घेतली होती. त्यामुळे या अहमेतची मला माहिती नसलेली काहीतरी काळी बाजू नक्कीच असली पाहिजे.

घाबरलेली पत्रकार बाई आणि अहमेत बरोबर फुकट जास्त वेळ घालवण्यात काही अर्थ नव्हता. इथे थांबलो असतो, तर फारतर हात चोळत एकमेकांचं सांत्वन करत बसलो असतो. पण त्याची गरज नव्हती.

पण तेथून निघाल्यावर कुठे जावं तेही मला सुचत नव्हतं. मी जर घरी गेलो, तर त्या माणसांनी माझा पाठलाग केला असता. त्यांना कुठेतरी टांग मारायला हवी, पण कशी आणि कुठे? त्यासाठी मला कुठे जाता येईल?

सर्वांत सुरक्षित अशी निवाऱ्याची जागा म्हणजे ‘माझं घर.’ मी संकटात असलो की, नेहमीच घरी राहणं पसंत करतो. पण माफियाची माणसं माझ्या घरावरच पहारा देत होती. या जगातील माझ्या स्वत:च्या जागेची सुरक्षितता धोक्यात आली आहे ह्या विचाराने मी खचून गेलो.

अहमेत आणि ती पत्रकार बाई वाइनची बाटली घेऊन सोफ्यावर परस्परांचं सांत्वन करत एकमेकांना बिलगून बसले होते. सगळ्या गोष्टी आपोआप ठीक होतील, असं ते एकमेकांना सांगत असावेत. मी जेव्हा मधेच अडवलं तेव्हा ती दोघं मरगळून गेल्यासारखी वाटत होती. मला असं मेंगळटासारखं वागता-बोलता येत

नाही आणि कोणी असं वागलेलं, बोललेलंही मला आवडत नाही.

मी त्या दोघांकडे पाहिलं आणि मला त्यांची दया आली. पुढे काय करायचं ते एकमेकांना विचारत होते. ते दृश्य मोठं केविलवाणं होतं.

"तुमच्याकडची कॅसेट तुम्ही का देऊन टाकत नाही? तुमचा जीव तरी वाचेल," मी सुचवून पाहिलं.

"पण आमच्याजवळ फक्त कॅसेट आहे, यावर त्यांचा विश्वास बसणार नाही," ती पत्रकार बाई म्हणाली.

"तुम्ही मला जे सांगितलंत तेच त्यांना सांगा," मी सल्ला दिला. "काही सांगता येत नाही, कदाचित त्यांचा विश्वास बसेलही."

मी दिलेल्या सल्ल्यावर माझा स्वत:चाच विश्वास नव्हता. त्यांच्या रडगाण्याचा मला वैताग आला होता. यात जिवावर उदार होण्यासारखं काही नव्हतं. पण मला काहीतरी कृती करणं अत्यावश्यक होतं.

"तुम्हाला खरंच असं वाटतं का?" तिने विचारलं.

"आपण प्रयत्न करून बघायला काय हरकत आहे?" अहमेत म्हणाला. "चल. खाली जाऊन आपण ती कॅसेट देऊन टाकू या."

"ज्याच्याविषयी त्यांना काहीच ठाऊक नाही अशी एक कॅसेट अचानक त्यांच्यासमोर येईल. तीसुद्धा एक कॉपी. त्याने आपण जास्तच गोत्यात येऊ," तिने दुसरी बाजू मांडली.

तिचा मुद्दा बरोबर होता.

"तुमच्याकडे अजून मूळ प्रत आहे ना?" तिने विचारलं.

"घरी आहे."

"तुम्ही तीच का देऊन टाकत नाही? आपण खाली जाऊन त्यांना सांगू या. नंतर तुम्ही त्यांना घरी न्या आणि त्यांना कॅसेट देऊन टाका. म्हणजे हे सगळं एकदाचं संपेल. तुम्हाला काय वाटतं?"

त्या पत्रकार बाईच्या मते हा सर्वोत्तम उपाय होता आणि त्यांना त्याची ताबडतोब अंमलबजावणी करायची होती.

त्या कॅसेटचा पुरावा म्हणून कधीही वापर करता आला नसता. गावगप्पांमधल्या आरोपांना कॅसेटवर रेकॉर्ड केलं, तरी नुसत्या शब्दांना पुराव्याशिवाय अर्थ नसतो. एका मृत्यू पावलेल्या ट्रान्सव्हस्टाइटच्या शब्दांना महत्त्व कोण देणार? आम्हाला त्या कॅसेटमधून जे ऐकायचं होतं, ते ऐकून झालं होतं. शिवाय माझ्याकडे दुसरी कॉपी होती. तेव्हा मूळ प्रत न देण्याला काही कारण नव्हतं.

"ठीक आहे," मी म्हणालो. त्यांचे चेहरे उजळले.

सावधगिरी म्हणून आम्ही ती कॉपी घेतली आणि तिघंही जिन्यावरून खाली

उतरलो आणि सरळ त्या गाडीच्या दिशेने गेलो.

ते दोघं गाडीत बसून *दुर्रुम* खात होते. ते दिवसभर माझ्या मागावर असल्याने त्यांनी काही खाऊ नये, अशी अपेक्षा करता आली नसती. त्यांनासुद्धा तहानभूक असतेच. त्यांनी कोका कोलाच्या बऱ्याच बाटल्या रिकाम्या केल्या होत्या. आम्ही जवळ येताच ते सावरून बसले. गाडीच्या उघड्या खिडकीतून आलेला कच्च्या कांद्याचा वास माझ्या नाकाला झोंबला.

मी आमची बाजू मांडायला सुरुवात केली, पण ती वार्ताहर बाई आणि तो छायाचित्रकार मधेमधे तडमडत होते. म्हणून मी गप्प बसलो आणि बाजूला झालो. शेवटी त्या दोघांचा पेशा वार्ताहराचा होता.

गाडीतील माणसं मख्ख चेहऱ्याने ऐकत होती. ते तिय्यम दर्जाचे भाडोत्री गुंड होते. त्यांना काही सांगितलं असावं की नाही, याची मला शंका होती. त्यांना फक्त माझा पाठलाग करून त्यांचा जो कोणी बॉस असेल, त्याला वेळोवेळी फोन करून माझ्या हालचालींची माहिती द्यायला सांगितलं असावं. वार्ताहरांच्या त्या मूर्ख दुक्कलीने त्यांना अगदी सुरुवातीपासून म्हणजे ब्युजच्या खुनापासून सगळं सविस्तर सांगायला सुरुवात केली. सुरैय्या एरोनॅतच्या नावाचाही त्यांनी अनेक वेळा उल्लेख केला. ज्या वेळी त्याच्या नावाचा उल्लेख होई त्या त्या वेळी गाडीत बसलेल्या माणसांची थोडी चुळबुळ होई आणि ते गालातल्या गालांत हसत. माझ्या पोटात गोळा आला.

त्यांचा तो लांबलचक खुलासा युगानुयुगे चालू राहील, असं वाटत होतं. पण तो शेवटी एकदाचा संपला.

''त्या कॅसेट आमच्या हवाली करून टाका,'' चालकाच्या बाजूचा माणूस म्हणाला.

''त्या आमच्याकडे नाहीत. याच्या घरी आहेत.''

अहमेत माझ्याकडे बोट दाखवून म्हणाला.

''चल, तिकडे जाऊ या,'' तो गाडीचालकाला म्हणाला.

तो मूर्ख होता, हे स्पष्ट होतं. आम्ही तिघं मागच्या सीटवर बसलो. दुर्रुम आणि कांद्याच्या वासात घामाचा दर्प मिसळला. आम्ही जर त्यांच्यावर हल्ला करायचं ठरवलं असतं, तर त्या दोघांना त्याचा प्रतिकार करणं अशक्य होतं. तसं असलं तरीही कोणताही त्रास देण्याचा आमचा इरादा नव्हता.

त्यांना रस्ता दाखवायची मला गरज पडली नाही. त्यांना रस्ता ठाऊक होता.

एकोणतीस

मी कॅसेट त्यांच्या हवाली केली आणि ते चौघे निघून गेले.

हे एवढं सोपं असेल, असं मला वाटलं नव्हतं. मी पुन्हा माझ्या घरी परत आलो होतो. कदाचित अजूनही कोणीतरी माझ्यावर पाळत ठेवून असेल. कारण त्यांना फक्त कॅसेटच मिळाली होती. फोटो आणि पत्रं अजून त्यांच्या हाती लागली नव्हती.

मी शॉवर घ्यायला जाणार तेवढ्यात फोन वाजला. ती सोफिया होती.

''ही कॅसेट कुठून आली? त्यात काय आहे?''

ती कॅसेट तिच्याकडे एवढ्या लवकर पोहोचणं शक्य नव्हतं आणि पोहोचली तरी ती ऐकणं शक्यतेच्या पलीकडे होतं.

''त्यात ब्युजची मृत्यूपूर्वी घेतलेली एक मुलाखत आहे. तिचे ज्यांच्याशी संबंध आले होते, त्या सर्वांची माहिती तिने त्यात सांगितली आहे.''

''त्याचीसुद्धा!''

''होय,'' मी दुजोरा दिला.

''मग तू ती मला का दिली नाहीस? ती इतके दिवस तुझ्याकडेच होती.'' तिचा स्वार्थ पुन्हा उफाळून वर आला.

''त्याचा काही उपयोग होईल, असं मला वाटलं नाही. टेपचा पुरावा म्हणून वापर करता येत नाही.''

''काय करायचं ते आम्ही ठरवू.''

तिने फोन ठेवला.

तिचा झपाटा विलक्षण होता.

शॉवर घेताना त्या पत्रकार बाईच्या घरात अंगाला चिकटलेली घाण मी खरडून काढली. ब्युजच्या खुन्यांचा काही छडा लागला नव्हता. पोलिसांनी बहुधा तिची फाइल खुनाचा तपास लागत नाही, असा शेरा मारून बंद केली असावी. मी जे काही करायचं ठरवलं होतं, त्यात संपूर्णपणे अयशस्वी झालो होतो. मला ती पत्रं आणि फोटो मिळाले नव्हते. ब्युजची आंधळी आई किंवा तिचे खुनी सापडले नव्हते. उलट

माझंच अपहरण झालं होतं आणि त्यात माझा आवडता ड्रेस फाटला होता. हे पुरे नव्हतं म्हणून मला कित्येक ठिकाणी खरचटलं होतं.

जर त्या टेपमुळे त्यांचं समाधान झालं असतं, तर मला या सगळ्या प्रकरणातून अंग काढून घ्यायचं होतं. पण त्यांचं समाधान होईल की नाही, याची मला शंका होती. मी संपूर्णपणे थकलो होतो, पण मला झोप येत नव्हती. म्हणून मी बडीशेपेचा चहा पीत टीव्हीसमोर बसायचं ठरवलं. मी केटलमध्ये पुरेसं पाणी ठेवलं.

पाण्याला उकळी फुटण्याची वाट बघत असतानाच मी आन्सरिंग मशीनकडे गेलो आणि बटण दाबलं. मी घरातून बाहेर पडत असतानाच अलीने निरोप ठेवला होता. मी स्वयंपाकघरात जेथे चहा करत होतो, तेथे उभं राहून मी अलीचा आवाज ऐकू लागलो.

''रविवारच्या शुभेच्छा! मी अली बोलतोय. मी ऑफिसमध्ये काम करतोय. तू मला काहीतरी पाठवणार होतास. आता दोन वाजलेयत. थोड्या वेळात मी निघणार आहे. तू कसा आहेस? जमेल तेव्हा फोन कर. गुड बाय!''

माझा माझ्या कानांवर विश्वास बसेना. मी पाठवलेलं इन्व्हलप त्याला मिळालं नव्हतं. मी स्टँडवरच्या माणसाला दहा वाजल्यानंतर ते पोहोचवायला सांगितलं होतं आणि मला भेटलेल्या टॅक्सीचालकाने सांगितल्याप्रमाणे हुसेयीन दहा वाजल्यानंतर निघाला होता. पण ते इन्व्हलप अलीला मिळालं नव्हतं. काहीतरी घडलं असावं.

मी ताबडतोब अलीला फोन केला. तो नेहमी त्याचा सेलफोन जवळ ठेवतो. त्याने दुसऱ्याच रिंगला फोन घेतला.

''ओह *मरहबा* म्हणू की गुड मॉर्निंग की गुड इव्हिनिंग,'' त्याने बोलायला सुरुवात केली.

''अली, मी पाठवलेलं इन्व्हलप तुला मिळालं?''

''नाही,'' तो म्हणाला. ''मी ऑफिसमधून निघताना तुला एक निरोप ठेवला. मी आणखी एक तासभर ऑफिसमध्ये होतो, तरीही तुझं इन्व्हलप काही आलं नाही.''

''म्हणजे इकडे काहीतरी गडबड झालेली दिसतेय. मी सकाळीच टॅक्सी स्टँडवर इन्व्हलप पाठवून दिलं आणि दहा वाजल्यानंतर तुझ्याकडे पोहोचतं करायला सांगितलं होतं.''

''त्याने वॉचमनकडे दिलं असेल, पण मला काही ते मिळालं नाही. मी नवझात इफेंदीला जाताना पाह्यलं, पण तो काही एक शब्दही बोलला नाही.''

नवझात इफेंदी वॉचमन आणि माळी अशी दोन्ही कामं करीत असे.

फोन ठेवल्यावर मी नीट विचार केला. मी इन्व्हलप त्या पेपर टाकणाऱ्या मुलाकडे देऊन त्याला आमच्या इमारतीसमोर उभ्या असलेल्या टॅक्सीचालकाला द्यायला सांगितलं होतं. टॅक्सी स्टँडवरच्या माणसाने नंतर ते इन्व्हलप मिळाल्याचं

सांगितलं होतं. नंतर भेटलेल्या त्या बडबड्या म्हाताऱ्या टॅक्सीचालकाने सांगितल्याप्रमाणे हुसेयीन ते इन्व्हलप घेऊन दहा वाजता निघाला होता. पण तो दुपार झाली तरी परत आला नव्हता. म्हणजे याचा अर्थ असा की, इन्व्हलप अलीच्या ऑफिसच्या दिशेने निघालं होतं, पण त्याच्यापर्यंत जाऊन पोहोचलं नाही.

हुसेयीनचा मला नेहमीच संशय यायचा. तो मोक्याच्या क्षणी नेमका उगवायचा. इन्व्हलपमध्ये काय असेल याच्या उत्सुकतेपोटी त्याने ते इन्व्हलप उघडलं असेल. त्याला त्यात काही गुप्त खासगी गोष्टी असतील असं वाटलं असेल आणि राहावलं नसेल. पण मला त्याहीपेक्षा वाईट संशय आला. हुसेयीन कोणाला सामील तर नसेल? आणि असला तर कोणाच्या बाजूने? तो सुरैय्या एरोनॅतच्या बाजूचा असणं शक्य नव्हतं. 'होमोसेक्सुअल' हा नुसता शब्द जरी त्यांनी ऐकला असता, तर ते तीन ताड उडाले असते. पण हुसेयीनला... अशा गोष्टींचं वावडं नव्हतं. तो कदाचित सोफियाच्या बाजूने काम करीत असेल किंवा एकट्यानेच काम करत असेल. त्याला डिटेक्टिव्ह म्हणून काम करण्याची हौस होती. यातील एकही गोष्ट अशक्य म्हणून झटकून टाकता आली नसती.

कदाचित मी जेव्हा ते इन्व्हलप पाठवलं तेव्हा कोणीतरी पाळत ठेवून असेल. मी पॅकेट कोणाला तरी पाठवलंय त्याची त्यांनी नोंद घेतली असेल आणि त्यांनी पूर्वी हुसेयीनला माझ्याबरोबर पाहिलं असेल, तर ते त्याच्या मागावर असण्याचीसुद्धा एक शक्यता होती. हेदेफ पक्ष आणि माफिया या दोघांसाठीही हुसेयीन हे धोपटून काढायला चांगलं सावज होतं.

या गोष्टींवर विचार करून माझं डोकं भयंकर दुखू लागलं. बाथरूममध्ये जाऊन मी दोन वेदनाशामक गोळ्या घेतल्या. भुवयांपासून वर माझं कपाळ ठणकत होतं. माझं काहीतरी चुकलं असावं अशी टोचणी मला बोचत होती. वास्तविक सगळा दोष माझ्याकडे घ्यायचं काही कारण नव्हतं. पण कितीही सयुक्तिक विचार केला तरी त्याने डोकेदुखी कमी होत नव्हती.

माझं एक मन म्हणत होतं की, हुसेयीन कोणाच्या तावडीत सापडला असेल, तर ते एका परीने बरंच होईल. कारण त्याची लायकीच तशी आहे. माझ्यावर लाइन मारायला तो स्वत:ला समजतो कोण? तो लागोपाठ दोन रात्री क्लबमध्ये आला होता. तो नक्कीच माझं नाव सांगून आत आला असणार. यात मला संशय नव्हता. आणि आत येऊन तो बसला कोणाबरोबर तर मुज्दे नावाच्या त्या जाड्या डुकरिणीबरोबर! त्याने माझा अपमान केला होता आणि त्याचा बदला घेण्याची माझी कितीही इच्छा असली तरीही त्याला शारीरिक दुखापत व्हावी, असं मला कधीच वाटलं नव्हतं. मी मोठ्या मनाचा होतो. अगदी संत नसलो तरी कद्रू निश्चित नव्हतो. माझं काम करत असताना त्याच्या जिवाला काही व्हावं ह्या विचाराने मी अस्वस्थ झालो.

मी टॅक्सी स्टँडला फोन करून शांतपणे हुसेयीन तिथे आहे का, असं विचारलं. मला ज्याने उत्तर दिलं तो हुसेयीनचा मित्र असला पाहिजे. "तो अजून परत आलेला नाही. तो आला की मी त्याला नक्की पाठवून देईन हां!'' तो अगदी घाणेरड्या आवाजात म्हणाला.

माझं डोकं नुकतंच ताळ्यावर आलं होतं. माझ्या मस्तकात संतापाची तिडीक गेली. वाटलं की सरळ स्टँडवर धावत जावं आणि त्याची कॉलर पकडून त्याला बदडून काढावं. माझा राग काढण्याचा तो एक मार्ग होता.

मला आलेल्या संतापाच्या तिडिकेकडे मी नेहमी दुर्लक्ष करतो. या वेळीसुद्धा मी तसंच केलं. मी खुर्चीत बसलो. तीन दिवसांपूर्वी कॉम्प्युटरचे एक नियतकालिक आलं होतं, ते मी त्याच्या प्लॅस्टिकच्या कव्हरमधून बाहेर काढलं. पण मी हुसेयीनच्या त्या आगाऊ मित्राला विसरलो नव्हतो. एक दिवस त्याला धडा शिकवायला हवा होता. मी पानं पलटत होतो, तरी त्याला कसा चोप द्यायचा याचाच विचार माझ्या मनात होता. जर वाचायचंय असतं, तर निरुपयोगी माहितीने भरलेली पानामागून पानं समोर होती. ज्याच्यावर लक्ष द्यायला हवंय अशा बऱ्याच गोष्टी माझ्याकडे होत्या. तरीही चहा संपवून मी उठलो.

मी घरात येरझारा घालायला सुरुवात केली. जेव्हा मला एखाद्या गोष्टीवर लक्ष केंद्रित करायचं असेल, तेव्हा मी नेहमीच असं करतो. मी घराची साफसफाई करायला घेतो, नको असलेल्या वस्तू फेकून देतो, माझ्या वस्तूंचं वर्गीकरण करतो आणि त्या जागच्या जागी लावून ठेवतो. कधीकधी फर्निचरचीसुद्धा जागा बदलतो. जो बदल होतो, तो मी थोडे दिवस सहन करतो. मग सोमवारी जेव्हा साफसफाई करणारी बाई येते तेव्हा सगळ्या गोष्टी पुन्हा आपापल्या जागी जातात आणि मला बरं वाटतं. माझ्या पुढचं पहिलं काम म्हणजे सोफ्यावर पडलेला निरनिराळ्या गोष्टींचा ढीग. अगदी अंत:वस्त्र, कानातली रिंग, जुन्या वह्या आणि फोटोग्राफ. मी एक-एक गोष्ट हातात घेऊन नको असलेली टाकून द्यायला सुरुवात केली. जुन्या फोटोंच्या अल्बममधून एक संगीतगृहात काढलेला फोटो बाहेर आला. अशा कार्यक्रमांच्या वेळी धंदेवाईक फोटोग्राफर उपस्थित श्रोत्यांचे फोटो काढून कार्यक्रम संपल्यावर त्यांना विकतात. तो फोटो त्यातला होता. त्या फोटोकडे बघताना एक गोष्ट अचानक माझ्या लक्षात आली. तो एक आमचा बऱ्याच जणांचा ग्रुप फोटो होता आणि त्यात ब्युज आणि फेरूह हातात हात घालून उभे होते. पण आमच्या ग्रुप फोटोत बिल्कीस मात्र नव्हती.

फेरूह माझ्याबरोबर बोलायची संधी का शोधत होता, ते आता माझ्या लक्षात आलं. त्या रात्री क्लबमध्ये ब्युज त्यांच्या टेबलाच्या दिशेने गेली होती. त्यांची एकदा उडत-उडत ओळख झाली होती, पण त्यांचे खास मैत्रीचे संबंध होते, ते मी पार

विसरून गेलो होतो. त्या टेपच्या बातमीने फेरूह हादरला होता आणि आता तो आपली कातडी वाचवण्याचा प्रयत्न करत असावा.

एकही क्षण फुकट न घालवता मी फेरूह आणि बिल्कीसचा फोन फिरवला. बिल्कीसने फोन उचलला. आम्ही इकडच्या तिकडच्या गोष्टी केल्या. फेरूहला फोन देण्यासाठी काय कारण सांगावं, त्याचा मी मनात विचार करत होतो. पण मला काही सुचलं नाही. मी काहीही कारण सांगितलं तरी बिल्कीसला ते पटलं नसतं आणि उगाच तिचा मत्सराग्नी जागृत झाला असता.

शेवटी फेरूहला विचारलंय म्हणून सांग, असं म्हणून मी फोन ठेवला.

सोफियाला कॅसेट मिळाल्यानंतर ती आणि तिची टोळी मूग गिळून बसली होती. मी कल्चरल सेंटरच्या पार्किंग लॉटमध्ये ठेवलेली फोक्सवॅगन पसाट त्यांना मिळाली असेल का? सोफियाने त्या गाडीबद्दल कसलीच तक्रार केली नव्हती. जर त्यांना मिळाली नसेल, तर ते माझ्यामागे का लागले नसावेत? सुलेमानला क्लब कुठे आहे, ते माहीत होतं. त्याला माझं घर सापडायला वेळ लागला नसता. कमीत कमी गाडी कुठे आहे, ते विचारायला तरी तो दोन-तीन तगड्या माणसांना बरोबर घेऊन आला असता. कारण तो एकट्याने माझा सामना करू शकला नसता, हे त्याला स्वानुभवावरून माहीत होतं. ते जाऊ दे. ह्या सुलेमान नामक पात्राचा कर्ताकरविता कोण असेल?

रात्री खूपच थंडी पडली होती. अधूनमधून वारा वाहत होता. इस्तंबूलमध्ये उन्हाळ्यात जसं उकडतं तसं आज वाटत नव्हतं. मी टीव्ही किंवा सीडी काहीच चालू केलं नव्हतं. त्या भयाण शांततेची मला भीती वाटली.

मी घेतलेल्या गोळ्यांनी कमाल केली होती. माझी डोकेदुखी पळाली होती. मी अर्धवट वाचत असलेलं पुस्तक हातात घेतलं. एक पान वाचून व्हायच्या आतच मला गाढ झोप लागली.

तीस

आज ब्युजची अंत्ययात्रा होती. म्हणजे ब्युजच्या मृतदेहाचा ताबा घेणारे लोक कोण आहेत, ते मला कळणार होतं. मी माझी उत्सुकता दाबण्याचा प्रयत्न केला. अजून खूप अवकाश होता. प्रतीक्षा करणे, हा माझा प्रांत कधीच नव्हता.

मी जर लवकर झोपायचं आणि सकाळी लवकर उठायचं, असं ठरवलं तर माझ्या जीवनात उलटापालट होऊन गेली असती. मी रात्री स्त्रीवेषात असतो आणि दिवसा पुरुषवेषात. तेथे गेल्यामुळे कोणताही प्रश्न उद्‌भवणार नाही असं गृहीत धरून मी अंत्ययात्रेनंतर थोडा वेळ विश्रांती घेण्याचं ठरवलं. नाहीतर क्लबमध्ये माझं अवघडच होतं. डोळ्याखालची काळी वर्तुळं आणि झोपाळलेल्या सुजट चेहऱ्याने मी तेथे चारचौघांत कसा वावरणार होतो. पण अशा परिस्थितीतदेखील काही जण खोटंखोटं हसत ओढूनताणून उत्साह दाखवत फिरत असतात. मला ते जमत नाही आणि तसं वागणं हा माझा प्रांतही नव्हे.

मी शॉवर घेतला, माझा नाश्ता बनवला, टीव्ही बघितला आणि त्यानंतर कपडे बदलले. एवढ्या वेळात दरवाजावरची बेल किंवा फोन काहीच वाजलं नव्हतं.

सति हनीमला मी उशीरा उठतो, ते माहीत होतं. त्यामुळे ती दुपारपर्यंत येण्याची शक्यता नव्हती. मी झोपलेलो असताना घरात कसलीही हालचाल चाललेली मला खपत नाही. वॉशिंग मशीन आणि व्हॅक्युम क्लीनरचा आवाजही मला चालत नाही. त्यामुळे सति हनीम येताक्षणी मी खरेदीला किंवा सिनेमा बघायला बाहेर पडतो. नाहीतर ऑफिसमध्ये जाऊन बसतो. ती यायला अजून खूप अवकाश होता.

आलेली वर्तमानपत्रं मी चाळली. माझे आवडते संपादकीय स्तंभ वाचले. फॅशनवरचं पान बघितल्यानंतर आजचे अंत्ययात्रेसाठी म्हणून घातलेले माझ्या अंगातले कपडे जरा जास्तच भडक होतील, असं मला वाटून गेलं. म्हणून मी कपडे बदलायचं ठरवलं. पण पुरुषाचे कपडे घालावेत की स्त्रीचे याचा निर्णय मला करता येईना.

जर मला वाटत होतं, त्याप्रमाणे आमच्या मुली आल्या असत्या तर फॅशनेबल,

पण खानदानी आब दाखवणारे कपडे करणं योग्य होतं. पण फक्त शेजारीपाजारीच येणार असतील, तर मी पुरुषाचे कपडे करणं योग्य होतं.

या दोन्ही पर्यायांपैकी एक मधला मार्ग मी स्वीकारला. मी नेव्ही ब्ल्यू रंगाचा पाठीमागून झिप असलेला, बिनबाह्यांचा आणि बिनकॉलरचा गुडघ्याच्या थोडा वर येणारा ड्रेस घातला. डोक्यावर छत्रीच्या आकाराची नेव्ही ब्ल्यू रंगाची स्ट्रॉ हॅट ठेवली. सॅटीनचे हातमोजे घातले आणि गांभीर्याचा आव येण्यासाठी गुच्चीचा काळा गॉगल लावला. गळ्यात मोत्यांचा दुपेडी हार घालावा की, नकली हिऱ्यांचा कंठा याचा विचार करीत असतानाच सति आली. तिची निवड चांगली असते. मी तिचं मत विचारलं आणि तिने मोत्यांचा हार घालावा असं सुचवलं. एकदा पेटंट लेदरचे शूज पायात चढवल्यावर मी तयार झालो. मी १९७०च्या दशकातील वायएसएल मॉडेलसारखा दिसत होतो. मी आरशात बघून एक उडतं चुंबन दिलं. अरे, मी पुन्हा ऑड्रे हेपबर्नसारखा दिसायला लागलो. या वेळी 'हाउ टू स्टील अ मिल्यन' या चित्रपटातल्या तिच्या भूमिकेसारखाच माझा वेष झाला होता.

"आज तुम्ही अगदी छान दिसताय साहेब."

सति हनीम अगदी नम्र होती. ती प्रत्येक वाक्यात मला 'साहेब' म्हणण्याची संधी साधत असे.

माझी तयारी झाली होती, पण अंत्ययात्रेला अजून खूप अवकाश होता. उगाच लवकर जाऊन वेळ काढण्यात अर्थ नव्हता.

अंत्ययात्रेत कदाचित मला प्रार्थना म्हणावी लागली, तर पंचाईत होऊ नये म्हणून मी माहीत असलेली सुरात आठवायचा प्रयत्न केला. मी बऱ्याच दिवसांत म्हटली नव्हती म्हणून मला आठवेना. मला सगळा 'फतिहा' म्हणणं काही जमलं नाही. नंतर सति हनीमच्या मदतीने मी तो कुराणातील पहिला अध्याय कसाबसा संपवला.

आतापर्यंत फोन एकदाही वाजला नव्हता. हे विचित्र होतं. अंत्ययात्रेला बरोबरीने जाऊ या असं ठरवण्यासाठी तीन-चार जणींचा मला फोन येईल असं वाटलं होतं, पण कोणाचाही फोन आला नव्हता. फोन उचलून तो चालू आहे का ते पाहिलं. डायल टोन स्पष्ट ऐकू येत होता. फोन अगदी व्यवस्थित चालू होता; पण तरीही मला कोणी फोन केला नव्हता. माझ्याविरुद्ध कोणी कट केला असेल का? किंवा माझा फोन कोणी टॅप करत असेल का? याही शक्यतांवर मी विचार करू लागलो.

पण ते मूर्खपणाचं होतं. त्यापेक्षा एखाद्या मुलीला फोन करून पाहावा हे उत्तम.

माझ्या घराजवळ राहणाऱ्या मुलीपासून मी सुरुवात केली. ती झोपेतून उठून बोलत होती. तिचा अंत्ययात्रेला जाण्याचा विचार आहे का, याची मी चौकशी केली. एक-एक शब्द उच्चारत ती म्हणाली.

"*अबला*, कुठे आहे? कृपा करून सकाळी सकाळीच एवढ्या लांब जायचं

काढू नका हो.''

अंत्यविधी समात्यामध्ये होणार आहेत, असं मी तिला सांगितलं.

''*अयोल.* आपण तिथं जाऊन काय करणार? मला माफ करा. मी खूप थकलेय. रात्रभर मला किती अडचणी आल्यात तुम्हाला माहीत नाही.''

तिला काय अडचणी आल्या यात मला काही रस नव्हता म्हणून मी काही बोललो नाही.

''तुम्हाला जायचं असेल तर जा. काय झालं ते मला आल्यावर सांगा. म्हणजे तुम्ही गेला काय आणि मी गेले काय एकच होईल,'' फोन ठेवताना ती म्हणाली.

दुसरा फोन मी पॉनपॉन आणि तिची मैत्रीण इपेक्तेनला केला. त्या दोघींना माझ्याबरोबर यायचं होतं. समात्याला जाण्यात कसलीच अडचण नव्हती. पॉनपॉन मला तिच्या गाडीत घेणार होती. तिथून पुढे जाताना वाटेत इपेक्तेनला उचलता आलं असतं. साहजिकच पॉनपॉनने मी कोणते कपडे घातलेयत ते विचारलं.

''माझा नेव्ही ब्ल्यू ड्रेस,'' मी म्हणालो. ''मला साधे कपडे घालायचे नव्हते.''

''*अयोल!* तुमचं बरोबर आहे. आपण अंत्यदर्शनाला जातोय, तर तिच्या इतमामाला शोभेसे कपडे हवेतच. मीही तयार होतेय. मी त्यातल्या त्यात साधे कपडे घालायचं जवळजवळ ठरवलं होतं.''

''तुझे सगळे कपडे अगदी भडक आहेत, तू त्यातल्या त्यात सौम्य ड्रेस घाल.''

''तुम्ही बघालच,'' तिने मला आश्वासन दिलं. ''माझ्याकडे माझ्या आईचे जुने कपडे डांबराच्या गोळ्या घालून जपून ठेवलेले आहेत, ते काय उगाच? लग्नसमारंभ, अंत्ययात्रा, शाही मेजवान्या वगैरेप्रसंगी ते कपडे उपयोगी पडतात.''

आईच्या जुन्या फॅशनच्या कपड्यात ती अगदी काकूबाई दिसली असती. पण मी काही बोललो नाही

मी पॉनपॉनची वाट बघत असताना अलीसाठी बनवलेले प्रोग्रॅम दुसऱ्या सीडीवर कॉपी केले. या वेळी मला कोणताही धोका पत्करायचा नव्हता. मी मोटरबाइक कुरिअर सर्विसला फोन केला. मी इन्व्हलप सति हनीमच्या हातात देऊन तिला आवश्यक त्या सूचना दिल्या.

मी इन्व्हलप जीभेने ओलं करून चिकटवत असतानाच पॉनपॉन गाडी घेऊन आली. मी हॅट घातली आणि खाली गाडीकडे गेलो.

मी गाडीत जाऊन बसलो आणि बाजूला पाह्यलं तर मला हसू फुटलं. शाळेच्या मुख्याध्यापिका वगैरे घालतात तसलं राखाडी रंगाचं ब्लेझर तिने घातलं होतं. खाली ब्लेझरला शोभेसा स्कर्ट.

''एवढ्या उन्हाळ्यात हा लोकरीचा सूट तुला कसा काय घालवला?''

"कसा घातला काय विचारता? दुसरे कपडे अंगाला येईनात," ती म्हणाली. "तुमच्याकडे बघितल्यावर कोणाचाही तुम्ही अंत्ययात्रेला नसून फॅशन शोला चालला आहात असाच समज होईल."

"फॅशन शो नव्हे, अॅस्कॉट." मी तिची चूक दुरुस्त केली.

"काय?"

"अॅस्कॉट. इंग्लंडमधील एक अश्वशर्यत. जेथे सर्व जण आपापल्या उत्कृष्ट हॅट घालून येतात."

"माय फेअर लेडीत दाखवलंय तेच तुम्हाला म्हणायचंय का?" तिने विचारलं. पॉनपॉन एक सुसंस्कृत मुलगी होती आणि तिला या सगळ्या गोष्टी माहीत होत्या. शिवाय ऑड्रे हेपबर्न मला आवडते, हेही तिला ठाऊक होतं.

इपेक्तेनचं घर येईपर्यंत आम्ही खिदळत होतो. आम्ही काय कपडे घालणार आहोत, ते तिला सांगितलं नव्हतं, म्हणून ती पुरुषांचे कपडे घालून आली होती.

"तुम्ही दोघांनीही काय कपडे घातलेयत," ती म्हणाली. "या कपड्यात तुम्ही नमाज पढायला गेलात, तर लोक आपल्याला दगड मारतील."

पॉनपॉनने विचारलं, "नमाज पढण्याचा बेत कोणाचा आहे? मी एका बाजूला उभी राहून समाचाराला कोण जातं-येतं त्यावर लक्ष ठेवणार आहे – आणि अर्थात समाचार कोण घेतंय, त्यावरही लक्ष ठेवणार आहे."

"मीही नमाज पढणार नाही," मी म्हणालो.

"माझासुद्धा तोच विचार आहे," इपेक्तेन म्हणाली." मग आपण कशाला चाललो आहोत. उगाच तेथे जमलेल्या लोकांना भडकवायला?"

"हे बघा," ती म्हणाली "जर एवढ्याने लोकांची डोकी फिरणार असतील, तर फिरू देत. तेवढ्यासाठी आपल्याला एवढे श्रम घेण्याची गरज नाही."

"आपल्या जाण्याने आपला थोडा फायदा होण्याची शक्यता आहे," पॉनपॉन हळूच पुढे म्हणाली, "जे काही होईल ते पाहून घेऊ. आता दाखवून देण्याची वेळ आली आहे."

"*अयोल!* आपण अंत्ययात्रेला चाललोय, गे लोकांच्या स्वाभिमान यात्रेला नव्हे."

रस्ता विचारत आम्ही समात्याच्या मशिदीत जाऊन पोहोचलो. तेथे एक छोटा बगिचा होता आणि शेजारी मुलांच्या खेळण्याचं मैदान. आम्ही मैदानासमोर गाडी लावली आणि दरवाजा उघडून गाडीतच बसलो. मी बाजूला वळून पाय लांब केले. पण तसं फार वेळ बसणं त्रासदायक होतं म्हणून मी पाय एकावर एक घेतले.

तेथे दोन अंत्यविधी होते आणि दोन्ही पक्षांची माणसं वाट बघत बसली होती. अंत्यविधी चालू व्हायला अजून अर्धा तास होता. आमच्या मुलींपैकी काही मुली

आल्या होत्या. बहुतेकजणी पुरुषांच्या वेषात होत्या. त्यांचे कपडे गंभीर प्रसंगाला साजेसे होते. हसन कुठे दिसत नव्हता. क्लबतर्फे पाठवलेलं प्रचंड मोठं पुष्पचक्र शवपेटीजवळ ठेवलेलं होतं. शेजारी उभ्या असलेल्या घोळक्यात मला कुनेत दिसला. त्यानेसुद्धा मला पाहिलं. आपल्या आजूबाजूच्या लोकांच्या नजरेत येऊ न देता, त्याने मला हळूच अभिवादन केलं. त्याला अवघडल्यासारखं वाटत होतं, हे स्पष्ट होतं. त्याला आमच्याबरोबर असताना कोणी पाहायला नको होतं. पण त्याचवेळी ब्युजला श्रद्धांजली वाहायला येण्याइतपत तो आमच्याशी इमानदारही होता.

गर्दी वाढत होती. आम्ही जेथे बसलो होतो, तेथून फक्त एकच बाजू दिसत होती. मशिदीचा दरवाजा आम्हाला दिसत नव्हता. जर मी असाच बसून राहिलो असतो, तर ज्या कोणाला बघण्याच्या उद्देशाने आलो होतो, ते राहून गेलं असतं. मी गाडीच्या बाहेर येऊन जमलेल्या लोकांत मिसळायचं ठरवलं.

मला जी पहिली व्यक्ती दिसली ती मला भेटेल याची खातरी होतीच, पण ती इतक्या लवकर भेटेल असं वाटलं नव्हतं. आम्ही तिच्या नजरेला पडताच ती आमच्या दिशेने सरकली. तिने डोक्यावरचा स्कार्फ हनुवटीखाली घट्ट बांधून ठेवला होता. तिनेसुद्धा भलामोठा गॉगल लावला होता.

"अशावेळी आपले खरे मित्र कोण आहेत ते कळतं." तिने रडत-रडत मला मिठी मारण्याचा प्रयत्न केला.

तसं करताना तिचं डोकं माझ्या हॅटच्या कडेवर आपटलं. माझ्या हॅटच्या कडा रुंद असल्याने अशा आगंतुक आक्रमकांपासून माझं आपोआप संरक्षण व्हायचं. मी तिची माझ्या मैत्रिणींशी ओळख करून दिली.

सर्पिणीने फुत्कार टाकावा तसा पॉनपॉनने प्रश्न विचारला.

"ही नमाज पढायची शाल पांघरून आलेली बया कोण आहे?"

गोन्युल कोण आहे, ते मी तिला थोडक्यात सांगितलं. ओठ मुडपून किंचित डोकं हलवत ती ऐकत होती.

"इन्शाल्ला, ती आपल्याबरोबर नाही." ती विरुद्ध दिशेला बघत पुटपुटली.

जमलेले लोक आमच्याकडे नाराजीने बघत होते. मी त्यांच्या नजरांकडे लक्ष दिलं नाही. त्यांच्याइतकाच आमचा तिथे उपस्थित राहण्याचा हक्क होता.

मी डंपर बेझाला हात केला. ती भडक डोक्याची म्हणून प्रसिद्ध होती. पण अशा प्रसंगी सहसा जसं असतं, तसं आज सद्भावनेचं वातावरण होतं. त्यामुळे ती शांत होती. तिने आपले खांद्यापर्यंत येणारे काळेभोर लांब केस मोकळे सोडले होते. तिच्यात संयम आणि पोकळ डामडौल यांचा मिलाफ होता. तिने साधी जीनची पॅंट आणि टी-शर्ट घातला होता. तिने कोणाला ऐकायला जाणार नाही, अशा हळू आवाजात मला विचारलं.

"इमाम पुरुषांचे अंत्यविधी करेल की बायकांचे?"

मला हसू फुटलं, पण हास्याचा स्फोट होऊ नये म्हणून मी गाल आतल्या बाजूने चावले.

शेवटी एकदाचा हसन आला. त्याची जीन नेहमीप्रमाणे कंबरेवरून खाली घसरत होती. गाडीत बसलेल्या व्यक्तीला बाहेर येण्यासाठी त्याने मदतीचा हात दिला, तेव्हा त्याच्या नितंबातील फट दिसली. माझी नजर हसनच्या पार्श्वभागावरून तो जिला मदत करत होता, त्या व्यक्तीवर गेली. ती सोफिया होती.

ते दोघं एकमेकांना भेटतात हे मला माहीत होतं. पण ते अंत्ययात्रेला जोडीने येतील, असं मात्र वाटलं नव्हतं. हसनने मला बघताच हात हलवून दात विचकले.

सोफिया गाडीतून कशीबशी बाहेर पडली. तिने लावलेल्या गॉगलने तिचा बहुतेक चेहरा झाकला होता. तिच्या चेहऱ्याची एक बाजू सुजलेली दिसत होती. मी नीट पाहिलं. नक्कीच तिची डावी बाजू सुजली होती. फाउंडेशनच्या थराखालूनसुद्धा माराच्या खुणा लपल्या नव्हत्या. वाकड्या झालेल्या तोंडाने बोलताना तिला फार कष्ट पडत होते.

"तुझं म्हणणं त्यांना पटवणं सोपं गेलं नाही," स्वतःच्या चेहऱ्याकडे निर्देश करीत ती म्हणाली.

मी माझी जीभ आवरली. मला असं म्हणायचं होतं की, तिला जो मार पडला होता, त्यात माझा काय दोष होता?

"तू स्वीकार किंवा स्वीकारू नकोस, पण तू मला आवडतोस." माझ्या गळ्यात पडत ती म्हणाली.

काय करावं, ते मला कळेना. मीही माझे हात तिच्या गळ्याभोवती टाकावे आणि कृतज्ञतेने रडावं, असं मला मुळीच वाटत नव्हतं. मी माझा घसा तपासून पाहिला. कुठेही आवंढा वगैरे काही अडकला नव्हता. भावनांचा स्पर्शही मला झाला नव्हता. मी तिच्या खांद्यावर हलकेच थोपटल्यासारखं केलं.

मी लावलेल्या गुच्चीच्या काळ्या चश्म्यातूनही हसनला माझे डोळे कोरडेठाक होते, ते समजलं असावं.

हसन तणावाखाली होता. तो जेव्हा मला आलिंगन द्यायला पुढे आला तेव्हा त्याच्या कानात मी "तू अस्तनीतला साप आहेस" असं कुजबुजलो. अंत्यविधी संपेपर्यंत त्याची चुळबुळ चालू होती. सोफियाशी त्याची जवळीक का होती, ते मला माहीत नव्हतं, पण सोफियाला मी चांगला ओळखत असल्याने त्याच्यामागचं जे काही कारण असेल, ते फारसं स्पृहणीय नसावं. कदाचित हसनसुद्धा त्या माफिया टोळीला सामील झाला असावा.

"काय झालं ते मी सांगतो." तो म्हणाला.

"नक्कीच सांग," मी उत्तर दिलं.

मी नजर दुसरीकडे वळवली. मला कसलाही खुलासा नको होता. हसनला क्लबमधून आणि पर्यायाने माझ्या आयुष्यातून काढून टाकणं फारसं कठीण नव्हतं.

स्थानिक व्यापाऱ्यांनी पाठवलेलं पुष्पचक्र ब्युजसाठी नसावं, याची मला खातरी होती. दरम्यान, जहाल मुलींचा एक गट आला. त्या मुली तशा ब्युजला ओळखत नव्हत्या. पण जेव्हा-केव्हा खून झालेल्या ट्रान्सव्हस्टाइट मुलीची अंत्ययात्रा असेल तेव्हा त्या तेथे सर्वशक्तिनिशी हजेरी लावायच्या. त्या दिवशी शवागारात तर त्यांच्या संतापाचा स्फोट होणार होता. त्या सगळ्याजणी अस्वस्थ दिसत होत्या. त्यांच्या डोळ्यांत चमक होती. कोणत्याही क्षणी लढा द्यायला त्या तयार झाल्या असत्या. त्या आपल्या हक्कांविषयी जागृत होत्या. माझी त्यांना पूर्ण सहानुभूती होती. त्यांची पद्धतशीर संघटना नव्हती. तरीही त्यांचं आंदोलन बऱ्यापैकी व्यवस्थितपणे पार पडायचं. पण मला त्यांचा मार्ग पसंत होता, असं म्हणता आलं नसतं. मी आपला घरात बसून एकट्याने लढणारा माणूस होतो.

दुपारच्या नमाजाची घोषणा झाल्यावर जमलेली मंडळी नमाज पढायला मशिदीत जायला निघाली. कुनेत आणि इपेक्तेन बरोबरच आत शिरले. मला डंपर बेझाचा प्रश्न आठवला, इपेक्तेन स्त्रियांच्या विभागात जाऊन नमाज पढेल की पुरुषांच्या.

माझ्या मनात हा विचार चालू असताना तीन काळ्या रंगाच्या आलिशान गाड्या आल्या आणि एका रांगेत उभ्या राहिल्या. गर्दीतील लोकांत चुळबुळ सुरू झाली. त्यांची कुजबुज वाढत गेली आणि ते त्या गाड्यांच्या भोवती गोळा झाले.

मी तसा उंच असलो, तरी त्या गाड्यांतून कोण आलंय ते मला नीट दिसलं नाही. मला वाटतं ती सुटातली माणसं होती आणि त्यांनी दोन मोठी पुष्पचक्रं आपल्याबरोबर आणली होती.

माझ्या पाठीमागून कुठून तरी गोन्युल ओरडली. "अरे! ही तर माझी सबीहा तेयेझ."

मी ताबडतोब गर्दीतून धक्काबुक्की करत गाडीच्या दिशेने गेलो. मोठी हॅट घातलेली असताना गर्दीतून मार्ग काढणं सोपं नव्हतं. पण दोन-तीन वेळा कोपराने ढोसून आणि एकदा अलगद मारलेल्या लाथेने माझा रस्ता मोकळा झाला.

मधल्या गाडीभोवती खूप गर्दी होती. त्यांच्याभोवती सूट घातलेल्या माणसांनी कडं केलं होतं. गाडीचा मागचा दरवाजा उघडा होता. मधल्या सीटवर सबीहा हनीम शून्य नजरेने, शांतपणे बसली होती. आश्चर्य म्हणजे ती रडत नव्हती. श्रद्धांजली वाहायला आलेल्यांना चुंबन घेता यावं म्हणून तिने तिचा हात पुढे केला. त्या हातात एक साधी अंगठी होती.

अंगरक्षकांनी गर्दीला मागे रेटले. फार थोड्याजणांना त्यांनी मागे ढकलण्यापूर्वी

तिच्या हाताचं चुंबन घेऊ दिलं.

गाडीच्या दुसऱ्या बाजूलाही थोडी गर्दी होती. त्यांच्यात थोडीशी धक्काबुक्की चालू होती, पण अंत्यविधीचा आदर राखून ते शांत होते. तिच्या बाजूला कोण बसलंय ते बघण्यासाठी मी खाली वाकलो.

मला त्याच वेळी कोणीतरी चिमटा काढला, त्यापेक्षा मी जे पाहिलं त्याने मला जास्त धक्का बसला. सबीहा हनीमच्या शेजारी बसलेला माणूस दुसरा-तिसरा कोणीही नसून खुद्द सुरैय्या एरोनॅत होता. चिमट्याकडे दुर्लक्ष करून मी गाडीच्या दुसऱ्या बाजूला पाहिलं. तेथे चालकाच्या जागेवर सुलेमानला बसलेला पाहून तर मला जास्तच धक्का बसला. माझ्या तोंडात एक शिवी आली. त्यामुळे सर्वांच्या माना माझ्याकडे वळल्या. क्षणभर आमच्या दोघांत उभी असलेली माणसं बाजूला झाली आणि सुरैय्या एरोनॅत आणि माझी नजरानजर झाली.

फोटोत दिसायचा तसा तो थोडा भारदस्त दिसत होता. माझ्याकडे बघत असताना तो अस्फुट हसला.

एकतीस

आम्ही एकमेकांकडे क्षणभर पाहिलं. त्याने त्याच्या उजव्या हाताने मला गाडीकडे येण्याचा इशारा केला. त्याचे अंगरक्षक बाजूला झाले. माझ्या उत्सुकतेच्या आणि पाठीमागच्या गर्दीच्या रेट्यामुळे मी गाडीकडे ढकलला गेलो.

"तुमची भेट मिळणं मला वाटलं होतं, त्यापेक्षा खूप कठीण काम आहेस दिसतंय," तो म्हणाला.

त्याने माझ्याकडे ज्या नजरेने पाहिलं त्यात आव्हान होतं. त्याचा चेहरा मख्ख आणि निर्जीव होता. पण त्याची काळ्या भुंग्यासारखी तीक्ष्ण नजर खुपणारी होती. मी माझी नजर फिरवली आणि आजूबाजूला पाह्यलं. पुढच्या सीटवर गॅरी कूपर ऊर्फ सुलेमान पुतळ्यासारखा बसला होता. माझ्याकडे त्याने वळून पाहिलंसुद्धा नाही. दोनच रात्रीपूर्वी त्याच्या बुजरेपणाने मी त्याच्यावर फिदा झालो होतो, हे कोणाला सांगून खरं वाटलं नसतं. अशा प्रकारच्या गोष्टींनी माणसाच्या आत्मविश्वासाला तडा जातो.

"मला तुम्हाला भेटण्याची इच्छा होती. सुलेमानला आपल्या भेटीची व्यवस्था करायला जमलं नाही," हे म्हणताना त्याने सुलेमानच्या खांद्याला हलकेच स्पर्श केला. "अंत्यविधी संपल्यानंतर कुठे जाऊ नका. शक्य असेल, तर आपण बरोबरच जाऊ."

भाषेत कितीही अदब असली तरी ते आमंत्रण काही सहजपणे दिलेलं नव्हतं. मी दुसरा कोणताही विचार न करता ते ताबडतोब स्वीकारलं. त्याच्याबरोबर सबीहा हनीम असल्यामुळे तो मला काही शारीरिक इजा करणार नाही अशी आशा होती.

"मला जरा माफ करा. मला नमाज पढायला जायचंय."

मी गाडीच्या दरवाजाजवळ उभा असल्याने त्याला बाहेर येता येत नव्हतं. मी बाजूला झालो आणि तो बाहेर आला. त्याच्या अंगरक्षकांनी त्याच्याभोवती कडे केले. मशिदीच्या आवारात जाता-जाता त्याने हाक मारून सांगितलं.

"गाडीत बसून वाट बघा."

त्याच्या आवाजातील हुकमत वादातीत होती. तो करिष्म्याचा भाग असावा. नाहीतर त्याची माणसं त्याच्या ताब्यात राहिली असती का? तो चालायला लागल्यावर

सगळ्यांनी मागे सरकत त्याला रस्ता मोकळा करून दिला.

सुलेमान म्हणाला, "गाडीत येऊन बसा. उन्हात उभं राहू नका."

माझी मती गुंग झाली. जणू काही त्याने ज्याचं अपहरण करण्याचा प्रयत्न केला होता, ज्याने त्याला आडवं करून त्याचे हात बांधून मध्यरात्री निर्जन रस्त्याकडे त्याला सोडून दिलं होतं आणि जो त्याची गाडी घेऊन गेला होता, त्या इसमाचा आणि माझा काही संबंध नसावा अशा रीतीने तो माझ्याशी बोलत होता. मी त्याचे आभार मानले, पण गाडीत जाऊन बसलो नाही. मी खाली वाकून सबीहा हनीमच्या दुःखात सहानुभूती दाखवली. मी माझी ओळख फेज़वीचा मित्र म्हणून करून दिली.

'आंधळी माणसं हाताने बघतात' असं जे ब्युजने सांगितलं होतं, ते खरं होतं. त्या आंधळ्या बाईचं घ्राणेंद्रिय तीक्ष्ण होतं. मी स्त्रियांचा पर्फ्युम लावला आहे, हे तिने ताबडतोब ओळखलं.

"तू ब्युजची मैत्रीण आहेस. खरंय ना? तू तिला 'फेज़वी' म्हणण्याची गरज नाही. मीसुद्धा शेवटी-शेवटी तिला ब्युज म्हणायला लागले होते."

ती सुरैय्या एरोनॅतच्या गाडीत काय करतेय, इतके दिवस ती कुठे लपून बसली होती, कोणताही सुगावा लागू न देता नाहीसं होणं तिला कसं शक्य झालं, वगैरे गोष्टी तिला मी विचारणार होतो. पण इमामचा नमाज ऐकण्यासाठी तिने माझ्या तोंडावर हात ठेवला. डोळे बंद करून ती नमाज पढू लागली. तिचे ओठ हलत होते. तिने डोळे बंद केल्यावर ती किती दुःखीकष्टी झालीय, ते मला जाणवलं. दृष्टिहीन डोळ्यांत बरीच दुःखं लपलेली होती. डोळ्याभोवतालचे स्नायू, ओठांचे कोपरे, भुवया, चेहऱ्याचा प्रत्येक स्नायू दुःखाच्या व्यथा सांगत होत्या.

अर्धा गाडीत आणि अर्धा बाहेर या अवतारात मी विचित्रच दिसत असलो पाहिजे. मी सुलेमानचं आमंत्रण स्वीकारलं आणि गाडीत शिरलो. दरवाजा उघडा असला, तरी एसी चालू होता. त्याने फारसा फायदा होत नसला तरी आत बाहेरच्यापेक्षा किंचित थंड होतं.

सबीहा हनीमचे अगदी अस्पष्ट आवाजात 'आमेन' म्हणत प्रार्थना संपवली. मी घरातून निघताना सति हनीमबरोबर ज्याचा सराव केला होता तो फतिहा पढला. मी काही ओळी खाल्ल्या असाव्यात, अशी मला दाट शंका होती. पण शब्दांपेक्षा उद्देश जास्त महत्त्वाचा असतो, असं माझं मत आहे. मला असं म्हणायचं आहे की, संपूर्ण प्रार्थना म्हणण्याने जर काही फायदा होणार असेल, तर माझ्या अर्धवट प्रार्थनेनेसुद्धा तेवढाच फायदा होईल.

गर्दीच्या हालचालींवरून मला अंत्यविधीचा नमाज संपल्याचं समजलं. सुरैय्या एरोनॅतने जर शवपेटीला खांदा दिला, तर नीट दिसावं म्हणून मी गाडीतून बाहेर आलो. मी बाहेर येताना सुलेमानने अचानक वळून पाह्यलं. सगळं ठीक आहे, घाबरण्याचं

काही कारण नाही, असा दिलासा देणारा आविर्भाव मी केला. तो परत सरळ बसला.

खरंच की! सुरैय्या एरोनॅतने सर्वांच्या समक्ष फेज़वी ऊर्फ ब्युजच्या शवपेटीला खांदा दिला होता. त्याची प्रत्येक हालचाल टिपायला सदैव तत्पर असलेल्या माध्यमातील लोकांची अनुपस्थिती ही सर्वांत आश्चर्याची गोष्ट होती. एकही छायाचित्रकार किंवा टीव्ही कॅमेरा नव्हता. शहराच्या एका कोपऱ्यातील आडगल्लीतील मशिदीची निवड काही उगाच केली नसावी. माध्यमांना सुगावा लागला नसावा किंवा त्यांना येऊ दिलं नसेल. कदाचित सगळ्या वस्तीची नाकेबंदी केली असेल.

सुरैय्या एरोनॅतने शवपेटीला जास्त वेळ खांदा दिला नाही. त्याने दोन-तीन सेकंदातच त्याची जागा दुसऱ्याला दिली. दोन-तीन जणांशी हस्तांदोलन करून तो गाडीकडे परत आला.

अंगरक्षकांनी त्याच्याभोवती कडं केलं होतं. पण ती हाडामांसाची भिंतसुद्धा हस्तांदोलन करणाऱ्यांना अटकाव करू शकली नाही. एक-दोन जण तर त्याच्या हाताचं चुंबन घेण्यातसुद्धा यशस्वी झाले. त्यापैकी एक जण त्या गोबऱ्या गालांच्या बाईचा कोर्टात क्लार्क असणारा नवरा होता. त्याला तिथे पाहून मला आश्चर्य वाटलं नाही. ज्या व्यक्तीने सुरैय्या एरोनॅतचा फोटो आपल्या बैठकीच्या खोलीत मोठ्या अभिमानाने लावला आहे, त्या व्यक्तीने आपल्या आदराचं असं प्रदर्शन करणं अपेक्षितच होतं. त्या नवऱ्याने त्याच्यासाठी आणखी काय केलं असेल, कोणास ठाऊक? मी गेल्या दोन दिवसांत ज्यांना भेटलो होतो, त्यांच्यापैकी प्रत्येक जण एकतर 'हेदेफ पक्ष' नाहीतर माफियांना सामील असावा असं दिसत होतं.

सुरैय्या एरोनॅतला गाडीत शिरता यावं म्हणून गाडीजवळच्या लोकांना मागे हटवण्यात आलं. गर्दीतील लोकांना मागे हटवण्याच्या भरात मलाही त्यांच्याबरोबर ढकलून देण्यात आलं.

गाडीत गेल्यावर त्याने खिडकीतून बाहेर पाहिलं. जेव्हा मी त्याच्या नजरेला पडलो, तेव्हा त्याने मला बोलावून घेतलं.

"वेळ असेल तर आमच्याबरोबर चला. तुम्हाला घरी सोडतो. वाटेत बोलता येईल." तो म्हणाला.

त्याच्या हाताच्या इशाऱ्यानुसार त्याच्या अंगरक्षकांनी मला त्याच्या गाडीकडे ओढत नेलं. तो सबीहा हनीमबरोबर मागच्या सीटवर बसला होता. माझ्या मोठ्या हॅटमुळे त्याने मला पुढच्या सीटवर बसण्याची विनंती केली.

आता अंगरक्षकांनी मला ढकलत गाडीच्या दुसऱ्या बाजूला नेलं आणि दरवाजा उघडला. मी हॅट काढून आत गेलो आणि आमचा तीन गाड्यांचा ताफा चालू झाला.

हॅट ठेवायला जागा न मिळाल्यामुळे ती मी हातातच धरून ठेवली होती. माझ्या मांडीवर ती राहत नव्हती. सुलेमानच्या आणि माझ्यामधल्या जागेत किंवा माझ्या

पायाखालीसुद्धा ती मावत नव्हती.

"जर तुमची हरकत नसेल, तर ती मी मागच्या खिडकीत ठेऊ का?" सुरैय्या एरोनॅतने विचारलं. मला वाटलं होतं, त्यापेक्षा तो जास्तच अदबशीर आणि बोलायला चांगला होता. मी हॅट त्याच्या हातात दिली. मी माझा गॉगल काढून एका हातात घेतला. नंतर मी वळून त्याच्याकडे तोंड करण्याचा प्रयत्न केला.

"प्लीज, तुमचा सीटबेल्ट लावा," सुलेमानने सांगितलं.

मी तसं केलं. दरवाजांच्या काचा बंद होत्या, त्यामुळे एसीचा परिणाम जाणवू लागला.

"मी ऐकतोय." मी जाहीर करून टाकलं. शांतता असली की, मी लगेच अस्वस्थ होतो.

"पहिल्यांदा मी सांगेन की, तुम्ही जे काही केलंत त्याचं मला कौतुक वाटतंय," त्याने सुरुवात केली. "मला तुमच्याबद्दल सगळी माहिती आहे. तुम्ही फेज़वीला मदत केलीत, तिचं रक्षण करण्याचा प्रयत्न केलात. अल्ला तिच्या आत्म्याला शांती देवो! तुम्ही सबीहा तेयेझला भेटण्याचा प्रयत्न केलात."

म्हणजे गेले काही दिवस बरेच जण माझ्यावर पाळत ठेवून होते असं दिसतंय. सोफियाचे गुंड एका बाजूला तर हेदेफ पक्षाचे हस्तक दुसऱ्या बाजूला. एवढं असूनही काहीच माझ्या लक्षात आलं नव्हतं. हौशी आणि व्यावसायिक यांच्यात जो सूक्ष्म फरक असतो तो हाच!

"अगदी आरामात बसा. तुम्ही ज्या गोष्टी शोधत होता, त्या सगळ्या आमच्याकडे आहेत. अगदी सुरुवातीपासून आमच्याकडेच होत्या. त्यात कसलाही धोका नव्हता. मी त्या वस्तू स्वत:च्या हाताने नष्ट केल्या आहेत."

मला सगळी माहिती ऐकायची होती. मला आश्चर्य वाटलेलं पाहून त्याने पुढे सांगायला सुरुवात केली.

"फेज़वीचे आणि माझे संबंध बऱ्याच वर्षांपूर्वी संपले होते."

आपल्या समलिंगी संबंधाविषयी, तेसुद्धा ज्या मुलाबरोबर असे संबंध होते, त्याच्या आईच्या पुढ्यात तो ज्या सहजतेने बोलत होता, त्यामुळे मी अस्वस्थ झालो. माझ्या भावना त्याला समजल्या.

"सुलेमानला सगळं माहीत आहे. तो अगदी लहान असल्यापासून एखाद्या दत्तक मुलासारखा माझ्याकडे आहे. मी त्याच्यापासून काहीही लपवत नाही."

म्हणजे आता सुलेमानकडून तो आपली लैंगिक भूक शमवत होता की काय? पदरी बाळगलेल्या पोरग्याची जागा पट्टेवाल्या अंगरक्षकाने घेतली होती का? मी सुलेमानकडे वळून पाहिलं. रस्त्यावरची नजर न काढता माझा गॅरी कूपर म्हणाला :

"*एस्तॅगफुराल्ला* सर. तुम्ही मला नेहमीच मुलासारखं वागवलंत."

बोलताना सुलेमानचा आवाज थरथरला. आवाजातील थरथर त्यांच्यातील चोरट्या लैंगिक संबंधामुळे आली होती की, सुरैय्या एरोनॅतविषयी असलेल्या आदरभावामुळे ते मला कळलं नाही.

"आभारी आहे," सुरैय्या सुलेमानला म्हणाला.

"गरज पडली तर तो माझ्यासाठी प्राणाची बाजी लावायला कमी करणार नाही," सुरैय्या एरोनॅत मला उद्देशून म्हणाला. "पण अल्लाच्या दयेने तशी वेळ अजून आमच्यावर आलेली नाही."

सबीहाला अंधत्वाबरोबर बहिरेपणसुद्धा आलं होतं, असं दिसत होतं. इतका वेळ बसली होती, तरी तिच्या तोंडातून चकार शब्द बाहेर पडला नव्हता. ती तिच्या हातातील अंगठीशी चाळा करत होती. सुरैय्याने आपला हात तिच्या हातावर ठेवला.

"तेयेझलासुद्धा सगळं ठाऊक आहे. फक्त अल्लालाच तिच्यापेक्षा जास्त माहीत असेल."

सबीहाने डोकं हलवलं आणि तिच्या डोळ्यांतून अश्रू ओघळू लागले. सुरैय्याने तिचे हात आपल्या हातात घेतले आणि हलकेच दाबले.

"दु:ख कोणाला होत नाही. दैवगती टाळता येणं शक्य नसतं." त्याचा आवाज बर्फासारखा थंडगार होता.

सबीहाने आवाजाच्या दिशेने तोंड वळवलं. त्याने तिचं मस्तक आपल्याकडे ओढून खांद्यावर ठेवलं. सबीहाने बाहीमध्ये लपवलेला रुमाल काढला आणि आपले डोळे आणि नाक पुसलं. नंतर रुमालाचं टोक दाताखाली चावत ती मूकपणे रडू लागली.

"माझे फेज़वीशी असलेले संबंध संपले होते, पण सबीहा तेयेझशी नव्हे. मी अधूनमधून तिला भेटत असे. सुटीच्या दिवशी आणि सणासुदीला मी तिला फोन करायचो. ती मला आईसारखी आहे. आमची पहिली भेट झाली तेव्हापासून ती मला मुलासारखी मानते. मी माझी सुख-दु:खं तिला सांगतो. मी तिच्याकडे सगळ्या गोष्टींची कबुली देतो. ख्रिश्चन लोक पाद्र्याकडे देतात तशी. जेव्हा मी अडचणीत असतो, काय करावं ते मला कळत नसतं किंवा माझी सद्सद्विवेकबुद्धी मला टोचत असते, तेव्हा मी सरळ सबीहाकडे जातो आणि तिला सर्व सांगतो."

तो जे सांगत होता ते कितीही हृदयस्पर्शी असलं तरी त्यात एक गोष्ट नव्हती; ती म्हणजे भावना! त्याचे शब्द मी वाचले असते तर माझा एक वेळ विश्वास बसला असता. पण त्याच्या तोंडून ऐकल्यावर विश्वास बसणं अशक्य होतं.

"याच्यापुढे ती माझ्याबरोबर माझ्या कुटुंबातील एक म्हणून राहील. एवढं ऋण तरी मला फेडायलाच हवं. तिला एवढी छोटीशी मदत करणं, हे माझं कर्तव्यच आहे."

ते नाटक फार वेळ चालू राहिलं नाही. सबीहाच्या सतत रडण्याने मी जेवढा वैतागलो होतो, तेवढाच सुरैय्या एरोनॅत!

"आता पुरे झालं!"

त्याने सबीहाचं मस्तक खांद्यावरून बाजूला ढकललं. नाटक संपलं होतं. दम भरल्यामुळे सबीहा शांत झाली. आता सबीहा जन्मभर त्याच्या घरात आणि त्याच्या नियंत्रणाखाली दिवस कसे काढेल, याचा विचार माझ्या मनात आला.

"पुढे-मागे कधीतरी या फोटोंचा मला त्रास होऊ शकेल, याची मला खूप पूर्वीपासून कल्पना होती. पण फेज़वीचा हट्ट होता. तिला जुन्या आठवणी जपून ठेवायला आवडत. ती ते फोटो नष्ट करू इच्छित नव्हती. तिच्यासाठी ते फोटो म्हणजे तिच्या आणि माझ्या आठवणी होत्या. मी काही काळ तिच्या इच्छेचा मान राखला."

आम्ही मोटारवेवरून चाललो होतो. गाडीच्या काळ्या काचांतून बाहेर काळोख दिसत होता. आतमध्ये कोण आहे, ते बाहेरून दिसलंच नसतं. खिडकीच्या काचा बहुधा बुलेटप्रूफ असाव्यात.

"नंतर फेज़वी म्हणाली की, तिने ती पत्रं आणि फोटो नष्ट केले आहेत. पण माझा त्याच्यावर विश्वास बसला नाही. मी तिच्या फ्लॅटमध्ये शोधलं. तेथे काही सापडलं नाही."

सबीहाचा चेहरा भीतीने पांढराफटक पडला.

"तिने मला जे सांगितलं होतं ते खरंच आहे, असं मला सुरुवातीला वाटत होतं. पण नंतर माझ्या कानी काही गोष्ट आल्या. मला काहीतरी करणं भाग होतं. तिने ती पत्रं आणि फोटो कुठे लपवून ठेवली आहेत, त्याची मला काहीच कल्पना नव्हती. मी विचारलं तेव्हा तिने फोटो लपवून ठेवल्याचा इन्कार केला आणि तिने ती नष्ट केलीयत असं ठासून सांगितलं."

मी मनातल्या मनात तिचं अभिनंदन केलं. ब्युज किंवा हवं तर फेज़वी म्हणा; ती त्याला खेळवण्यात चांगलीच यशस्वी झाली होती.

"फेज़वीला काही लोक त्रास देतायत हे मला माहीत होतं. पण मी ढवळाढवळ केली नाही. नंतर फेज़वीने ते फोटो कुठे लपवलेयत ते तुम्हाला सांगितलं."

हे खरं आहे. तिने मला ते क्लबमध्ये सांगितलं होतं. वरच्या मजल्यावरच्या माझ्या छोट्या ऑफिसमध्ये. पण ही गोष्ट सुरैय्या एरोनॅतला कोणी सांगितली?

"साहजिकच तुम्हाला याचं आश्चर्य वाटणार," तो म्हणाला. "कोणी सांगितलं याच्यावर विचार करून स्वत:ला त्रास करून घेऊ नका. हसनने ऐकलं होतं."

म्हणजे असं होतं तर! हे खूपच धक्कादायक होतं. हसन, माझा हसन! ते खरंही असावं. मी ब्युजशी बोलत असताना हसन खोलीमध्ये आला होता. म्हणजे ब्युज अस्वस्थ व्हायला हे कारण होतं तर!

"म्हणजे हसनसुद्धा तुमच्याबरोबर आहे म्हणायचं?" मी बेचैन होऊन विचारलं.

यावरही विश्वास ठेवणं कठीणच होतं. हसनसारख्या माणसाचे हेदेफ पक्षाशी

कोणत्या प्रकारचे संबंध असतील? तो तर आपला सगळा वेळ ट्रान्सव्हस्टाइटना आपलं ढुंगण दाखवत इकडेतिकडे करण्यात घालवत असतो. जर तो हेदेफच्या हस्तकांना सामील असेल, तर मग त्याचं सोफियाबरोबर काय चाललं होतं?

मला उत्तर मिळालं, ते एका सौम्य हास्याने. त्या एका साध्या हास्यातून जे भाव प्रकट झाले होते त्याच्यासाठी ऑस्कर द्यायला हरकत नव्हती. आपल्याला जे सांगायचंय ते एवढ्या कमीत कमी हावभावांत एवढ्या अचूकपणे दाखवण्याच्या क्षमतेचा कोणत्याही नटाला हेवा वाटला असता. त्या हास्याने मला कळलं की, हसन त्यांचा खबऱ्या होता आणि सोफियाच्या टोळीत तो त्यांचा हस्तक म्हणून काम करत होता. तसंच माझ्या क्लबमध्येसुद्धा! त्या ढुंगण हलवत फिरणाऱ्या बायक्याला चांगलीच अद्दल घडवायला हवी, अशी मी स्वत:शीच शपथ घेतली.

सुरैय्या एरोनॅतने पुन्हा माझ्या मनातलं ओळखलं.

"भलता विचार करू नका. त्याचा आणि आमचा तसा डायरेक्ट संबंध नाही. तो आमचा फक्त मित्र आहे," तो म्हणाला. "त्याला अजूनही तुमच्याकडे ठेवा. त्यात तुमचा आणि तुमच्या क्लबचाही फायदा आहे."

तुझी ही मजाल! ही मला उघड-उघड धमकी होती.

"आता आपण त्या दुर्दैवी रात्रीकडे वळू या. ती घटना आम्हालासुद्धा टीव्हीवरच्या बातमीतून कळली. मी तडक सबीहा तेयेझला भेटायला गेलो. तिला माझी गरज लागेल, हे मला ठाऊक होतं."

मी एवढा भोळासांब नव्हतो. त्याला अर्थातच फोटो आणि पत्रं हवी होती, म्हणूनच तिला भेटायला एवढ्या तातडीने तो गेला होता. पण मी काही बोललो नाही.

"तिच्यावर काही गैरप्रसंग ओढवू नये म्हणून त्यावेळेपासून मी तिला माझ्याकडे ठेवून घेतलं."

"तुम्ही त्या फ्लॅटमधून सगळं लिखित आणि छापील साहित्य झाडून नेलंत." मी स्वत:वर ताबा ठेवू शकलो नाही म्हणून मी माझं निरीक्षण नोंदवलं.

"बरोबर आहे. आम्हाला कोणतीही गोष्ट नशिबावर सोडून द्यायची नव्हती."

"तुम्ही इतकं सगळं गुपचूप कसं काय करू शकलात? ज्या शेजारणीच्या नजरेतून पॅसेजमधले मच्छरसुद्धा सुटत नाही, मग तिनं काहीच कसं ऐकलं नाही."

"तुमची शंका अगदी बरोबर आहे." तो अवघड असं गूढ हास्य करीत म्हणाला. आणखी एक ऑस्कर विजेता आविष्कार, पण या खेपेला मी त्याच्या हास्याचा अर्थ लावू शकलो नाही.

"शेजारी," मी मोठ्याने हसलो. "त्या कोर्टातल्या कारकुनाचं नाव काय?"

"बरोबर," तो म्हणाला. "बघा, तुम्हाला चांगलीच माहिती दिसतेय. गॉकबर्क बंधू खूपच उदार स्वभावाचे आहेत. त्या इमारतीच्या बाबतीत आवश्यक ती सगळी

खबरदारी त्यांनीच घेतली होती.''

"पण कशी?'' मी विचारलं. "तेथले सगळे लोक एवढे चौकस आहेत की, विचारता सोय नाही.''

"खरंय! त्याने त्यांचं लक्ष दुसरीकडे वळवण्यासाठी थोडासा गोंधळ उडवला आणि इकडे आम्ही भराभर आमचा कार्यभाग उरकून घेतला.''

मला एकदम त्याच गल्लीतील तेक्सॉय अपार्टमेंट नावाची अर्धवट जळलेली इमारत आठवली. एवढंच नव्हे तर मला तो जळकट वासही आठवला.

"आग?'' मी विचारलं.

सुरैय्या एरोनॅतने उत्तर देण्याऐवजी किंचित हसण्यात समाधान मानलं. अर्थ स्पष्ट होता. अभिनयाचा चमकदार आविष्कार दरखेपेला करण्याची गरज नसते.

आम्ही थोडा वेळ गप्प होतो. मला चालत्या गाडीत उलटं बसायला आवडत नाही. मला गाडी लागते. मला आत्ताच मळमळायला लागलं. मी ज्या पद्धतीने गाडीत बसलो होतो, ती पद्धत याला कारण होती असंच काही नाही. मला ज्या गोष्टी समजल्या होत्या त्यांचाही हातभार माझ्या पोटात ढवळण्याला लागला होता. उदाहरणार्थ बिघडलेली नाती, स्वत:च्या स्वार्थाची गणितं, हसनने पाठीत खुपसलेला खंजीर आणि त्या गोबऱ्या गालांच्या बाईच्या नवऱ्याची आणि हेदेफ पक्षाची हातमिळवणी... अशा सगळ्याच गोष्टी. मी माझं तोंड वाकडं केलं.

"तुम्हाला बरं वाटतंय ना?'' त्याने विचारलं.

"ठीक आहे,'' मी म्हणालो. "उलटं बसल्यामुळे मला थोडी गाडी लागली.''

"आरामात बसा. तुम्हाला हवं असेल, तर थोडा वेळ थांबू या. थोडा मोकळ्या हवेत श्वास घ्या. सुलेमान?''

सुलेमानने ताबडतोब गाडीचा वेग कमी केला आणि गाडी उजवीकडे घ्यायला सुरुवात केली.

"तशी गरज नाही. आता मी ठीक आहे.'' मी म्हटलं.

"तुमची मर्जी.''

"मला तुम्हाला एक गोष्ट विचारायचीय.''

"विचारा. कोणत्याही विषयावर प्रश्न विचारा. तुमची मदत करायला मला आनंद वाटेल.''

"तुम्ही सुलेमानला मला फूस लावून तुमच्याकडे आणायला का सांगितलंत?''

तो हसला. या वेळेला तो खरंच प्रामाणिकपणे हसत होता.

"त्याला फक्त तुम्हाला बरोबर घेऊन यायला सांगितलं होतं.'' सुरैय्या म्हणाला. "त्याने जर तुमच्या सौंदर्याची स्तुती केली असेल, तर ते माझ्या हुकमावरून नव्हतं.''

सुलेमान लाजला. पण त्याने तोंड उघडलं नाही.

"सुलेमान यात लाजण्याचं कारण नाही." सुरैय्या म्हणाला. "ही तरुणी खरंच सुंदर आणि आकर्षक आहे. तुला आवडली असेल, तर तसं मोकळेपणानं सांग. आपण त्यांना परत एकदा बोलावून घेऊ."

मला जास्तच मळमळायला लागलं.

"सर, तुम्ही त्रास घेऊ नका," सुलेमान अडखळत बोलला.

किती कृतघ्नपणा! त्याच्या मनात माझ्याबद्दल काहीच आलं नाही, असं त्याला म्हणायचं आहे का? अशा माणसाला मी ठोकलं, ते किती योग्य होतं. सुरैय्याने माझ्याकडे पाहिलं आणि तो हसला.

"तुम्ही त्याला चांगलेच ठोसे मारलेत. त्यामुळे त्याचा अभिमान दुखावलाय. आम्हाला असं काही होईल असं वाटलं नव्हतं."

"जर त्याला लागलं असेल तर मला माफ करा," मी खोटं बोललो. त्याला चांगलंच लागलंय हे मला माहीत होतं. "पण मला वाटतं, त्याने मला सगळी कल्पना दिली असती तर बरं झालं असतं."

"तुम्हाला सांगण्याचं काम माझं नव्हतं." सुलेमान दुखापत झालेल्या मुलासारखा रडवेल्या आवाजात म्हणाला.

"तुम्ही मला फोन तरी करायचात. नाहीतर एखादी चिठ्ठी पाठवायचीत." मी सुरैय्याला म्हटलं.

"तुमचं म्हणणं बरोबर आहे. पण तुमच्या फ्लॅटवर पाळत ठेवलेली असण्याची शक्यता होती. मी कोणताही धोका पत्करत नाही."

हे ठीक होतं. माझ्या घरावर कोणीतरी पाळत ठेवून होतं हे खरं होतं आणि अजूनही माझा फोन कोणी टॅप करतंय की नाही हे मला माहीत नव्हतं.

सबीहा रडायची थांबली. पण आपण ऐकत नाही हे दाखवण्यासाठी तिने आपला चेहरा खिडकीकडे वळवला. बाहेरच्या दृश्याकडे ती आपल्या दृष्टिहीन डोळ्यांनी बघायला लागली.

"पण माध्यमांना हे एक ना एक दिवस कळणारच आहे. तुम्ही एका जाहीर अंत्ययात्रेत भाग घेतलात. एका ट्रान्सव्हस्टाइटला आपल्या गाडीत घेतलंत. तुम्ही सबीहाला – एका ट्रान्सव्हस्टाइटच्या आईला आपल्या संरक्षणाखाली घेतलंत. म्हणजे मला असं म्हणायचंय की, तुम्ही इतके दिवस इतरांपासून जे लपवत होता ते अचानक आज जगासमोर उघडं केलंत."

"*इफेंदीम,* म्हणतात ना अति जतन त्याची अति कुथन. आम्ही आवश्यक ती सगळी काळजी घेतलीय. तुमचं म्हणणं बरोबर आहे. तरीही एके दिवशी हे सगळं बाहेर फुटण्याची शक्यता आहे. पण मी माझ्या एका लांबच्या नातेवाइकाच्या म्हाताऱ्या आणि आंधळ्या आईला आधार दिला ह्या बातमीने माझी प्रतिमा अधिक उजळून निघेल. झालंच

तर आमचा पक्ष समाजातील सर्व थरातील लोकांना सामावून घ्यायला तयार आहे हा संदेश त्यातून मिळेल. आमचा दृष्टिकोन किती लवचिक आहे, ते जनतेला दिसून येईल. चिंतेचं काहीच कारण नाही. सर्व गोष्टी आम्हाला जशा हव्या आहेत; तशाच घडतायत."

"ज्या लोकांनी मला तुमच्या गाडीत शिरताना पाहिलं त्याचं काय? मी जेव्हा गाडीतून उतरेन तेव्हाचं काय?"

हे बोलताना मी माझी एकच भुवई जेवढी उंचावता येईल तेवढी उंचावली. शिवाय माझे ओठ किंचित विलग केले. अशा आविर्भावाचा सराव मी आरशासमोर उभं राहून केला होता. त्यामुळे मला ते चांगलंच जमायचं.

"प्रत्येक कुटुंबात अशी काही माणसं सापडतात की, त्यांचे वर्तन समाजमान्य नसतं. पण त्यामुळे त्यांना बहिष्कृत करावं, असा अर्थ होत नाही. विशेषत: हल्लीच्या कठीण परिस्थितीत! आमच्या पक्षाने अशा सर्व लोकांचा स्वीकार करण्याचं ठरवलंय. आमच्या पाठीराख्यांचीसुद्धा याला तयारी आहे."

सर्व संभाव्य परिणामांचा काळजीपूर्वक अभ्यास केल्याशिवाय त्याने हे पाऊल उचललं नसतं, हे खरं होतं. त्याची प्रत्येक कृती व्यवस्थित हिशेब मांडूनच केलेली असायची. त्यात भावनेचा भाग फारच कमी असायचा.

"ब्युज... म्हणजे फेज़वीच्या खुन्यांना पकडण्याची तुमची काय योजना आहे? त्या ब्लॅकमेल –"

मी फेज़वीचं नाव काढताच सबीहा हनीमचे डोळे परत भरून आले.

"ते लोक कोण आहेत ते आम्हाला जसं माहीत आहे, तसंच ते तुम्हालाही माहीत आहे." तो म्हणाला.

"त्यांनी त्यांचे पाश सगळीकडे पसरवून ठेवलेले आहेत." मी म्हणालो.

सबीहाचे हुंदके आता ऐकू येऊ लागले. तिचा रुमाल भिजून ओला झाला होता. मला ते बघवलं नाही. मी सुलेमान आणि माझ्यामध्ये असलेला टिश्यूचा खोका तिला दिला.

"हा टिश्यूचा खोका घ्या," मी म्हणालो.

तिने मान हलवून आभार मानले आणि टिश्यू घेण्यासाठी पुढे केलेल्या हातानं चाचपडलं.

"त्यांची संपूर्ण माहिती आम्हाला बऱ्याच दिवसांपासून होती. खरं सांगायचं तर आम्ही त्यांचा एक-दोन वेळा वापरही केला होता. पण तुम्ही सांगता त्याप्रमाणे ते आता खूप मोठे झाले आहेत. त्यांची मुळं खोलवर गेली आहेत. एका फटक्यात त्यांचा नायनाट करणं, आता शक्य होणार नाही. ज्यांनी फेज़वीचा खून केला त्यांची नावं आम्ही शोधून काढली आहेत. आता यापुढे आम्ही त्यांना लक्ष्य करणार आहोत. तुम्ही काही काळजी करू नका. आम्ही आमची प्रक्रिया सुरू केली आहे."

काळजी करू नका, असं सांगताना त्याने खट्याळपणे डोळे मिचकावलेले

पाहून मी अस्वस्थ झालो.

"ते ठीक असलं तरी माझं काय? ते माझ्यापाठी लागलेयत ते तुम्हाला ठाऊक आहेच. माझ्या फ्लॅटवर त्यांनी पाळत ठेवली आहे. ते माझ्या गळ्यापर्यंत आले आहेत."

माझ्या डोळ्यांत त्याने रोखून पाहिलं. थोड्या वेळाने त्याने सांगितलं.

"सोफिया हनीम अंत्ययात्रेला आली होती. तेव्हा तिला पुरेसा इशारा देण्यात आला आहे. मला वाटतं आम्ही तिला पटवलंय. अशा लोकांबरोबर बोलताना एक गोष्ट पक्की ध्यानात ठेवावी लागते. ती म्हणजे कोणीही कायमचा एका बाजूला कधीच नसतो. पकड घट्ट असणं खूप महत्त्वाचं असतं. डोळ्याच्या बदल्यात डोळा, दाताच्या बदल्यात दात हाच न्याय. आमचे सगळे पत्ते खेळून झाले आहेत. पुढची पाळी त्यांची आहे. या जगात काही अलिखित नियम असले तरी येथे दया-मायेला स्थान नसतं. तुम्हाला एक गोष्ट सांगायला हवी, तुम्ही दिलेल्या कॅसेटने प्रचंड गुंतागुंत निर्माण झालीय."

"काय म्हणता?" मी विचारलं. "टेपचा पुरावा म्हणून वापर करता येत नाही. मला वाटतं अपिलात कोर्टाने हा मुद्दा स्पष्ट केलाय."

तो हसत म्हणाला, "कोर्टाने असा निर्णय दिलाय, हे खरं असलं तरी कंड्या पिकवायला पुराव्याची गरज नसते."

मला माझी बाजू स्पष्ट करावी वाटली. "पण तुम्हाला तर माहीतच आहे, ही सगळी करामत त्या पत्रकार बाईची आहे."

"आयसी विदींली हनीम..." मी पत्रकार बाई म्हटलं त्याची त्याने दुरुस्ती केली.

मला जे तिचं नाव आठवत नव्हतं, ते 'आयसी'सारखं अगदी नेहमी आढळणारे नाव होतं. त्यात ते माझ्या आवडत्या नावांपैकी एक होतं.

"तिने तिची मुलाखत वर्तमानपत्रांनासुद्धा दिली होती.

"ते ती कधीच प्रसिद्ध करणार नाहीत."

त्याने हे एवढ्या अधिकारवाणीने सांगितलं की, त्यावर दुसरं काही म्हणणं अशक्यच होतं.

"मी विचारल्याबद्दल मला माफ करा. पण असं असेल, तर अडचण काय आहे?"

"बऱ्याच फालतू मंडळींना या कॅसेटचा आता पत्ता लागलाय."

"आणि त्यांना त्याचा फक्त लोभ सुटलाय एवढंच आहे ना?" मी त्यांचा प्रतिवाद करण्यासाठी म्हणालो.

त्याने माझ्याकडे हसून पाहिलं. "बरोबर. लोभ सात महत्पापांपैकी एक. पण आम्ही त्यांची योग्य वेळी दखल घेऊ."

तो शांत होता. त्याचा आत्मविश्वास जरासुद्धा ढळला नव्हता. आयसी आणि

तिचा पुत्त्या अहमेत यांच्यासाठी त्याच्याकडे काय योजना असावी, ते मला कळलं नाही. माझ्या उत्सुकतेपोटी मी त्याला विचारणार होतो, अशातला भाग नव्हता. जेवढी कमी माहिती असेल, तेवढं मला बरंच होतं.

"ठीक आहे," मी म्हणालो.

आम्ही दोघंही गप्प बसलो. सुलेमान आणि सबीहाच्या जिभा त्यांच्या टाळूला चिकटून बसल्या असाव्यात. मी वळून पुढे बघायला लागलो. जर गाडीतील एसी नीट नसता तर माझ्या पोटात ढवळणाऱ्या गोष्टी केव्हाच बाहेर आल्या असत्या.

"तुम्हाला कुठे सोडू?" त्याने विचारलं.

मला माझ्या घरापर्यंत सोडावं असं साहजिकच वाटत होतं. मला त्या प्रश्नाचा थोडा राग आला, पण मी दाखवलं नाही.

"जो पहिला टॅक्सी स्टँड दिसेल तेथपर्यंत सोडलंत तरी चालेल."

सुलेमानला रस्ता दाखवायची गरज नव्हती.पुढचा एक्झीट घेऊन त्याने एसेनलेरचा रस्ता पकडला. आम्ही बस टर्मिनसच्या जवळ आलो. तिथे उतरण्याची माझी मुळीच इच्छा नव्हती.

"मला बस टर्मिनसला उतरायचं नाही," मी म्हणालो. कदाचित जरा रागानेच असेल.

आम्ही दाऊदपाशावरून पुढे निघालो. पोस्ट ऑफिसकडे जाणाऱ्या रस्त्यावर टॅक्सी स्टँड होता. आम्ही पहिल्या टॅक्सीजवळ गेलो आणि थांबलो.

"तुम्ही आमच्याबरोबर आलात त्याबद्दल आभारी आहे. तुम्ही जे केलंत ते आम्ही विसरणार नाही." तो म्हणाला.

खिडकीतून बाहेर आलेल्या हाताशी मी हस्तांदोलन केलं.

"आणि या प्रकरणात तुम्ही यापुढे भाग घेतला नाहीतर आम्हाला जास्त आवडेल," तो पुढे म्हणाला.

ते शेवटचं वाक्य त्यानं थरकाप उडवणाऱ्या आवाजात म्हटलं. माझा हात अजून त्याच्या हातात होता. तो माझ्या डोळ्यांत रोखून बघत होता. ह्या माणसाबरोबर आपलं कधीच जमणार नाही, असं मला का वाटत होतं ते मला आता कळलं. त्याचे काळेभोर डोळे भयंकर होते.

मी सबीहा हनीमचं पुन्हा एकदा सांत्वन केलं. तिने यांत्रिकपणे तिचा हात पुढे केला. मी तिच्या हाताचं चुंबन घेतलं. सुरैय्या एरोनॅतने माझी हॅट माझ्या हातात दिली. त्याची लायकी नसतानाही मी त्याला शुभेच्छा दिल्या आणि गाडीतून बाहेर पडलो.

मी गाडीतून बाहेर पडताक्षणी त्यांनी गाडी चालू केली. ती मौल्यवान हॅट हातात घेऊन मी टोपकापी औद्योगिक विभागाच्या मध्यावर उभा होतो.

मला टॅक्सी करायची संधी मिळायच्या आतच एक टोयोटा करोला माझ्या बाजूला येऊन उभी राहिली.

बत्तीस

पाठच्या खिडकीतून सोफिया ओरडली, "चटकन आत ये." विचार न करता मी गाडीत शिरलो आणि आम्ही निघालो.

"तू माझ्या मागावर होतीस का?"

"उगाच खुळ्यासारखं बोलू नकोस. आपण इथे भेटलो आहोत, तो काही योगायोग नव्हे."

गाडी एक उद्धट दिसणारा माणूस चालवत होता. त्याला मी पूर्वी कधीही पाहिलं नव्हतं. हसन त्याच्या शेजारी पुढच्या सीटवर बसला होता. पण तो एक शब्दही बोलत नव्हता. जर सोफियाने तशी परवानगी दिली असती, तर त्याने नक्कीच मला अभिवादन केलं असतं यात शंका नव्हती.

"हे बघ," सोफिया म्हणाली. "तुला कल्पना येणार नाही एवढ्या गोष्टी आता हाताबाहेर गेल्या आहेत. मला तुझी मदत हवीय."

"मी टेप तर तुम्हाला केव्हाच दिलीय."

"माझ्यापासून सुरुवात करू नकोस. तू आताच त्या सुरैय्या एरोनॅतच्या गाडीतून उतरला आहेस. त्याने तुला जे सांगितलं ते मला जसंच्या तसं सांग. तुझ्या डोक्यात ते अजून ताजं आहे. तू त्यातला एकही शब्द विसरला नाहीस, तोपर्यंत तुला शब्दन्‌शब्द आठवेल, अन्यथा ते लोक माझ्यावर विश्वास ठेवणार नाहीत."

सोफिया हे सगळं एका दमात म्हणाली.

"अगदी सावकाश बोल. एका वेळेला एक शब्द. नाहीतर ते सगळं माझ्या डोक्यावरून जाईल."

ब्लॅकमेल माफियाचे हातपाय सर्वत्र पसरलेले होते. सोफिया कदाचित फेरूह आणि अगदी साहित्यिक जगतातील उभरता तारा रफिक अल्तीन हे सर्व माफियांच्या जाळ्यात अडकले होते. माझंही नाव त्यांच्या यादीत असणार होतं.

सुरैय्या एरोनॅतचे हात-पायसुद्धा सर्वदूर पसरले होते.

मी या प्रकरणातून संपूर्ण माघार घ्यावी, अशी सुरैय्याची अपेक्षा होती.

"त्याने मला आग्रहाचं आमंत्रण दिलं होतं. त्यामुळे मला त्याच्याबरोबर जाणं भाग होतं." मी म्हणालो.

"जाणं भाग होतं म्हणजे?" सोफियाने विचारलं.

मला वाटलं होतं ती पुढे बोलेल. पण ती काही बोलली नाही.

"म्हणजेचा अर्थ काय? त्या माणसाने मला धमकी दिली. मी जास्त लुडबूड केली, तर त्याला स्वत: हस्तक्षेप करावा लागेल, असा त्याच्या म्हणण्याचा गर्भित अर्थ होता."

बडबड्या हसनला राहावलं नाही. तो बरळलाच, "ते पुढे काय करणार आहेत ते त्यांनी सांगितलं नाही का?"

"मूर्ख! तुम्ही दोघंही. ते काय करणार आहेत, ते मला सांगितलं असं तुम्हाला वाटलं की काय? त्याने त्याच्या योजनेतलं मला काहीही कळू दिलं नाही."

थोडा वेळ शांततेत गेला.

"आता तुला माझ्याबरोबर यावं लागेल," सोफिया म्हणाली. "तुला एका गोष्टीचा खुलासा करावा लागणार आहे."

"खुलासा? कोणासमोर" मी विचारलं.

"तुझा मित्र मेहमेत सेबिल. तो माझं ऐकूनच घेत नाहीये. तो म्हणतो की, तुझा माझ्यावर विश्वास नाही म्हणून तू मला काही सांगत नाहीस."

मला हे पचायला कठीण गेलं. मेहमेत सेबिल एक उद्योगपती होता. मी त्याला गेली कित्येक वर्षे ओळखत होतो. पूर्व युरोपातील देशांबरोबर त्याचा व्यवसाय चालत असे. अधूनमधून त्याच्या पाहुण्यांच्या वेगळ्या प्रकारच्या मागण्या पुऱ्या करण्यासाठी तो माझी मदत घेत असे. म्हणजे त्याला हव्या असलेल्या मुली मी पुरवत असे. त्यात सर्वांचा फायदा होई. मी जरी त्याला बरीच वर्षे ओळखत होतो, तरी बहुतेक वेळा आम्ही फोनवरच बोलत असू.

"म्हणजे तो या सर्वांचा प्रमुख आहे तर!"

"नाही. मी त्याच्या हाताखाली आहे. अंतिम बॉस कोण आहे, हे त्यालाही माहीत नसेल. अशी कोणी व्यक्ती अस्तित्वात आहे की नाही, याची मलाच शंका आहे. हे इतकं गुंतागुंतीचं आहे म्हणून सांगू."

"तू त्याला माझा मित्र कशावरून म्हणतेस?" मी प्रश्न केला. "मी त्याला प्रत्यक्षात क्वचितच भेटलो असेन."

"मला कसं कळणार? तू त्याला मुली पुरवतोस असं त्यानेच मला सांगितलं."

"काय? तो मला भडवा म्हणाला?"

यावर सोफिया खिदळली. "खरंच! तू त्याला तुझा मित्र म्हणवतोस, तू त्याला

तुझी सेवा पुरवतोस. हे बघ राजा. सगळे जण तुझ्यासारखे साधे-सरळ नाहीत. हे जग अगदी स्वार्थी आहे. यातून तुला काहीतरी शिकलं पाहिजे.''

सोफियाला आपल्या अस्वस्थ मन:स्थितीवर काबू मिळवायला फार वेळ लागला नाही. तिचा ताठा आणि फटकळपणा परत आला.

''मी त्याला काय सांगायला हवंय?''

''सुरैय्या एरोनॅतचं आणि तुझं जे बोलणं झालं असेल ते. पहिल्यांदा मी सांगेन, मग तूही तेच सांग. अशा रीतीने आपण एकमेकांना सावरून घेऊ. गरज पडली, तर ह्या नाच्यालासुद्धा मध्ये घेता येईल.''

हा नाच्या म्हणजे हसनशिवाय दुसरं कोणी नव्हतं.

''यापेक्षा आपण सरळ का सांगून टाकत नाही? आपण इतके दिवस जी थापाथापी केलीय तेच पुन्हा शपथ घेऊन सांगू.''

''तसं करणं बरोबर होणार नाही.'' सोफिया स्वत:ला बाजूला करत म्हणाली. ''ही आपल्या दोघांनाही सुवर्णसंधी आहे. त्यांच्या तावडीतून सुटण्याचीही एकच संधी आपल्याला मिळालीय. मी काय बोलतेय ते तुला समजतंय ना?''

''*अयोल!* यात न समजण्यासारखं काय आहे?''

''तुझा चेहरा कोरा करकरीत दिसतोय म्हणून विचारलं.''

''मी विचार करतोय.''

तिने माझ्याकडे तिरस्काराने पाहिलं. पण डोळ्यांच्या ऐवजी तिने ओठांची अशी हालचाल केली की, तिच्या भावना माझ्यापर्यंत पोहोचल्या. हे बघून मेरील स्ट्रीपचा जळफळाट झाला असता.

''आणि जर मी तुझ्याबरोबर आलो नाहीतर?'' मी विचारलं.

''मस्करी करू नकोस. हा चर्चेचा विषय नाही. जरा भानावर ये. हौशी गुप्तहेरगिरी करण्याचे तुझे दिवस संपलेले आहेत. आता तुझ्या जिवाचा प्रश्न आहे. जर तुला तुझा जीव हवा असेल, तर कामाला लाग. कळलं ना?''

दरम्यान, मेर्तेर, बर्कुकॉय आणि अताकॉय हे विभाग पार करून इ-५ या मोटारवेला आम्ही लागलो होतो. आम्ही इकीतेल्लीमधून बाहेर पडलो होतो. या विभागांची गणना मी इस्तंबूलमध्ये करत नसल्याने मी ज्या-ज्या वेळेला इथून जातो त्या प्रत्येक वेळी मला धक्का बसतो. मी मागच्या वेळी आलो होतो, त्यापेक्षा इथली आकाशरेषा संपूर्ण बदलली होती. मी या विभागातून इतक्या कमी वेळा जात असे की, माझ्या दोन भेटींत काही वर्षं निघून गेलेली असायची. हे परिसरात झालेल्या बदलामुळे माझ्या लक्षात यायचं.

शहराच्या मध्यवर्ती भागातले जे प्रचंड जाहिरात फलक एक-एक करून बाहेर घालवले होते ते आता थोडे थोडे सरकत पुन्हा मध्यवर्ती भागात आले होते. आम्ही

गाडी बाजूच्या रस्त्यावर घेतली. नंतर लागलेला प्रत्येक लहान रस्ता पहिल्या रस्त्यापेक्षा जास्तच वाईट होता.

एकदा शानदार उत्तुंग इमारती मागे टाकल्यावर अस्ताव्यस्तपणा वाढत गेला होता. मोठमोठ्या कंपन्यांच्या अत्याधुनिक मुख्यालयांच्या इमारतींच्या शेजारी मालाची गुदामं, दुरुस्तीचे कारखाने, बांधकाम साहित्याची दुकानं होती. पुढे-पुढे इमारती विरळ होत गेल्या होत्या. आणीबाणीचा प्रसंग उद्‌भवल्यास चटकन बाहेर पडणं अशक्य होतं. आपल्याच पायांनी कत्तलखान्यात जाणाऱ्या कोकरासारखी माझी स्थिती झाली होती.

सोफिया आणि हसन मला वाचवू शकतील, यावरचा माझा विश्वास हळूहळू ढळू लागला.

"आपण पोहोचलो!"

चारी बाजूंनी उंच भिंती असलेल्या जागी आम्ही जाऊन पोहोचलो होतो. आतमध्ये प्रवेश करण्यासाठी सरकता लोखंडी दरवाजा होता. आमची गाडी जवळ येताच दरवाजा आपोआप उघडला गेला. आतल्या रस्त्यावर खडी पसरलेली होती. अशा खडीच्या रस्त्यांवरून चालायला मला आवडत नाही. विशेषत: आजच्यासारखे शूज घातलेले असताना मला ते जमलंच नसतं.

आम्ही एका दुमजली इमारतीसमोर गाडी लावली. त्या इमारतीत किंवा तिच्या आसपास जिवंतपणाचं कसलंही लक्षण दिसत नव्हतं.

हसन गाडीतून बाहेर पडणार तोच सोफियाने फटकारलं, "इथेच थांब! आम्हाला गरज लागली, तर तुला बोलवू. आम्हाला तू याच्यात उगाच गुंतायला नको आहेस." तिच्यात अजूनही अंशमात्र का होईना दयाळूपण शिल्लक होता.

तीन पायऱ्या चढून आम्ही इमारतीत शिरलो. सोफिया करारीपणे सर्वांच्या पुढे ताडताड चालत होती.

कृत्रिम ग्रॅनाइटच्या फरशीवरील आमच्या पावलांचा आवाज रिकाम्या जागेत घुमत होता. प्रत्येक पावलागणिक मला एखाद्या भुताटकीच्या घरात प्रवेश करीत असल्याप्रमाणं भास होत होता.

"आपण इकडे एकटेच आहोत की काय?" मी विचारलं. प्रतिध्वनी येईल, या भीतीने मी आवाज हळू केला. माझा प्रश्न ऐकलाय हे दाखवण्यासाठी वळण्याचीसुद्धा तसदी सोफियाने घेतली नाही.

दोन मोठे दरवाजे आमच्यासमोर धाडकन उघडले गेले आणि आतून एक गोलमटोल, चश्मिस जाड्या माणूस बाहेर आला. तो आमच्या दिशेने येत होता. मला जे आठवत होतं, त्याप्रमाणे तो मेहमेत सेबिलसारखा मुळीच दिसत नव्हता. आमच्या मागच्या भेटीनंतर त्याच्यात बदल झाले असले, तरी तो एवढा बदलणं

शक्यच नव्हतं.

नेहमीचा औपचारिकपणा गुंडाळून ठेवून तो एका बाजूला झाला आणि म्हणाला, "आत जा, साहेब वाट बघताहेत." त्या जाड्याचे चंचल आणि मिश्कील डोळे त्याच्या गंभीर चेहऱ्याशी विसंगत वाटत होते.

आम्ही ज्या खोलीत शिरलो तिची सजावट एखाद्या एक्झिक्युटिव्हच्या ऑफिससारखी होती. दिमाखदार फर्निचर मांडून ठेवलं होतं. ती खोली एका कोपऱ्यातील असल्यामुळे तेथून हिरवागार बगिचा, तसेच आम्ही जेथून आत शिरलो ते दगडी पटांगण दोन्ही व्यवस्थित दिसत होतं. दुसऱ्या शब्दांत आमच्या प्रत्येक पावलागणिक आमचं निरीक्षण चालू होतं. बैठकांसाठी राखून ठेवलेल्या एका कोपऱ्यातील खुर्चीवर माझा मित्र मेहमेत सेबिल आणि आणखी एक इसम बसला होता. मी त्याला ओळखलं नाही. त्या दोघांपासून तणाव उत्सर्जित होत होता. मी कोण आहे, ते कळल्याचं कोणतंही चिन्ह माझ्या मित्राने दाखवलं नाही. उठून उभं राहणं सोडाच, त्याने मला साधं अभिवादनही केलं नाही.

तो जाड्या आमच्यापाठोपाठ खोलीत आला आणि एका कोपऱ्यातल्या साध्या खुर्चीत अवघडून बसला. तो ज्या प्रकारे बसला होता, त्यावरून त्याची लायकी दिसत होती.

ज्या माणसाला मी ओळखत नव्हतो, त्याचा आवाज यांत्रिक होता.

"खाली बसा, प्लीज!"

त्याने 'प्लीज' हा जो शब्द वापरला तो विनंती करताना किंवा अगत्य दाखवण्यासाठी ज्या 'प्लीज' या शब्दाचा वापर करतात त्याहून वेगळा होता. त्याच्या आविर्भावावरून त्या खोलीत हजर असलेल्यांमध्ये तो बॉस आहे, हे स्पष्ट दिसत होतं. त्याची सर्वांनी दखल घेतली आहे, याची त्याने खातरी करून घेतली. कदाचित मेहमेत सेबिल या माझ्या जुन्या मित्राने मला ओळख न दाखवण्याचं तेही एक कारण असेल.

"*मरहबा,* मेहमेत *बे*. खूप दिवसांपासून तुम्हाला भेटायची इच्छा होती", मी त्याच्या दिशेने जात म्हणालो आणि हस्तांदोलनासाठी मी माझा हात पुढे केला.

"खरंच..." तो पुटपुटला आणि त्याने हात मिळवला.

मी त्या दुसऱ्या इसमाकडे वळून म्हणालो :

"आपण कधी पूर्वी भेटल्याचं मला आठवत नाही, *मरहबा.*"

"मी तुम्हाला चांगला ओळखतो," तो माझ्याकडे रागाने बघत म्हणाला. माझा हात हवेतल्या हवेतच राहिला.

माझ्या प्रत्येक हालचालींवर सोफियाचं लक्ष होतं. तिने माझ्याकडे पाहिलं. त्याचा अर्थ आता खाली बस असा होता.

"मी सुरैय्या एरोनॅतशी सगळं बोलले," तिने सुरुवात केली. तिला असं

सुचवायचं होतं की, ही तिचीच कल्पना होती आणि त्याचे श्रेय तिचं होतं.

सुरैय्या एरोनॅतने आमच्या सोफियाला उघड-उघड धमकावलं होतं. तिच्यात सुधारणा झाली नाहीतर तिला त्याचे परिणाम भोगावे लागणार होते. माझ्याकडे बोट दाखवून ती म्हणाली, ''ही त्याला साक्षीदार आहे.''

मी मूर्खासारखी मान डोलावली.

''म्हणजे?'' तो समाजकंटक इसम स्वत:शीच हसत म्हणाला.

''माझ्यापेक्षा तुम्हालाच चांगलं ठाऊक आहे सर. मी फक्त मला जे सांगितलंय तोच निरोप तुमच्यापर्यंत पोहोचवतेय. हकनाक निरोप्याला मारू नका,'' सोफिया म्हणाली.

''आम्ही काहीच करू नये असं तुम्ही सुचवत आहात का? अशा रीतीने कामं होत नसतात.''

''दोन व्यक्तींचा मृत्यू झालाय,'' मी मधेच म्हणालो. ''हे पुरेसं नाही का? त्यात एक व्यक्ती तर अगदीच निर्दोष होती.''

त्याने आपण ऐकलंच नाही असं नाटक केलं. जणू काही मी अस्तित्वातच नव्हतो. मी अदृश्य होतो. माझं बोलणं त्याला ऐकू येत नव्हतं. त्याने कपाळाला आठ्या घालून शून्यात पाहिलं. मला वाटलं, हा त्याचा विचार करताना घ्यायचा पवित्रा असावा. आम्ही सगळे त्याच्याकडे पाहत होतो. मला हुडहुडी भरली.

''खरं बघायला गेलं तर ब्युजचासुद्धा काहीएक दोष नव्हता,'' मी म्हणालो. माझा आवाज पुटपुटल्याइतका बारीक कसा झाला, ते माझं मलाच कळलं नाही. पुन्हा माझं म्हणणं कोणीच ऐकलं नव्हतं.

''माझी खातरी आहे. तुम्हीच तिला मारलंत.'' हे शब्द माझ्याकडून खरंच उच्चारले गेले की, तो माझ्या मनात आलेला फक्त विचार होता, ते मला कळलं नाही. त्या माणसाने ज्या थंड नजरेने माझ्याकडे पाहिलं त्यावरून माझा पहिला अंदाज खरा असावा, हे सूचित होत होतं.

सोफिया माझ्याकडे काळजीने बघत होती. ओठ वाकडे करून आणि डोळे बारीक करून ती मला गप्प बसायला खुणवत होती. खोलीतील हवा बऱ्यापैकी उबदार असूनही माझी हुडहुडी वाढतच होती.

मी मेहमेत सेबिलकडे एक नजर टाकली. त्याने माझ्याकडे जे पाहिलं ते सोफियाच्या पाहण्याचं पुल्लिंगी रूप होतं.

त्यांना जसं मी वागायला हवं होतं तसं मी केलं. म्हणजे मी गप्प बसलो. त्या भीतिदायक वातावरणाचा शेवटी माझ्यावर पगडा बसलाच.

तो गूढ इसम अजूनही शून्यात दृष्टी लावून बसला होता. बहुतेक खोल विचारात गढला असावा. मी मेहमेत सेबिलसाठी ज्या मुली पाठवल्या होत्या

त्यांचाही ब्लॅकमेलसाठी वापर केला गेला असेल का? ते कसं कळणार? नशिबाने त्यातील बहुतेक मुलींना ते माहीत नसावं. 'अज्ञानात सुख म्हणतात ते असं.' तसं असतं, तर माझ्या कानावर काहीतरी आलं असतंच. पुढच्या खेपेला मी कोणालाही न पाठवण्याचा निर्णय घेतला.

त्याची विचार प्रक्रिया संपली आणि त्याने तोंड उघडलं.

"तुम्ही आम्हाला जे सांगितलं आहे, त्यावर आम्ही विचार करू."

जेव्हा सोफिया उठून उभी राहिली तेव्हा मला कळलं की, हा आम्हाला जाण्याचा इशारा आहे आणि मीही उठून उभा राहिलो.

"आणि लक्षात ठेवा, यापुढे तुमचं प्रत्येक पाऊल नीट विचार करून टाका. प्रत्येक गोष्टीत नाक खुपसायची सवय सोडा. यावेळेला तुम्हाला सोडून दिलंय. पण एक लक्षात ठेवा. दिवसेंदिवस तुमचा घडा भरत चाललाय. तुम्ही कोणाच्या बाजूने आहात ते एकदा ठरवा. गरज लागली, तर आम्ही तुम्हाला बोलावून घेऊ."

आजच्या दिवसात एकूण दोन वेळा मला 'यात तुम्ही पडू नका' असं फर्मावण्यात आलं. पहिल्यांदा सुरैय्या एरोनॅतने शक्य तितक्या सभ्य भाषेत सांगितलं आणि आता हा बैल मला उघड-उघड धमकी देत होता.

"सोफिया तुम्हाला काय ते सांगेल." तो म्हणाला.

हस्तांदोलन करायचं नाही हे मी शिकलो होतो, त्याप्रमाणे मी मेहमेत सेबिलकडे दुर्लक्ष केलं. सोफिया दरवाजाकडे गेली. मी मुकाट्याने तिच्या मागे गेलो.

तो मिश्कील डोळ्यांचा माणूस आमच्यासाठी दरवाजा उघडण्यास उठणार तेवढ्यात मागून त्या समाजविघातक यजमानाचा वरच्या पट्टीतला आवाज आला :

"गाडीत कोण बसलंय?"

आम्ही जागच्या जागी गोठलो. त्याने हसनला पाहिलं असावं.

"तुम्ही त्याला बरोबर का आणलंत?"

"आम्ही अंत्ययात्रेतून सरळ इकडे आलो. तो विश्वासू आहे साहेब." सोफिया म्हणाली.

शांतता.

"पुन्हा असं करू नका."

घाबरून पोपट झालेली, अंग चोरून थरथर कापत उभी असलेली सोफिया कशी दिसते, हे चित्र आठवून एक दिवस मी हसायचं ठरवलं. पण त्या क्षणी मी हसलो नाही.

आम्ही बाहेर पडताक्षणी मी विचारलं, "तो बैल कोण होता?"

"शू ऽऽऽ," सोफियाने मला गप्प केलं.

आम्ही गाडीत बसेपर्यंत काहीही बोललो नाही.

तेहतीस

मी घरी जाईपर्यंत अगदी मरगळून गेलो होतो. गाडीत बसल्यावर सोफिया बोलायला लागल्यावर मी माझे कान बंद करून घ्यायचं ठरवलं. मला तिच्यापासून लांब पळून जावंसं वाटत होतं. तिच्या तावडीत पुन्हा सापडणार नाही इतकं लांब. पूर्णत: अगदी नवं नाव धारण करून शांग्रीला किंवा पनामासारख्या दुरच्या देशात जाऊन राहावंसं वाटत होतं.

आज मला दोन भिन्न व्यक्तींकडून एक सूचना मिळाली होती. झालं गेलं ते विसरून जा आणि यापुढे कसल्याही भानगडीत पडू नको. या सूचनेचं पालन करणं हाच सर्वोत्तम उपाय होता. नाहीतरी ब्युजच्या खुनाचं रहस्य मी सोडवलंच होतं आणि ते पुरेसं होतं.

सति हनीमची साफसफाई अजून जोरात चालू होती.

"सुस्वागतम, *बे इफेंदीम,*" तिने स्वागत केलं.

मी कोणाचे फोन आले होते का, ते विचारलं.

"साहेब, मी एकही फोन घेतला नाही. जे आले होते त्यांनी निरोप ठेवले असतील, तर ते तुम्हाला मशीनवर ऐकता येतील," ती म्हणाली.

मला घाम येऊ लागला. माझ्या ड्रेसवर घामाचे डाग पडण्याआधी मी तो उतरवला. थंडगार शॉवरने बरं वाटलं असतं. शरीर आणि मन दोन्ही स्वच्छ झालं असतं. पण पहिल्यांदा टेलिफोनचे निरोप ऐकायला हवेत.

पहिला फोन हसनचा होता. तो म्हणत होता की, मी जर अंत्ययात्रेला गेलो नसेन, तर आपण बरोबर जाऊ. याला एकदा समज द्यायला हवीय. त्याचा धीटपणा वाढत चाललाय. तो सरळ माझ्या नजरेला नजर भिडवायला लागलाय म्हणजे काय राहिलं? तो खूपच अपरिपक्व होता. तो अगदीच वाईट होता असं म्हणता आलं नसतं, पण त्याला ज्यात त्यात नाक खुपसायची सवय होती. तो उथळ आणि नवखा होता. शिवाय तो स्वत:ला 'गे' म्हणवत असे. त्याला त्याची जागा दाखवून देणं कठीण होतं आणि त्याच्या ढुंगणाचं प्रदर्शन करीत मुरडत उड्या मारण्याला काय

म्हणायचं? त्याचा विचार मनात येताच संतापाने माझ्या अंगाचा तीळपापड झाला.

अलीने एकामागोमाग एक असे दोन निरोप ठेवले होते. पहिल्या निरोपात त्याने कुरिअरकडून इन्व्हलप मिळाल्याची पोहोच दिली होती. त्याने अजून ते पाहिलं नसल्याने त्याला जॉन प्रुटचं दर्शन झालं नव्हतं. दुसऱ्या निरोपात 'विश ॲन्ड फायर'ने आम्ही सुचवलेल्या योजनेत रस असल्याचं आम्हाला कळवलं आहे, अशी बातमी दिली होती. नेहमीप्रमाणे पैसे मिळण्याची शक्यता दिसली की, त्याला आनंदाचं भरतं येई आणि त्याच्या मनात मोर नाचू लागत. ते त्याच्या आवाजावरून कळत होतं.

पुढच्या निरोपात पूर्णत: शांतता होती. त्यानंतरचा निरोप एका पुरुषाच्या आवाजातला होता. तो काय बोलतोय ते नीट कळणं अशक्य होतं. तो एखाद्या गडबड-गर्दीच्या जागी त्याच्या सेलफोनवरून बोलत असावा. शिवाय सिग्नलही कमकुवत असावा. तो माझा चाहता असावा, असं मला वाटलं. मला त्याचा आवाज ओळखता आला नाही. पण जे काही दोन-चार शब्द कळले, त्यावरून तो माझ्यावर खूप फिदा असावा असं दिसलं.

नंतर केनानचा फोन आला होता. तो म्हणाला की, तो निरोप ठेवण्याचा प्रयत्न करतोय, पण खूप आवाज असल्याने नीट ऐकू येत नाही. या खेपेला त्याचा निरोप स्पष्ट आणि खणखणीत होता. त्याला मी हवा होतो आणि त्याने ते अगदी कलात्मकरीत्या सांगितलं होतं. तो काय म्हणाला, हे सति हनीमने ऐकलं असतं तर ती टोमॅटोसारखी लाल झाली असती.

शेवटचा निरोप अबोल माणसाचा होता. मी गेल्यानंतरचे संपूर्ण दोन तास फोन वाजत असला पाहिजे.

"सति हनीम, ते स्वयंपाकघरात ठेवलेलं कलिंगड कापशील का? मी शॉवर घेऊन येतो. तोपर्यंत तीन-चार फोडी फ्रीजरमध्ये ठेवून दे. म्हणजे मी बाहेर येईपर्यंत त्या चांगल्या थंड होतील." सूचना देऊन मी बाथरूमच्या दिशेने गेलो.

कलिंगड तयार होतं. सति हनीम तिची नेहमीची युक्ती करून मला फसवायला बघत होती. मी जेव्हा घरी असतो, तेव्हा ती कामाचा भरपूर पसारा मांडून ठेवते आणि एरवी ज्याला हात लावला नसता अशा गोष्टी घासूनपुसून चकाचक करत बसते. मी काही अतिचोखंदळ आहे अशातला भाग नाही, पण घर किमान स्वच्छ असणं, हा माझा हक्क आहे. मला संशय आहे की, माझ्या गैरहजेरीत ती फक्त चार-दोन शर्टांना इस्त्री करून साफसफाई न करताच पळत असली पाहिजे.

साचलेल्या मासिकांचा ढीग आणि इकडे-तिकडे पडलेल्या सीडी लावून ठेवणं, कॉम्प्युटरचे कॉर्ड आणि केबलचा गुंता सोडवणं, या कामात मला तिच्या मदतीची खरी गरज असायची आणि शिवाय की बोर्ड पुसणं. माझ्या मनात जे होतं

ते मी तिला सांगितलं. मी 'केबल' असा शब्द तोंडातून काढताच तिने अडवलं.

"मला त्या विजेच्या धक्क्याची भीती वाटते बाई..." ती म्हणाली, "अशा या उन्हाळ्याच्या दिवसात मी विजेचा धक्का बसून मेले तर!"

म्हणजे हिवाळ्यात विजेचा धक्का बसता तर गुदगुल्या होणार होत्या?

"काही काळजी करू नकोस," मी तिला दिलासा दिला. "आपण बटण बंद करून सगळ्या केबल काढू. मला फक्त तू केबल सरळ करून दे. पुढचं मी बघेन."

"ठीक आहे," ती एकदाची कबूल झाली. "तुम्हाला चालणार असेल तर मी सगळ्या वायरी जोडून देईन. मी या सगळ्या वायरींची छानपैकी वेणी घालून देऊ का तुम्हाला?"

नको. कॉम्प्युटरच्या केबलची वेणी घालून मला बघायची नव्हती.

"पहिल्यांदा साफ तर कर. मग बघू."

माझ्या ऑफिसच्या खोलीत गेल्याबरोबर तिने मला हाक मारली, "इकडे या. मला सगळ्या वायरी काढून द्या. मग मी साफ करीन."

तुम्हाला असं वाटलं असेल की, या बाईने व्हॅक्युम क्लीनर, इस्त्री किंवा फूड प्रोसेसर कधीच पाहिला नसेल. तिने सांगितलं तसं मी केलं. ती वायर्स, केबल आणि कॉर्डसचा मोठा गुंता सोडवायला म्हणून डेस्कखाली घुसली आणि अदृश्य झाली. तिने कीबोर्डची वायर काढली. मी तिला कीबोर्ड किंचित ओल्या फडक्याने फारसं पाणी न घालता एखादा थेंब डिटर्जंट टाकून पुसायला सांगितले.

मी मासिकांचा गठ्ठा प्रतवारी करीत लावायला सुरुवात केली. प्रतवारी करताना ती थोडी चाळत आणि वाचतही होतो. म्हणजे मासिकं लावून होईपर्यंत तिचं काम आटपेल आणि ती जाईल. ती जास्त वेळ थांबत नसे. ती चार वाजता जायची आणि त्याप्रमाणे ती गेली.

ती गेल्यानंतर मी कीबोर्ड पाहिला. त्यातून पाणी ठिबकत होतं. अशी कामं मला पुन्हा सांगत जावू नका, हा संदेश देण्याचा हा एक मार्ग होता. आम्ही एकमेकांना चांगले ओळखून होतो. तिच्या सर्व युक्त्या माझ्या परिचयाच्या होत्या. मी तो कीबोर्ड सतिला शिव्या घालत खिडकीतल्या उन्हात पालथा करून ठेवला. तो सुकल्यावर चालला नाहीतर मला नवा घ्यावा लागला असता. तो किमान स्वच्छ तरी असेल.

तिने केबलची वेणी घातली नव्हती. पण तिने एका लाल रिबीनीने बो बांधून ठेवला होता. ते खरंतर अगदी विचित्र दिसत होतं, पण मी ते थोडा वेळ तसंच राहू दिलं.

क्लबमध्ये जाण्यापूर्वी मला एक डुलकी काढायची होती. जर केनानने परत फोन केला असता, तर मी त्याच्या विनंतीला मान दिला असता.

पण घोर निराशा! माझ्यासमोर हुसेयीन उभा होता. त्याच्या चेहऱ्याचा सत्यानाश झाला होता. मी त्याला चांगलाच रागवणार होतो. पण त्याचा अवतार बघून मी थंड झालो. त्याला काय झालं असावं, त्याचा अंदाज करणं कठीण नव्हतं. मी त्याला आत बोलावलं.

"काय झालं तुला?"

"तुमच्या त्या टोळीने हे केलंय." तो एखाद्या बेवारशी मांजराच्या पिल्लासारख्या केविलवाण्या नजरेने माझ्याकडे बघत होता.

"माझ्या टोळीत कोण होते, ते जरा सांगतोस का?"

"ते कोण आहेत, ते तुम्हाला चांगलंच माहीत आहे. त्यांनी तुम्ही दिलेलं इन्व्हलप घेतलं. त्यात काय आहे ते त्यांना कळेना, म्हणून त्यांनी मला मारलं."

"अरेरे! फार वाईट झालं," मी म्हणालो.

"जेव्हा त्यांच्या लक्षात आलं की, त्यांना जे हवं आहे ते त्यात नाही, तेव्हा त्यांनी मला जाऊ दिलं. पहिल्यांदा मला वाटलं की, ते मला ठार मारणार आहेत की काय? पण नशीब माझं. तेवढी त्यांनी दया दाखवली."

"तू पोलिसांकडे तक्रार केलीस का?" मी विचारलं.

"पोलीस काय करणार? मी एक साधा टॅक्सीचालक आहे. एखादा चांगला पोलीस भेटलाच तर तो सहानुभूतीने ऐकून नंतर सॉरी म्हणून मला फुटवून लावेल."

त्या दिवशी माझ्यामुळे गोत्यात आलेली हुसेयीन ही दुसरी व्यक्ती होती. सोफियाने तिच्या चेहऱ्याला झालेली दुखापत मेकअप करून कशीबशी झाकली होती. हुसेयीनने काही मेकअप केला नव्हता.

"मला दोन दिवस मार पडत होता. शरीराचा कणन्कण ठणकतोय."

मी पुन्हा एकदा दिलगिरी व्यक्त केली.

"यात तुमचा दोष नाही," तो म्हणाला.

"तरीही मीच याला जबाबदार आहे असं मला वाटतंय," मी म्हणालो.

"तसं नाही. मीच मूर्ख होतो म्हणून तुमच्यामागे लागलो होतो. जेव्हा मी तुमचं एक पाकीट आल्याचं ऐकलं तेव्हा ते पोहोचवायला मी आपण होऊन धावलो. स्टँडवरचा दुसरा कोणीतरी ते घेऊन जाणार होता. पण मी ते पोहोचवलं असतं, तर वाटेत थांबून ते मी पोहोचवलंय हे तुमच्याशी बोलता आलं असतं. मलाच खाज होती."

माझ्यामधील फ्लॉरेन्स नाईटिंगेल जागी झाली. त्याची एक भुवई फाटली होती. मी जवळ जाऊन हळूच त्याच्या जखमेला स्पर्श केला. तिथलं रक्त सुकलं होतं.

"तू डॉक्टरला तरी दाखवलंस का?"

"नाही. मी सरळ तुमच्याकडे आलो."

त्याच्या चेहऱ्याला लागलेलं आयोडिन दुसरीच शक्यता दर्शवत होतं. त्याला माझ्या चेहऱ्यावरचे भाव समजले.

''मी फार्मसीत गेलो होतो. त्यांनी औषध लावलं.''

''ठीक आहे,'' मी म्हणालो आणि माझा हात मागे घेतला आणि थांबलो. फ्लॉरेन्सला वाट बघता येईल.

तो माझ्या डोळ्यांत खोल बघत होता. मांजरीचं पिल्लू मला जवळ घ्या म्हणू बघत तसं!

''जास्त वाट लागलीय ती माझ्या पाठीची. चेहरा काहीच नाही,'' तो म्हणाला.

त्याने त्याचा शर्ट काढला. त्यांनी त्याला चांगलंच मारलं होतं. मी त्याच्या पाठीवरून हात फिरवला.

''हात लावू नका. खूप दुखतंय.'' तो म्हणाला.

''तुला अल्कोहोलच्या ड्रेसिंगची गरज आहे.'' मी म्हणालो.

''तुम्ही कराल का? माझा हात तिथे पोहोचणार नाही.''

तो मुळीच दात विचकत नव्हता. फ्लॉरेन्स नाईटिंगेलचं पुनरागमन झालं.

''तू मुज्देबरोबर काय केलंस?'' मी विचारलं.

मी हा प्रश्न विचारायला नको होता. पण राहावलं नाही.

''काही नाही,'' तो म्हणाला. ''मला फक्त तुम्हाला जळवायचं होतं. तुम्ही क्लबमधून गेलात आणि मी घरी गेलो.''

त्याच्यावर विश्वास ठेवायला हरकत नव्हती. माझ्या चेहऱ्यावर हसूं उमटलं असावं. नाहीतर त्याची माझं चुंबन घेण्याची हिंमत झाली नसती. ओठ सुजले असतानासुद्धा तो चुंबन चांगलं घेत होता. मला मजा आली, हे मला कबूल करायला हवं. मी प्रतिसाद दिला आणि त्याने मला बाहुपाशात घेतलं.

संध्याकाळ व्हायला अजून अवकाश होता, पण वातावरण आत्ताच तापायला लागलं होतं.

■

मॅनहॅटनच्या ब्लॅकआउटमध्ये घडलेली रहस्य कथा

झॅप्ड

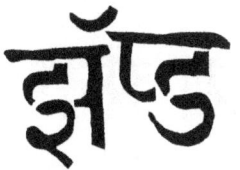

लेखक – **मेहमेत मुरात सॉमर**

तुर्की ते इंग्लिश अनुवाद – **केनेथ डकन**

अनुवाद – **जयंत गुणे**

लोकप्रिय अमेरिकन लेखिका कॅरोल हिगिन्स क्लार्क हिच्या रेगन रैली मालिकेतील 'झॅप्ड' ही एक उत्कंठावर्धक रहस्यकथा. लॉरेन लिली ही हॉलीवूडमध्ये पदार्पण करू पाहणारी एक नटी. न्यूयॉर्कच्या जे.एफ.के विमानतळावरून टॅक्सीतून मॅनहॅटनमधल्या तिच्या घरी परत येत असते. वाटेतच तिचा धनाढ्य नवरा फोन करून घटस्फोटाची नोटीस देत असल्याचे तिला सांगतो. तेवढ्यात न्यूयॉर्क शहराचा वीज पुरवठा खंडीत होतो आणि संपूर्ण शहर काळोखात बुडून जाते.

या काळोखात अनेक गोष्टी होत असतात. एका छोट्या जागेत 'स्टँड अप कॉमेडीचा शो' बघण्यासाठी वीकएन्डच्या निमित्ताने गर्दी झालेली असते.

दोन व्यक्ती लॉरेनच्या घराचे कुलूप तोडण्याच्या खटपटीत असतात.

एका निष्पाप तरुणाला आपल्या जाळ्यात फसवून जन्माची अद्दल घडवण्याच्या उद्देशाने एक तरुणी त्याच्या मागे हात धुवून लागलेली असते. सगळी तरुणाई नाक्यावरच्या बारमध्ये जमा होते. घरात बसून अंधारात दुसरे काहीच करण्यासारखे नसल्याने लोक चौकाचौकात जमून 'बार्बेक्यू पार्टी' करत धमाल करत असतात.

ब्लॅकआउटच्या रात्री वरवर वेगवेगळ्या वाटणाऱ्या या घटनांची सांगड घालत लेखिकेने मोठ्या कौशल्याने एका उत्कंठावर्धक कथानकाची गुंफण केली आहे. कथानक न्यूयॉर्कच्या मॅनहॅटन या भागात घडते. जेथे दिवे दिवसासुद्धा चालू असतात त्या मॅनहॅटनवर आता अंधाराचे साम्राज्य पसरलेले असते. रात्र सरत जाते तसा गुंता सुटत जातो आणि हडसन नदीवर सूर्याचे प्रथम किरण पडता-पडता सर्व काही आलबेल होते आणि वाचक सुटकेचा नि:श्वास टाकतो.

एका सूडसत्राचा घेतलेला शोध!

स्क्रीम फॉर मी

गूढ... प्रणयरम्य कादंबरी

लेखक –**करेन रोझ**

अनुवाद – **दीपक कुळकर्णी**

एका छोट्याशा गावात अचानक एक भयप्रद खूनसत्र सुरू होतं. गाव पार हादरून जातं. आपल्या कामात निष्णात असणारा एक धाडसी गुप्तचर अधिकारी आणि एक पिसाट, विकृत खुनी ह्यांची आमने-सामने टक्कर होते. मरणाच्या दारात उभ्या केलेल्या आपल्या सावजाला, तो विकृत खुनी वेडावत म्हणतो, "तुला जेव्हा वेदना असह्य होतील ना, तेव्हा माझ्या नावाने एक किंकाळी फोड." स्पेशल एजंट डॅनियल व्हार्टीनियन हा, तेरा वर्षांपूर्वी घडलेल्या एका खुनाची सहीसही नक्कल करणाऱ्या त्या खुन्याला शोधून काढण्याचा विडा उचलतो.

नुकताच मारला गेलेल्या आपल्या कुविख्यात खुनी भावाजवळ सापडलेली काही छायाचित्रं, हाच डॅनियलपाशी एकमेव धागा असतो. खुनी इसमाचा शोध घेण्याच्या त्या विलक्षण प्रवासात, त्याला आपल्याच कुटुंबाच्या काळ्याकुट्ट इतिहासाचे दर्शन घडते आणि त्याचबरोबर मानवी अभद्र मनाच्या गूढडोहाचा तळही सापडतो. ह्याच प्रवासात, ॲलेक्स फॅलन ह्या एका सुंदर परिचारिकेची त्याची भेट होते. तिची कहाणी ऐकून, त्याला आपलाच भूतकाळ आठवतो. विशेष म्हणजे ॲलेक्सचा चेहरा आणि तेरा वर्षांपूर्वी खून झालेल्या त्या मुलीच्या चेहऱ्यात कमालीचे साधर्म्य असते. गावातील प्रतिष्ठित व्यक्ती ह्या प्रकरणात गुंतलेल्या आहेत. त्या विकृत खुनी इसमांच्या यादीत ॲलेक्सचेही नाव आहे, हे डॅनियलला समजते. दिवसागणिक बळी जाणाऱ्या स्त्रियांची संख्या वाढू लागते. आता डॅनियलपाशी फारच थोडा अवधी राहिलेला असतो. त्या क्रूरकर्म्याला लवकरात लवकर शोधणं जितकं महत्त्वाचं असतं तितकं महत्त्वाचं असतं, ॲलेक्सचा जीव वाचवणं.

कारण तो आता ॲलेक्सच्या प्रेमात आकंठ बुडालेला असतो.

www.ingramcontent.com/pod-product-compliance
Lightning Source LLC
LaVergne TN
LVHW092351220825
819400LV00031B/326
* 9 7 8 8 1 8 4 9 8 5 3 7 5 *